விடியலின் முழுமையை நோக்கி

AF762136

பேராசிரியர். முனைவர். ஆ.பி.ஜெ. பால்ராஜ்,
திருமதி. இரஞ்சித் ஜான்

notionpress.com
INDIA • SINGAPORE • MALAYSIA

ISBN 979-8-89233-869-1

விடியலின் முழுமையை நோக்கி

ஆசிரியர்

Prof. Dr. A.P.J.Paul Raj, B.Sc., M.A., M.Ed., Ph.D.,

Research Director, Integral Research Centre, Chepauk, Chennai – 5.

இணை ஆசிரியர்

திருமதி. இரஞ்சித் ஜான், M.A., B.Ed.,

முதுநிலை சிறப்புத் தமிழாசிரியை, தமிழ்நாடு அரசு

அர்ப்பணம்

உலகளாவிய மாந்தர்கள் அனைவரும் உன்னத மேன்மை பெற

Director's Photo

தனியொரு மனிதனின் ஓர் உள்ளகமான ஒளியும், அவர்தம் ஓர் உள்ளார்ந்த நோக்கமும்.

இந்த 'விடியலின் முழுமையை நோக்கி' –என்ற படைப்பு தனது ஏழாவது புத்தகமாக, 95 எம்.எட்., 50 எம்.ஃபில்., மற்றும் 10 பிஎச். டி., பட்டங்களுக்குரித்தான பல்முனை இணைப்பாடங்களின் ஆய்வுக்கட்டுரைகளை, ஆராய்ச்சி இயக்குநராக ஒருங்கிணைந்த ஆராய்ச்சி மையத்தில் தற்போது செயலாற்றியும், இதன் முன்பு, சென்னைப் பல்கலைக்கழகம் மற்றும் தமிழ்நாடு கல்வியியல் பல்கலைக் கழகம், சார்ந்த கல்வியியல் கல்லூரிகளிலும் முதல்வராக பணியாற்றியவர் தான், இக்காப்பியத்தின் படைப்பாளர் பேராசிரியர் முனைவர் ஆ.பி.ஜே.பால்ராஜ் (73) என்பவராவார்.

இக்காப்பியம் தன்னகத்தே 15 அத்தியாயங்களைக் கொண்டிருக்க, முதல் 1- முதல் 10 வரையில், நம் இந்திய நாட்டின் ஒற்றுமைக்கும், ஒருமைப்பாட்டிற்கும், இடையூறாக உள்ள அதன் தடைகளான, தவறாக புரிந்துகொள்ளுதல், மூடநம்பிக்கைகள், முழு உண்மையும் தெரிந்து கொள்வதற்கு முன்பே கொள்ளும் தவறான எண்ணம், முன்கூட்டியே யூகித்துக்கொள்ளுதல் மற்றும் தவறாக விளக்கம் அளித்தல் ஆகியவைகளைக் காண்கின்றன.

தொடர்ச்சியாக, 11 முதல் 15 – அத்தியாயங்கள், நம்நாட்டின் ஒருமைப்பாடு தொடர்ந்து கைக்கொள்ளாமல் இருப்பதற்கான காரணங்களையும், இதற்கான நீக்கப் பணிகளை மேற்கொள்ள வேண்டிய

வழிவகைகளையும், இதன் வழி, நம்நாட்டின் ஒற்றுமை மற்றும் ஒருமைப்பாடு மட்டுமின்றி, நம் நாட்டின் அதிமிகு குறிக்கோளான அனைத்துலக மாந்தர்தம் விடியலையும் அடைய தனிமனிதனின் ஒருமைப்பாட்டு விடுதலை வகை செய்வதை விளக்குகின்றன.

இந்த தனியொரு மனிதனின் ஒருமைப்பாட்டு – விடுதலையை அடைய, இப்படைப்பின் ஆசிரியர், கீழ்க்காணும் குணாதிசயங்களை இக்காப்பியத்தின்கண் விளக்குமிடத்து, குறிப்பாக, உளவியல்–சமூகம், கலாச்சார–அரசியல், செயற்பாட்டுத்துவ-பொருளாதாரம், ஒழுக்கமுடன் கூடிய தத்துவ-கல்விமயமாக்கப்பட்ட நாகரீகம், இருக்கையியலின் – புத்துயிர் கொணரும் – மறுசீரமைப்பு, கல்விக்குரிய நிதியுதவி ஒதுக்குதல், வகுப்பு முறையற்ற, ஜாதீய முறையற்ற மற்றும் பிரிவினை வாதமற்ற சமூகத்தைக்காணுதல், ஒழுக்கமுடன் கூடிய உண்மையான தேசப் பக்தியை ஊட்டுதல், மதங்களுக்கிடையான நல்லுறவைக் காணுதல், மாற்றமே மென்மேலும் மாற்றம் காணுதலின் வழி நவீனமயமாதல், வளர்ச்சியுடன் கூடிய மறுமலர்ச்சியடைதல், இந்துத்துவமும் அதன் சனாதன–வர்ணாஸ்ரம–தர்மமும், சனாதன–தர்மம், மத அடிப்படைவாதமின்றி சமூகத்தைக் காத்தல், இந்திய சாசனம், அனைத்து மாந்தர்களின் முழுமையான பங்கேற்பு, எல்லா உரிமைகளும் எல்லோருக்கும் உரித்தாக உலகமயமான மனித உரிமை-அங்கீகாரம் அடைதல், புதியதோர் கல்வியியல் தத்துவத்தின் அவசியமும் அதனை வடிவமைக்கும் முறைகளின் மிக்கதோர் அவசியமும், ‘ஒருமையில் பன்மை மற்றும் பன்மையில் ஒருமை’ –என்னும் கொள்கையினை திறமுடன் செயலாற்றுதல், கடவுள் என்பது ஒரு நபரல்லர் மற்றும் இரண்டறக்கலக்கும் பழமையானதும், புதுமையானதுமான வாழ்க்கை நெறிமுறைகளை முழுமையின் நிறைவு நோக்கி உண்மையின் உண்மையை அடையச் செய்தல் போன்றவைகளாகும்.

எனவே, இக்காப்பியம் தன் நிறைவை எட்டும் வேளையில், தனிமனிதனின் விடுதலை மூலம், அனைத்து மாந்தர்களின் உள்ளார்ந்த சமூக ஆன்ம-நேய-முக்திதனை, எட்டுத்திசைகளின் எல்லை மாறுபாடின்றி அடையச் செய்கின்றது. இதுவே, தனிமனிதனை ஒரு சிறப்பான நபராக எடுத்து, அவனை புதுப்பித்து, புத்துயிரூட்டி, புதுகலையூட்டி, அவன்தாமே அனைத்து மனித குலத்திற்கும் மறுமலர்ச்சியுடன் கூடிய புதிய-சகாப்தத்தை உருவாக்கக்கூடியவனாக, அவனது விடாமுயற்சியாலும், தொடர்நிலைச் செயற்பாட்டாலும் முடியுமென்று இக்காப்பியம் நம்புகின்றது..

Authors Photos

இந்த 21-22-ஆம் நூற்றாண்டுகளின் ஒளிமயமான எதிர்கால கண்ணோட்டத்தில் நம் இந்தியத்திருநாட்டின் ஒன்றுபட்ட விடியலின்/விடுதலையின் அவசியம் குறித்தும், அதன் ஊடே உலகத்துவியலின் நெடும் பயணத்தில் இந்தியர்களாகிய நம் ஒவ்வொருவரின் பங்கைப் பற்றியும் இவ்வரியதோர் உயரிய பணிக்கு உறுதுணையாக நிற்கும்.தத்துவம், கல்வி, கல்வியியல் தத்துவம், தொழிற்கல்வி, தொழில்மயமாக்கப்பட்டக்கல்வி, கலாச்சாரம், நாகரீகம், சமுதாயம், பண்பாடு, நவீனம், பின்-நவீனம், மில்லீனியம், அரசியல், அரசாங்கங்களின் செயற்பாடு, அரசாங்கம் கல்விக்கென்று ஒதுக்கிய, ஒதுக்குகின்ற மற்றும் ஒதுக்க வேண்டிய நிதிநிலை, பெண்ணுரிமை, மதம், மத-நல்லிணக்கம், அனைத்து மதங்களின் உள்ளார்ந்த ஒருமைப்பாடு, வகுப்பு மற்றும் சமய அடிப்படை வாதங்கள், சமயச்சார்பின்மை, இறையியல், சமூக உணர்வு, சமநீதி, சமத்துவம், சமூகநீதி, தர்மம், சமதர்மம், ஜனநாயகம், தாராளமய-ஜனநாயகம், கம்யூனிசம், சகோதரத்துவம், அவர்தம் விடியலின் முழுமை, புதியதோர் கல்வியியல் தத்துவத்தின் அவசியமும் அதனை உருவாக்கும் வழிகளும், நீதி, நேர்மை, அன்பு, இரக்கம், கருணை, மன்னிப்பு, ஈகை, போகம், யோகம், தபசு, தியானம், அர்ப்பணிப்பு, தியாகம், சரணாகதி, சங்கல்பம், மீட்பு, விடியல், விடுதலை, குடியரசு,

குடியுரிமை, சிவில்சமூகம், அதன் நிறுவனங்கள், பன்மை, ஒருமை, பன்மையில் ஒருமை – உலக ஒருமைப்பாட்டிற்கான ஒரு மெய்ப்பணம், சமபங்கேற்பு, சனாதன-வர்ணாஸ்ரம தர்மம், சனாதன தர்மம், இந்துத்துவம், தனிமனிதனின் மாற்றம் கண்ட மாற்றம், முன்னேற்றம், மேம்பாடு, மறுமலர்ச்சி, புத்துயிர், புதிய சகாப்தம், தனிமனிதனின் அர்ப்பணவாழ்வின் அவசியமும் அதன் அடையாளங்களும், மக்கள் அனைவரின் ஒன்றுபட்ட பங்கேற்பு, தேசிய இனங்களின் தனித்த கலாச்சாரம் மற்றும் அடிப்படை உரிமைகள், அகில உலக, மனித உரிமை-உடன்படிக்கையின் அனைத்து உரிமைகள், அறிவியலும் தொழில் நுட்பமும், கடவுள் ஒரு நபரல்லர் மற்றும் பழமையும் புதுமையும் இணைந்து பிணைவதின் மூலம் முழுமையைக் காணுதல்.

ஆகிய, பல்வேறு துறைகளுடன் கூடிய, சமூக-ஈடுபாடு, உளவியல்-மேலோங்கல், அறிவியல்-சீர்தூக்கல் மற்றும் அரசியல் மேம்பாடு ஆகியவற்றின் செயற்பாட்டு அவசியத்தை இக்காப்பியம் அரியதோர் கண்ணாடியாய் நம் எல்லோர் கண்கள் முன்பும் நின்று நம்மை அதன் கண் ஓர்கணம் ஈர்க்கின்றது.

integralresearchcentre@gmail.com

ஆசிரியரின் அறைக்கூவல்

அரிது அரிது மானிடராய்ப் பிறப்பதரிது அதிலும் கூன், குருடு, செவிடின்றி பிறப்பதரிது என்ற உலக நீதிக்கொப்ப, இவ்வாறு அரியதோர்ப்பிறவியை நம்மில் பலர் பெற்றிடினும், நம் அனைவரின் ஆன்ம-சரீர இயக்கத்தின் ஒருங்கிணைந்த முழுமையான விடியலை, நாம் அடையவிழைவதே, இவ்வுலகில் நாம் பிறந்ததின் உயரிய நோக்கமாகும். இத்தகைய உயரிய நோக்கம் நம்மில் செயலாற்றி, அதன் நிறைவை அடையவேண்டுமாயின், நம்மிடையே காணப்படும் எண்ணற்ற வேறுபாடுகளான குருதி (A+, A-, B+, B-, AB+, AB-, O+, O-, etc), நிறம், இடம், மதம், மொழி, உடை, நடை, குணம், பாவனை, பாலினம், திறன், வகுப்பு, இனம், சாதி, சமயம், கலாச்சாரம், பண்பாடு, தொண்டுள்ளம் மற்றும் பல்வேறு வகை தனிமனிதன்-குடும்பம்-சமுதாயம்-ஊர்-கிராமம்-வட்டம்-மாவட்டம்-மாநிலம்-நாடு என்ற நிலைகளில் ஒரு நெடிய அழகுவாய்ந்த சரித்திரத்தையும், நன்கு பாதுகாக்கப்பட்ட எல்லையமைப்பையும் மற்றும் பொதுவானப் பொருளாதார வாழ்வையும் சிறப்பாகக் கொண்டுள்ளோம். ஆனால் நாம் ஒரு பொதுவான மொழியையோ ஒரு பொதுவான கலாச்சாரத்தையோ மற்றும் ஒரு பொதுவான உளவியல் மேம்பாட்டுச்சிந்தனையோயின்றி இருக்கின்றோம். குறிப்பாக, நம் இந்தியத்திருநாட்டிலுள்ள மாநிலங்கள் அதனதன் அமைப்பில் மேற்கண்ட குணாதிசயங்களை தன்னகத்துக்கொண்டுள்ளது. ஆதலால் இவையனைத்தும் வெவ்வேறான நாடுகளின் தன்மைகளை அதனதன் அகத்தே ஒன்றிய-இந்தியா (Indian-Union) என்றச் சிறப்பால் கொண்டுள்ளன. இவ்வொன்றிய இந்தியாவில் 29 மாநிலங்களும், 7 ஒன்றிய பிரதேசங்களும் அதனதன் அமைப்பில் மேற்கண்ட குணாதிசயங்களை தன்னகத்தேக் கொண்டுள்ளனவாய் இருப்பினும், தத்துவம், மதம், கலாச்சாரம், சமுதாயம் மற்றும்

குடியரசு (Philosophico – religious, Culturo-Socio-Republic)- போன்ற, இதர பல ஜனநாயகச் சிறப்புக்களின் வாயிலாக, ஓர் உயர்வான ஒற்றுமையைப் பெற்றுள்ளது. எனவே, நம் இந்தியநாடு, ஒரு தேசமாக அதன்பரந்த சிந்தனையான, பன்முகத்தன்மை அல்லது வேறுபாட்டில் ஒற்றுமை “UNITY IN DIVERSITY” என்ற கோட்பாடானது, பன்மையில் ஒருமை அல்லது ஒருமையில் பன்மை – ‘One in Many’ or ‘Many in One’ எனும் உலகளாவியத் தத்துவ நெறியால் நிரூபணமான, ‘Being is Only one’, - ‘God is Only One,’ – எனும் கோட்பாட்டை இவண்யாம் கண்டுணரும் வேளையில், “வேற்றுமையில் ஒற்றுமை” அல்லது “ஒற்றுமையில் வேற்றுமை” – என்னும் தாரக மந்திரம் இந்தியன் என்னும் ஒருமைப்பாட்டில் உள்ளார – ஒன்றுபட்டு, ஒன்றியமாய் – உள்ளடங்கிய நூற்றுக்கணக்கான தேசிய இனங்களும், மொழிகளும் மற்றும் பலமதங்களின் தாய் வீடாய் இன்றளவும் விளங்குகின்றது, இந்த அதிசயபூமி, நம்தேசிய அன்னை, இந்திய உபகண்டம் தானன்றோ!!! இப்படைப்பில், பாகம் ஒன்றில் முதல் 10 தலையங்கங்களின் கீழ், நம் இந்திய திருநாட்டின் ஒற்றுமைக்கும் ஒருமைப் பாட்டிற்கும் இடையூறாய் நிற்கும் அனைத்து வகையான இன்னல்களின் காரணகாரீயங்களை விளக்கியும் அவற்றிற்கான தீர்விற்கு வழிகளையும் அடுத்து பதினொன்று முதல் பதினைந்து வரையிலான தலையங்கங்களில் கீழ்-பாகம் இரண்டில் யாம் விழையும் – 'விடியலின் முழுமை'-க்கு, வித்திடும் செயல்களைப் பற்றியும் இப்படைப்பானது தன் அழகியச் சிறகுகளை விரித்துப்பறக்கின்றது.

மனத்துக்கண்

தனி மரம் தோப்பாகாது. ஏனெனில், அதன் கூடவே பச்சைப்பசேலென பல்வகை தளிர், செடி, கொடிகளுடன் நடுநடுவே நீருற்றுகள், அவை நெடுகில் சிலைகளும், சிற்பங்களும், இதற்கெல்லாம் மெருகூட்டும் விதத்தில், அழகுத்தென்றலின் இனிய அசைவுடன் கூடிய மெல்லிய மழைச்சாரலில், பல்வகை மலர்களின் மணத்துடன் தேனீக்களின் ரீங்கார ஒலியின் இனிய ராகத்தில், நடனம் ஆடி மகிழும் மயிலும், பல்வகை பண்ணிசைப்பாடும் வண்ணமிகு சிட்டுகளும், அழகிய சிறகுகள் விரித்து நடமாடும், புறா, கொக்கு, நாரை, காகம் மற்றும் குரங்கு, அணில், ஆந்தை, மைனா அதனிடையில் கொக்கரிக்கும் சேவல், குழலோவியம் பாடும் குயில் இன்னும் பல இயற்கையின் வனப்புகளின் மத்தியில் திளைத்தெழும், அத்தனிமரமாம்-தனிமனிதன், தான் பெற்ற இன்பம் இவ்வையகத்து மாந்தர்கள் யாவரும் பெற்றிட வாஞ்சைக் கொண்டு, ஈருபத்து-ஆண்டுகளாய் அவர் கண்ட கனவுகள், சற்றிரண்டு ஆண்டுகளுக்கு முன் நனவானதால், காலமும், சூழ்நிலையும் நம்மை இயக்கும் போது, காலம் என்ற சிற்பி நம்மை செதுக்க, அதில் நாம் சிற்பமா? சிதறி விழும் கற்களா? எனக்கேட்டு,அத்தனியொரு மனிதன் அவன் குடும்பத்தின் அடிப்படை அங்கமாக இருந்து, சமுதாயம், நாட்டுடைமை, நாடு, தேசியகுழு, தேசியம், தேசிய-மானிலம், தேசியங்களின் கூட்டுநாடு என்ற நிலைகளை அடைந்து, அத்தனியொரு மனிதன் சமூக மாற்றம், சமூக இணைவு, சமூக மறுமலர்ச்சி, அதீதச் சிறப்புத்தன்மை, மதநல்லிணக்கம், சமூகநீதி, சமத்துவம், சகோதரத்துவம் ஆகிய தேசியக்கட்டமைப்புக் கொள்கைகளால் கட்டுண்டு, ‘இந்தியநாடு என்நாடு, இந்தியன் என்பது என்பேரு’ என்ற உறுதிப்பாட்டால், இந்தியா என்ற தேசம் அதன் ஒவ்வொரு குடிமக்களின் மேல்கட்டமைக்கப்பட்டுள்ளது என்ற இதர

பல நம் வெற்றிக்குத் தேவையான ஒப்பனைகள், உள்ளத்தில் உண்மை, கண்களில் கருணை, முகத்தில் மலர்ச்சி, உதட்டில் புன்னகை, எண்ணத்தில் நம்பிக்கை, சொல்லில் தெளிவு, செயலில் நேர்மை இதுபோன்ற சிந்தனை முத்துக்களை அள்ளித்தருவதில், உண்மையில், உண்மையை, உண்மையாகவே, எவ்வித, மழித்தலும்-நீட்டலும், வெறுப்பும்-விருப்பும், தாக்கமும்-போகமும், ஒட்டலும்-வெட்டலும் இன்றி, தாமரை இலையில் தண்ணீர்போல, எதிலும் ஒட்டாது நின்று, சமன்தூக்கும் சீர்கோலாய், இவ்-அரியதோர் காப்பியம்-இந்த 21-22-ஆம் நூற்றாண்டுகளின் சிறப்பானதோர் வருங்காலத்தைக் காட்டும் கண்ணாடியாய் விளங்குவதுதான் இப்புத்தகம்.

மேலும், இப்படைப்பை உருவாக்க சித்தம் கொண்ட ஏகப்பரம்பொருளாம் எல்லாம் வல்ல ஒரே இறைவனுக்கே (காந்திய-தத்துவர் என்ற முறையில்)- புகழ்-ஞானம், தத்துவம், தர்க்கம், அறிவியல், கல்வி, கல்வியியல்- தத்துவம், ஆராய்ச்சி முறைதரைகள், பல்-வகை ஆராய்ச்சி, மேல் நிலை ஆராய்ச்சி முறைகள் இதர பலவகைளிலெல்லாம் எம்மைச் செதுக்கி எடுத்த, ஆன்றோர், சான்றோர், அருட்கொடையாளர்கள், ஆசிரியர்கள், பேராசிரியர்கள் மற்றும் பல அன்புடைய நெஞ்சங்களான நண்பர்கள், எம் உடன்பிறப்புக்கள் மற்றும் அவர்கள்தம் அன்புச் செல்வங்கள் மற்றும் உற்றார் உறவினர்கள், இறுதியானது ஆனால் அது கடைசியானதல்ல, எம்அன்பு பெற்றோர்கள், எம் இரு இனியகண்மணிகளாம் பாசமிகு தனயன்கள் திரு. A.P. அமல் ஜான், திரு. A.P. ஜெரோம் அருளப்பா, எல்லாவற்றிற்கும் மேலாக, இப்படைப்பின் இணை-ஆசிரியரும் என் வாழ்வின் துணைவியார் திருமதி. இரஞ்சித் ஜான், மற்றும் எம்அன்புசால் வாசகர்கள் அனைவருக்கும் என்மனமார்ந்த நன்றியினை உரித்தாக்குகின்றேன்.

வாழ்க தமிழ் நாடு! வளர்க பாரத-இந்திய தேசம்!! வெல்க இவ்வையகம்!!!

முத்தாய்ப்பு

இவ் 21-22-ஆம் நூற்றாண்டுகளின் புதிய மில்லீனிய வருடங்களில் நம் அனைவரின் ஆன்ம – சரீர இயக்கத்தின் ஒருங்கிணைந்த முழுமையான விடியலை (The Psycho-Physiological Emancipation of the Spiritual Entity)- யாம் அடைய விழையும் வேளையில் இப்படைப்பானது நம் அனைவரின் கவனத்தையும் ஈர்க்கும் என்றெண்ணி, இவ்வொருங்கிணைந்த முழுமையின் மகத்துவத்திற்கு வித்திடும் விழுமங்களை ஒப்பிட்டறிய (To Correlate the Significance of the Nobility) ஆராய்ச்சியாளர்களின் சுதந்திரமான பல்நோக்குத்துறைகளின் (The Inter-Disciplinary Pursuit) சிந்தனைகள் அவசியமாகின்றது. இதில், அரசியல், தத்துவம், பொருளியல், அறிவியல், கலை, இலக்கியம், ஆன்மீகம், இறையியல் என சகல துறைகளின் ஐக்கியம், அதீத மறுமலர்ச்சியினை (Vigorous Renaissance) உருவாக்குகின்றது. இதன் துணை கொண்டு விவேகமுடன் ஆக்கம் நிறைந்த விடுதலையைப் பெறுவதையே/விடியலைப் (Dawn) பெறுவதையே முழுமையான விடியல் என்கின்றோம். இவ்விடியலைப்பெற, மனிதகுலமானது, மனிதத்துவ விடியல் காலம் முதல் (Dawn of Humanity) இன்று வரை, பல்வேறு வகைகளில் பலவிதமான பழைய மற்றும் நவீன கருத்துக்களுடன் அதன் முழுமையை நோக்கி அனுதினமும் போராடி வெற்றிநடைப்போடுமிதன் அனைத்து நிலைகளைப் பற்றியும் அதன்வழி தமிழக மக்களின் நலம் சார்ந்த ஒன்றுபட்ட, ஒருங்கிணைந்த, விழிப்புணர்வுடன் கூடிய ஆக்கமிகு செயற்பாடுகளையும், நம் இந்திய மக்களின் மீட்சியையும், உலகளாவிய மாந்தர் தம் மீட்பையும் ஈண்டு காண்போம்.

இன்றைய இந்தியாவில், இந்துத்துவம் பன்முகத்தன்மை அல்லது மாறுபாட்டில் ஒற்றுமை'– Unity in Difference' என்பது, உலக முதலாளியத்துவக் கருத்துகளுக்கு முரணானதோர் செயல்பாடு அல்ல என்கின்றது. இன்றைய புதிய சூழலுக்குத் தகுந்தவாறு, பழைய மதிப்பீடுகளையும், பழைய சமூக அதிகாரங்களையும், புத்துருவாக்கம் (Renovation) செய்வது என்ற அடிப்படையில் இந்துத்துவச் செயற்பாடுகள் மேற்கொள்ளப்படுகின்றன. ஆகவே இன்றைய இந்துத்துவ இந்தியச் சூழலில் மத–நீக்கம் (Secularism) என்பது இந்து–மத–நீக்கம் என்பதாக (De-Hinduism) அமைக்கப்படுகின்றது.ஏனெனில், இந்துத்துவா என்பது இந்து மதத்தினுடைய நம்பிக்கைகளோடு தொடர்புடையது அல்ல. எனவே, கலாச்சாரம் (Culture), தேசியம் (Nationalism), நாகரீகம் (Civilisation) தோற்றப்புள்ளிகள் (Origins) மற்றும் சாராம்சம் (Essence) முதலான தத்துவக்கதையாடல்களுக்கும் எதிரான செயற்பாடுகள் இந்துத்துவத்திற்குத் தேவைப்படுகின்றது. ஆகவே, இவர்களின் தேவைகளுக்கேற்ப, அடிக்கடி தாமிருக்கும் இருப்பிடத்தை மாற்றுகின்ற பழங்குடியினர் மற்றும் மலை வாழ் மக்களுக்குகந்த (Nomadic) கருத்தியல்களும், ஆய்வுக்கதைகளும், இன்றைய இந்துத்துவ இந்திய அரசியலுக்குத் தேவைப்படுகின்றது.

மேலும், வித்தியாசங்களின் அரசியலாகவும், வித்தியாசங்களுக்கிடையிலே ஆன, சமதளஒருங்கிணப்பு (Horizontal Assemblage) இன்றைய இந்துத்துவ இந்திய அரசியலுக்குத் தேவை என்பதால், ஒட்டுமொத்தமான (Liberation) நலன் என்பது கேலிக்கூத்தாக்கப்படுகின்றது. இத்தகைய சூழலில் ஒடுக்கப்பட்ட சிறுபான்மையினர்கள் தங்களின் தற்காலிக விடுதலை (Liberation Theology) என்னும் அடிப்படையில் தம்மைப்புதுப்பித்துக் கொள்ள வேண்டியதருணமாக இப்போது அமைந்துள்ளது. எனவே, எல்லாவிதமான அதிகாரங்களையும் (Authorities) கேள்வி கேட்கும் (Critique) மனநிலையை நாம் உருவாக்கிக் கொள்ள வேண்டுமென்று, "இந்துத்துவ இந்தியா அதன் மக்களாகிய நமக்கு அழைப்பு விடுத்துக்கொண்டிருக்கின்றது. இதனை மேலை நாட்டு இயற்கைத்தழுவிய தத்துவ அறிஞர் ஜெ.ஜெ. ரூசோ அவர்களின் கீழ்க்காணும் கூற்றோடு ஒப்பிட்டுப் பார்க்கையில், பன்முகத்தன்மையானது – வேற்றுமையில் ஒற்றுமையா? – (Unity in Diversity) அல்லது மாறுபாட்டில் ஒற்றுமையா? (Unity in Difference with Vertical Unity by Horizontal Assemblage) – என்பது, நமக்கு நன்கு விளங்கும்.

இயற்கை என்பது இலத்தீன் மொழியில், "Naturans Natura Natura Naturata" ஆங்கில பெயர்ப்பு, "Nature is in the Nature and Nature is of the Nature" தமிழில், "இயற்கை இயற்கையாய் இருக்கின்றது மற்றும் இயற்கை இயற்கையோடு இருக்கின்றது." என்றும், "இயற்கை இறைவனோடு இருக்கின்றது, இறைவன் இயற்கையோடு இருக்கின்றார்." என்றும், மேலும், "மனிதன் இறைவனோடு இருக்கின்றான், இறைவன் மனிதனோடு/மனிதர்களோடு இருக்கின்றார்." – என்றும் விளக்கம் பெறுவதால், "இயற்கை என்பதும் ஒன்றே, இறைவன் என்பவரும் ஒருவரே." – அவர் ஒருவரே, எல்லாப்படைப்புகளிலும் வீற்றிருக்கின்றார். அவ்வாறே, மனிதர் எல்லாரிடத்திலும் நீக்கமற வாசம் செய்கின்றார். ஆதலால், ஒரே ஒரு இறைவன் என்ற உண்மையிலும் உண்மை ஐயம் திரிபரபுலப்படுவதால், பன் முகத்தன்மையானது வேற்றுமையில் ஒற்றுமையே – (Unity in Diversity) என்பதனையே நியாயப்படுத்துகின்றது, என்பதே இக்காப்பியத்தின்கண் யாம் காணும் நிரூபணமாகும்(Ref. அத்தியாயங்கள்-8-8.1, 8.2 & 9-9.1. to. 9.5.).

இவ்வாறு இருக்கையில், இந்துத்துவ இந்தியா, தீவிரமாக மையப்படுத்தப்பட்ட, தன்னேச்சதிகார தேசியத்தை முன்னிறுத்தி, தாராளமய-ஜனநாயகத்தையும், ஜனநாயகத்தையும், கம்யூனிசத்தையும் எதிர்த்து, போலியான எதிரியை உருவாக்கி, இளைஞர்களை வெறியூட்டி, வன்முறையை நியாயப்படுத்தி, புதுப்புது அடையாளங்களால் (Symbols) மக்கள் உணர்வுகளைத் தூண்டி உடல் வலுவிற்கு முக்கியத்துவம் கொடுத்து ஆளும் வர்க்கத்து நலனையே முன்னிறுத்தி, அதன் பொருட்டே மக்களை ஒருங்கிணைத்து ஆட்சி செய்தலைப்பற்றி, இவண் சுருங்கச் சொன்னால் இது இட்லரின் பாசிசம் போன்றதாகும். மத அடிப்படையில் உருவாகும் பெரும்பான்மை ஆட்சி தன்னேச்சதிகார போக்கால் மறுப்பது, சிறுபான்மையர் அரசியல் பங்கேற்பும் அதன் தெரிவு செய்யும் உரிமைகளுமேயாகும். எனவே ஜனநாயகக்கோட்பாடுகள் என்பது வெறும் வாக்குரிமையால் மட்டுமல்ல, மாறாக ஜனநாகயம் தரும் வாக்குரிமையைப் பயன்படுத்தி ஆட்சிக்கு வந்தபின், ஜனநாயக உரிமைகளை முறைப்படி வழங்குவது பகுத்தறிவாளர்களின் ஆட்சியாகும். மேலும், வகுப்புவாதிகள் ஒற்றைமயமாதலை அதாவது ஒருமையை மட்டுமே வலியுறுத்துகின்ற போது, நம் இந்தியச் சமூகத்தின் பன்மைத்தன்மையும், பன்மைக் கலாச்சாரத்தையும் ஆங்கே

மறுக்கின்றனர். ஆகவே வகுப்புவாதிகளிடம் ஜனநாயகம் இல்லை. ஒரு சிலரின் நலனை மட்டுமே அதிகமாய் நாடுவதால் சமத்துவமும் இல்லை. எனவே, சமத்துவக் கோட்பாடற்ற ஜனநாயகம் ஒரு பொய்யான ஜனநாயகம். இதனால்தான், நம்நாட்டின் பன்முகத்தன்மையையும், பலமதங்களின் இருப்பையும் நன்கு புரிந்தறிந்த நம் முன்னாள் தலைவர்கள் சார்பின்மையை நம் அரசியல் சாசனத்தில் இணைத்தனர். எனவே, நம் இந்திய அரசியல் சாசனத்தின்படி, சமயச்சார்பின்மையும், சமத்துவமும், ஜனநாயகமும் வெவ்வேறல்ல, இவைகள் மூன்றும் ஒன்றே என்ற அடிப்படையில் எந்த அரசு செயல்படுகின்றதோ, அத்தகைய அரசால்தான், பன்முகம் கொண்ட மக்களின் விடுதலை/ விடியல் முழுமையாய் வெற்றி பெறும் என்பதில் சற்றேனும் ஐயமில்லை.

இங்கு நாம் மிகவும் கவனமாக இருக்க வேண்டியது யாதெனில், அரசியல் சாசனத்தை மாற்ற விரும்பும் வகுப்பு வாதிகள் நம் சமயச்சார்பின்மையையும், சமத்துவத்தையும், ஜனநாயகத்தையும் தான், கேள்வி கேட்கிறார்கள் என்பதை நாம் மறந்திடவேக்கூடாது. இவைகள் மூன்றின் மறுப்பு, காலப்போக்கில் நம் இந்திய தேசத்தின் ஒற்றுமையை, மக்களின் ஒன்றுபட்ட பங்கேற்பை, சமூகநீதியை, மனிதநேயத்தை, மதநல்லிணக்கத்தை, சகோதரத்துவத்தை, பன்மையில் ஒருமையை கண்டிப்பாக மறுக்கும் என்பதே இன்றைய புதிய மில்லீனிய இந்திய மக்களின் பெரும் கவலையாக உள்ளது. ஒருவேளை சமயச்சார்பின்மை நம் இந்திய மண்ணில் அழியுமானால், அதுவே நம் தேசத்தின் அழிவு எனும் திருவாளர். கிருஷ்ணய்யர் அவர்களின் கூற்று இங்கே நினைவு கூறத்தக்கது, “நம் தலைவர்கள் சமூகநீதியை நிலைநாட்ட, பெரும்பான்மை சமூகத்திற்கு இல்லாத சில உரிமைகளை சிறுபான்மைச் சமூகத்திற்கு நம் அரசியல்சாசனத்தில் வழங்கி உள்ளார்கள்.” இதனையே, போலி மதச்சார்பின்மை (Pseudo-Secularism)-என்று குறை கூறுகின்றது வகுப்புவாத அரசு. ஒற்றை தேசியம் பேசும் வகுப்பு வாதம் சமயச் சிறுபான்மையினர்க்கு மட்டுமல்லாது மொழி சிறுபான்மையினர்க்கும் தேசிய இனங்களுக்கும் எதிரியாகும்.

இவர்கள் பேசும் ஒன்றே என்பது பன்மையை, பன் முகக்கலாசச்ரத்தை மறுப்பதே ஆகும். இவர்கள் பேசும் பன்மை என்பது, இந்துத்துவ இந்திய

சமூகத்தில் அனைத்து பிரிவினரையும் குறிக்குமிடத்து அவர்களுக்கு ஜனநாயக முறைப்படி சம உரிமை வழங்காது, அனைத்துப் பிரிவினரையும் சகித்துக் கொள்வது (Mutual – Tolerance) என்பது ஜனநாயகத்தின் கூறும் ஆகாது. மேலும் இவ்வாறு சார்ந்து வாழ்வது ஜனநாயகமும் அல்ல. ஏனெனில் பன்முகச் சமூகத்தின் 'சமபங்கேற்பு' (Equal-Participation) தான், ஜனநாயகம். ஜனநாயகம் மட்டுமே சிறுபான்மை உரிமையைக் கேட்கும் சரியானதளத்தை உருவாக்க முடியும். ஜனநாயக அரசில் இவர்கள் குடியுரிமை பெற்றவர்கள். குடியுரிமை என்பது சலுகையல்ல. மாறாக, குடியுரிமை இவர்களது அடிப்படை உரிமையாகும். மேலும் சிறுபான்மையினரின் உரிமைகள் எவரொருவரின் தனிப்பட்ட தயவாலும் பெறப்படுவதன்று. ஒரு குழுவால், தனி நபரால் தரப்பெறுவதோ, காக்கப்பெறுவதோ, ஏன்-பறிக்கப் படுவதோ அல்ல. இது ஜனநாயகம் தரும் தனி உரிமை. சரியாகச் சொல்ல வேண்டுமாயின், இந்திய ஜனநாயகத்தின், நிலைப்பு சிறுபான்மைச் சமூகங்களின் உரிமைகள் பாதுகாப்பில்தான் உள்ளது. ஆனால் நாசி ஜெர்மனியில் யூதர்கள் இட்லரால் எதிரிகளாகக் காட்டப்பட்டது போல் நம் நாட்டிலும் தற்போது நடைமுறைப்படுத்தப்பட்டு வரும் வகுப்புவாத செயல்பாடுகள் சமயச்சிறுபான்மையினரை மையப்படுத்தி அவர்களை எதிரிகளாக சித்தரித்துக்காட்டுகின்றது.

இதனையே, வலுப்படுத்தும்விதமாக ஆர்.எஸ்.எஸ்.கோல்வால்கரின் கருத்துக்கோவை (Bunch of Thoughts), "தேச பக்தர்கள் யார்? இந்து இனத்தையும் இந்து தேசத்தையும் நெஞ்சின் ஆழத்திலிருந்து போற்றுபவர்கள் ஏனையோர் காட்டிக்கொடுப்பவர்கள் அல்லது முட்டாள்கள் (Idiots). இந்து தேசத்தில் வாழும் சிறுபான்மையினருக்கு இந்நாட்டில்வாழ உரிமையுண்டா? இங்கு வாழும் வேற்றுச் சமயத்தினர் இந்து தேசத்தின் கலாச்சாரத்தையும், சமயத்தையும், மொழியையும் ஏற்றுக்கொள்ள வேண்டும். தங்கள் தனித்த அடையாளங்களைக் கட்டிக்காப்பது வரை அவர்களுக்கு இந்நாட்டில் இடமில்லை. இல்லையெனில் அவர்களுக்கு குடியுரிமை கூட இல்லை. ஒரு பழமையான நாடு அந்நியசக்திகளை இப்படித் தான் நடத்தும்" எனக்கூறுவதைக் காண்கின்றோம். மேலும், கோல்வால்கர் அதே தனது கருத்துப்பிணைப்பில் (Pages, 107. 198) கூறுவார், "வர்ணவியாஸ்தவா என்று சொல்வதையே நமது மக்கள் இழிவு என்று நினைக்கின்றார்கள்.

அது ஒரு சமூக அமைப்பாகும். அது சமூக ஏற்றத்தாழ்வு அல்ல. நான்கு சமூகப்பிரிவுகளும் (பிராமணர், சத்திரியர், வைசியர், சூத்திரர்) அவரவர் சக்திக்கேற்ப, கடமைகளைச் செய்தவதன் மூலம், கடவுளை வணங்கலாம், என்பது இதன் தத்துவம். பிராமணர் தம் அறிவுத் திறமையால் உயர்ந்தவர், சத்திரியர் எதிரிகளை அழிப்பதில் வல்லவர், வாணிபம், விவசாயம் செய்பவர்கள் வைசியர் தங்கள் தொழிலைச் செய்வதால் சமூகத்திற்கு சேவை செய்பவர் சூத்திரர். இந்த நான்கு பிரிவுகளிலும் ஏற்றத்தாழ்வு கிடையாது. இது ஒரு சமூக அமைப்பு. இதைப்புரியாது இதுதான் நம் வீழ்ச்சிக்கே காரணம் என்று பிரச்சாரம் செய்கிறார்கள்," – என்கின்றார்.

இங்கு நாம் சற்று உன்னிப்பாகக் கவனிக்க வேண்டியதுயாதெனில், சமயக்கோட்பாடுகள் குறிப்பாக இந்து சமயத்தின் தர்மம் என்பது, மனிதரின் கடமைகளைப் (Duty-Purushartha-Dharma, Artha, Kama and Moksha) பற்றிப் பேசுகின்றதே தவிர, அவர்களின் உரிமைகளைப் பற்றி அல்ல. உரிமைகள் பொதுவானதாகவே இருக்க, மனிதர்கள் தம் கடமை/ தர்மம் என்பது, அவர்களின் வயது, பால், குடும்பம், பிறப்பு, பிறப்பிடம், மரபு என்ற பலநிலைகளுக்கேற்ப மாறுபடுகின்றது. இது உளவியல்-கல்வியியல் தத்துவக்கோட்பாடுகளின் அடிப்படையில் இயல்பு நிலை மற்றும் சூழ்நிலை (Nature and Nurture) ஆகியவற்றின் தாக்கங்களால் ஏற்படும் மனோ-தத்துவமானிடம் மற்றும் உடலியல் கூறு, உளவியலாக்கம் ஆகியவற்றிற்கு புறம்பானதாக உள்ளது. ஏனெனில், தனிமனிதனின் சரீரம் மற்றும் ஆன்மா (Body and Soul – Physical Essence) – எனும் இயற்பியல் சார்ந்த இயற்கையும், சிந்தனையாற்றல் மற்றும் விலங்கியல் தன்மை – (Rational Animality – MetaPhysical Essence) கொண்ட, மெட்டா-இயற்பியல் சார்ந்த, தத்துவ ரீதியில் இயல்பாகவே, எந்தமாறுபாடுமின்றி, அனைத்து மாந்தரின் உள்ளார்ந்த (Innate (or) Inborn) உள்ளடக்க இருக்கையாக இருந்து செயலாற்றுகின்றது என்பது ஒருமாபெரும் உண்மையிலும் உண்மை. மேலும், இங்கு மனிதன் இந்து சமயதர்மத்தின்படி தன் சூழலை மாற்றிக்கொள்ள இயலாது என்றும் கூறுகின்றது. அதுவே தான், தர்மம் என்கின்றது இந்து மதம். இதில் மாறுபட்ட, அம்பேத்கரும், ஜோதிபாபூலேயும், பெரியாரும் உயர்சாதி ஆதிக்கத்தை முழுமையாக எதிர்த்தனர். ஆனால் இன்றைய ஒன்றிய அரசு ஒற்றைக்கலாச்சாரம், ஒருமொழி, ஒரு தேசம் என்று

முழங்குகின்றபோது, நம் இந்தியாவை ஆதிக்கம் செலுத்தப்போகும், மொழி எது? கலாச்சாரம் எது? என ஒன்றிய அரசு தெளிவுபடுத்த வேண்டிய நிலையிலிருந்தும், ஜனாதிபதி முறை ஆட்சி, அரசியல் சாசன மறு ஆய்வு, ஒருமையில் பன்மை மற்றும் பன்மையில் ஒருமை - இவைகளின் மறுப்புப்பற்றியும், சமயசார்பற்றச் சக்திகள் இனியும் அமைதியாக இருக்கக்கூடாது, ஏனெனில், இந்தியாவின் முழுமையான ஒன்றுபட்ட வளர்ச்சியே நம் அனைவரின் விடியலாகும்.

இந்துத்துவம் (இந்து+தத்துவா(வம்) Hindutva) என்பது, ஏதோ! புதிதாகத் தோன்றிய இந்திய வழிபாட்டு முறையல்ல. மாறாக இது இயற்கை தோன்றிய காலம் தொட்டே இயற்கையோடு இயற்கையாய் மனிதன் தாமே இயற்கையோடு இரண்டறக் கலப்பதே இந்து மதத்தின் தலையாயத் தத்துவத்தின் தன்மையாகும். இதனையே, இப்படைப்பின் முற்பகுதியில் மேலை நாட்டு இயற்கைத் தழுவிய தத்துவ அறிஞர் ஜெ.ஜெ.ருசோ அவர்களின் கூற்று மெய்ப்பித்திருப்பதை அன்புசால் வாசகர்கள் நன்கு அறிவீர்கள். இதுயாராலும் மறுக்க முடியாத சமூக சடங்கு முறைகளுடன் கூடிய அடிப்படையான (Fundamental Way of Worship) வழிபாட்டு முறையுமாகும். எனவே தான் நமது இயற்கையோடு இயற்கையாய் ஒன்றிய வழிபாட்டு முறைகளுக்கும், அரசியல் சட்டத்திட்டங்களுடன் ஜனநாயக விதி முறைகளுக்கும் ஊடாய் மாறுபாடானாலும் (அ) வேறுபாடானாலும் சரி, மக்கள் அனைவரின் ஒட்டுமொத்த நலன்களைக் காக்கும் அரியதோர் நிலைப்பாட்டை நிலையாய்க்கொண்ட, தலை சிறந்த ஆன்ம சரீரம் காக்கும் கோட்பாடுகளே, நம்மில் மாறுபட்ட அல்லது வேறுபட்ட கருத்துக்களின்றி, ‘ஒன்றே குலம் ஒருவனே தேவன்’ எனும் திருமூலர் அவர்களின் நிலையே, ஜனநாயகம், சமத்துவம், சமநீதி, சமயச்சார்பின்மை, சமூகநீதி, மனிதநேயம், மதநல்லிணக்கம் மற்றும் சகோதரத்துவம் வளர்க்கும் அர்ப்பணமயமானக் கோட்டுபாடுகளுடன் கூடிய, அரியதோர் சிறப்பான வாழ்வாகும்.

இதற்குத் தீர்வு காணுதலின், உலகமயமாக்குதல் நோக்கில், உலக தத்துவ மேதைகளில், அனக்சகோரஸ் (Anaxagoras) முதல் இராம்சேமூர் (RamsayMuri) வரை, இந்தியாவின் பங்காக அதன் இன்றியமையா சேவைகளின் தேவைகளையும், இதனைத் தழுவி பின்வரும் இச்-சாமானியரின் ஆழ்ந்த ஆய்வின் ஒரு சிறுபகுதி தங்களின்

சிந்தனையைத் தூண்ட, 'இந்தியா என்பது எம் நாடு; இந்தியன் என்பது என்பேரு' என ஒன்றுபட்டுழைத்து நம் நாட்டைக்காத்து, அதன்வழி உலகமயமாக்குதலில் நம் அனைவரின் சீரிய பங்கைப்பதித்திட உறுதியுடன் எதிர்வரும் உள்நாட்டு மற்றும் வெளிநாட்டு சவால்களைத் துணிவுடன் எதிர் கொள்ள சபதம் ஏற்போம். இதனைத் தழுவி, அத்வைத வேதாந்தமும் பிளேட்டோவின் கிரேக்கத் தத்துவமும் அவற்றின் கொள்கைகளும் எவ்வித மேலை-கீழை நாடுகள் என்றபாகு பாடும், பழமை, மத்திய, நவீன, பின்-நவீன மற்றும் புதிய மில்லீனிய மனிதத்துவ வகைபாடுகளுமின்றி The Problem of One inMany or Many in One– பன்மையில் ஒருமை அல்லது ஒருமையில் பன்மை என்னும் கோட்பாடு, எவ்விதமாறுபாடும் (அ) வேறுபாடுமின்றி மனித குலத்தின் ஒற்றுமைக்கும் ஒருங்கிணைப்பிற்கும் ஒருமைப்பாட்டிற்கும் அதன் வழியில் ஏகோபித்த சமத்துவத்திற்கும் இப்படைப்பு, 'விடியலின் முழுமையை நோக்கி'யின் உதவியால் சகோதரத்துவம், சமநீதி, நம்மில் பெருகி மாந்தர் யாவரும் சுதந்திரமாய்ப் புதியதோர் இந்தியாவில் இன்னும் மேலாய் நிம்மதியாய் வாழ உகந்ததோர் திருநாடாய் மாற்றி, உலகமாந்தர்கள் யாவரும் ஒன்றுபட்டு வாழ்ந்து அவர்கள் தம் முழுவிடியலை அடைய, 'உண்மை என்பது ஒன்றே ஆனால் அதனை தபசிகள் பல பெயரிட்டு அழைக்கின்றனர்' (Truth of Reality is one,. But Seers Call it in Different Names – According to Our Indian Culture) என்ற உண்மையிலும் உண்மை, நம் அனைவரின் கவனத்திற்கு எடுத்தாளப்பட்டு அதன் மெய்ப்பணம் நோக்கி நிற்கும் இரு பெரும் தலையாய ஆராய்ச்சிகளுக்கு உரிய கோட்பாடுகளான, 1. உலகில் பன்மையை உருவாக்கும் இறுதியான கோட்பாடு எது? What is the Ultimate Principle which gives rise to many?2. உலகில் அனைத்து மாற்றங்களையும் ஏற்படுத்தும் இறுதியான செயல்பாட்டு கோட்பாடு எது? What is the Ultimate principle of Activity that makes All changes in the World? இதற்கு உறுதுணையாய் நிறைவானதும், முழுமையானதுமாய் விளங்கத்தக்க நிகரற்ற கொள்கையாக எடுத்தாளப்பட்டு உறுதியுடன் செய்யப்படுவது 'Being is Only One" and thus 'God is Only One.' எனும் உண்மையே.

ஆதிசங்கரர், மாயா (Maya) என்னும் பொதுவான அறியாமையை, கடவுளின் படைக்கும் சக்தியாக நிரந்திரமான குணமாக கையாளாமல்,

நிபந்தனையற்ற மனதுடன் (Out of a Free Will) எவ்வாறு மந்திரவாதி அறிவிலியை மட்டுமேஏமாற்றி, தன்னைத்தானே ஏமாற்றிக் கொள்வதில்லையோ, அதுபோல தனது கடவுள் ஒருவரே என்ற கோட்பாட்டை நிலை நிறுத்துகின்றார். ஆனால் பிளேட்டோ ஒரு கட்டுக்கதையில் DEMIURGE-னும் நடுநிலையாளரை முன்னிறுத்தி அனைத்தையும் கடந்த, ஒப்பில்லா ஒன்றாக இருக்கும் "ஜீவன் ஒன்றே -Being is One-Only One Being"–என்ற அவரது கோட்பாட்டை நிலைநிறுத்துகின்றார். மேற்கண்ட அனைத்து விளக்கங்களும் நாம் மேற்கண்ட, இரு பெரும் அடிப்படையான கேள்விகளுக்கு தெளிவான விடையாக அமையும் இவ்வேளையில், மூன்றாவதாக நிற்கும், ஏன்மற்றும் எப்படி இவ்வுலகம் உண்டானது? –என்ற கேள்விக்கு ஆதிசங்கரர், தத்துவரீதியில் பிரம்மனின் தாழ்வு நிலையிருத்தல் வாயிலாக, சரியானதோர் விளக்கம் அளித்துள்ளார். மற்றதத்துவ ஞானியர்கள் தக்க விளக்கம் அளிக்க தத்துவத்தினால் மட்டுமே இயலாது என்று கூறி இறையியலின் (Theology) அவசியத்தை இவண் கொணர்கின்றனர். ஆகவே, 'கடவுள் ஒன்று'- God is One' என்பது – apriori – காரணம் – விளைவு (Cause to Effect) – தர்க்கமுறையிலும், 'ONLY ONE GOD' என்பது aposteriori. விளைவு – காரணம் (Effect to Cause) – தர்க்க – முறையிலும், அறிவது- ஒரே ஒரு அனாதியான அதிமிகு தேவனைப்பற்றியதாகவே அமைந்து, ஒரே ஒரு தொடக்கப் பொருளாய்மையம் நின்று, அனைத்தையும் ஒருங்கிணைக்கும் பொதுக் கொள்கையாய் நிற்கும் நிரந்தரநிலையானது, ஒருவர் தாம் சுயமாக உணருகின்ற சாராம்சம் அல்லது இருத்தல் என்பது (A Pure Consciousness of Essence – Existence) – பிரம்மன் ஒருவரன்றி (Brahman Alone) வேறல்ல என்ற ஆதிசங்கரரின் மெய்ப்பணம், அதே அளவுக்கு பிளேடோவின் – DEMIURGE – Nothing but God – என்ற அனைத்தையும் ஒருங்கிணைக்கும் பொதுக் கொள்கையாய் நிற்கும் நிரந்தரமான நிலையானது, இவண் ஒப்பிட்டறியப்படுகிறது. இங்கு கடவுள் மனித அறிவுக்கு மேற்பட்டதும் நுண்ணறிவால் உணரக்கூடியதும் (A Supramental (or) Intelligible Reality)-எல்லா சக்தியையும் மற்றும் அனைத்து வகை அறிவின் நிறைவும் (Omnipotent and Omniscience) – கொண்ட, ஒருவரே, இவ்வுலகத்தைப் படைத்து, காத்து மற்றும் ஆண்டு வருகின்றார் என்பது நாம் பொருத்தமாக நினைவு கூறும் உண்மையாகும். எனவே மதம், கடவுள் என்னும் கருத்துகளின் ஆய்வு,

நவீன, பின் நவீன காலங்களை விட இப்புதிய மில்லீனியத்தில் அவசியமாகின்றது.

எனவே, நம் இந்தியத் திருநாட்டின் மக்களாகிய நாம், உண்மையிலேயே ஒரு நெடிய அழகு வாய்ந்த சரித்திரத்தையும், நன்கு பாதுகாக்கப்பட்ட எல்லையமைப்பையும், இந்தியர் என்ற ஆழ்ந்த உணர்வையும், மற்றும் பொதுவானப் பொருளாதார வாழ்வையும் கொண்டுள்ளோம். ஆனால், நாம் ஒரு பொதுவான இந்திய மொழியையோ, ஒரு பொதுவான கலாச்சாரத்தையோ மற்றும் ஒரு பொதுவான உளவியல் மேம்பாட்டுணர்வையோ கொண்டிராமல் இருக்கின்றோம். ஏனெனில், நம் இந்தியத் திருநாட்டிலுள்ள மாநிலங்கள் அதனதன் அமைப்பின் ஊடே மேற்கண்ட குணாதிசயங்களை தன்னகத்துக் கொண்டுள்ளது. ஆதலால், இவையனைத்தும் வெவ்வேறான நாடுகளின் தன்மையை அதனதன் அகத்தே ஒன்றிய-இந்தியா (Indian-Union) – என்றச்சிறப்பால் கொண்டுள்ளன. இவ்வொன்றிய இந்தியாவில் 29 மாநிலங்களும், 7-ஒன்றிய பிரதேசங்களும் அதனதன் அமைப்பில் மேற்கண்ட குணாதிசயங்களை தன்னகத்தேக் கொண்டுள்ளனவாய் இருப்பினும் தத்துவம், மதம், கலாச்சாரம், சமுதாயம் மற்றும் குடியரசு (Philosophico – religious, Culturo-Socio-Republic) போன்ற, இதர பல ஜனநாயகச்சிறப்புகளின் வாயிலாக, ஓர் உயர்வான ஒற்றுமையைப் பெற்றுள்ளது. ஆதலால்தான், நம் இந்தியாவின் ஒற்றுமை எண்ணற்ற வேறுபாடுகளான குருதி (A+, A-, B+, B-, AB+, AB-, O+, O- etc), நிறம், இடம், மதம், மொழி, உடை, நடை, குணம், நடனம், பாவனை, பாலினம், திறன், வகுப்பு, இனம், சாதி, சமயம், கலாச்சாரம், பண்பாடு, தொண்டுள்ளம் மற்றும் கருணை போன்ற பல்வேறு வகை வேறுபாடுகளைக் கடந்து, தலைச்சிறந்த, ஓர் ஒன்றிய-இந்தியாவாக திகழ்கின்றது.

கல்வியியல் மற்றும் சமுதாயச்சீர்திருத்த நோக்கங்களின்வழியே, மேற்கண்ட உயர்வான ஒற்றுமையை மென்மேலும் பெருக்கி, முழுமையான விடியலைக் கண்டடைய வேண்டிய வழிகளாக, மக்களின் நடையுடை பாவனைகளைக் கட்டியமைப்பது (Character Building of the people), தனிமனிதனின் ஆளுமை மேம்பாடு (Development of Individual's Personality), தனிமனிதனின் அறிவார்ந்த சமூக-செயல்பாடுகளும் மற்றும் அவர்தம் நிலைப்பாடுகளும் (Knowledge of Social Roles and Status of a Man) மற்றும் தனிமனிதனின் தொழில்

அடிப்படையிலான கல்வியின் அவசியமும், அதன் சமுதாய ஆக்கமும், ஊக்கமும் (The Importance of Vocational Education and it's Efficiency and Encouragements) என்ற துணைத்தலையங்கங்களில் இவண் விளக்கமாக எடுத்தியம்பப்பட்டுள்ளது. அடுத்து, நம்நாட்டின் எதிர்காலப்பாதுகாப்பிற்கான மனித நேயமாண்புகளைக் காக்க, பல்வகையான சிக்கல்களுக்கெல்லாம் கொடுமுடியாக விளங்கும் பொருளாதார குறைபாட்டை முழுமையாக நீக்க, நம்நாட்டின் விடுதலைக்கு முன்பும், பின்பும் ஏன் முடியவில்லை இதுவரையிலும் என்பதனை பின்வரும் சீராய்வின்படி,

-1854-ல் உருவான Woods Despatch (Charles Wood) – என்னும் நடுநிலைப்பள்ளி மாணாக்கர்களின் தேவைகளுக்கேற்ப, ஆங்கிலேயர்களே முதன்முதலாக சில தொழிற்கல்விகளை அதன் அவசியம் அறிந்து நடைமுறைப்படுத்தினர்.

-1964-66-ஆம் ஆண்டுகளில், கல்வியியல் குழுமம் என்று அழைக்கப்படும், D.S.கோத்தாரி குழுமமானது மிகவும் உறுதியான அடிப்படைக்கல்விச் சார்ந்த கோட்டுபாடுகளின் (Principles of Basic Education) வழியில் அனைத்து வகுப்புகளிலும் அவசியம் செயல்படுத்தி, பல்கலைக்கழக பட்டங்களுக்குப் பதிலாக மேல்நிலைப் பள்ளி வரையில் படித்து தொழிற்கல்வியில் நன்கு பயிற்சி பெற்ற பட்டயதாரிகள் மூலம் வெகுவாரியான வேலைகளில் நடுத்தரப்பட்ட மாணாக்கர்கள் தொழில் அனுபவம் பெறுவதும் மற்றும் சமூக சேவை செய்வதுவுமான (Work Experience and Social Service) குறிக்கோள்கள் நம் கல்விக்கு அவசியமானதெனவும், கல்வியை பொதுப்பட்டியலில் (Concurrent List) வைத்ததுவும், மேலும், D.S.Kothari கல்விக்குழுமம் +2 (proposed 10+2+2+3 pattern) தொழிற்கல்வியின் பிரிவின் மூலம் மட்டுமே, 1984-ஆம் ஆண்டுக்குள் (20- ஆண்டுகளில்) 50% மாணாக்கர்களை உருவாக்கிடுதல் வேண்டுமெனவும், உறுதியேற்கச் செய்தது.

-1967-ல், ஒன்றுபட்ட ஆலோசனை கல்விக்குழு (Central Advisory Board of Education) சுயதொழில் மூலம் தன்னிலைப்பெற்று அதன்வழி அரசாங்க வேலை ஒன்றையே நம்பியில்லாமல் ஆண்களைப் போலவே பெண்களும் சமமாகப் பள்ளியில் சேர்ந்து, பெண்களுக்கே உரிய தொழிற்படிப்பு மற்றும் பலகலை நுட்பங்களில் (I.T.I. and

Polytechnics) தேர்ச்சி பெற்று, சுயதொழில் செய்ய வழிவகை செய்தல் வேண்டுமென்று அறிவுறுத்தியது.

-1968-ஆம் ஆண்டின் தேசியக் கல்விக்கொள்கை, சுதந்திர இந்தியாவில் தனிப்பட்ட முத்திரையைப் பதித்துள்ளதென்பதனை அதன்பொதுக்குடியுரிமை, பண்பாடு மற்றும் தேசிய ஒருமைப்பாடுகளின் வளர்ச்சியைக் கண்டடைய கல்வியின் அடிப்படை அமைப்பிலேயே மாற்றத்தை ஏற்படுத்திடல் வேண்டுமென்றும் அனைத்து நிலைகளிலும் தரத்தை உயர்த்திடவும், அறிவியல் மற்றும் தொழிற்நுட்பங்களுக்கு அதிக கவனத்தைக் கொடுத்திடவும் ஆன்மீக மதிப்பீடுகள் அதிகம் வளம் பெறவும் அதன் வழி கல்விக்கும் மனித குலத்தின் நல்வாழ்விற்கும் உரிய உறவை வளரச் செய்திடவும், பள்ளிகளில் ஆண் மற்றும் பெண் மாணாக்கர்களுக்கு பொதுப்பாடங்கள் மட்டுமின்றி, அறிவியல் மற்றும் கணிதப்பாடங்கள் அத்தியாவசியமானதாகவும், வேலை அனுபவம், SUPWs மற்றும் தொழில்மயமாக்கப்பட்டக் கல்விக்கு அதன் அவசியமறிந்து சிறப்பான இடத்தையும் கொடுத்து, பட்டப் படிப்பு, மேற்பட்டப்படிப்பு அதனைச் சார்ந்த ஆய்வுகளுக்குகந்த மேற்படிப்புக் கூடங்கள் அமைத்து, நம்நாட்டின் கல்வியறிவு பெற்ற மனித ஆற்றலின் தேவையை நேர்கொள்ளச் செய்ததுதான், நம்முன்னாள் பாரதபிரதமர் திருமதி. இந்திரா காந்தி அவர்களால் தொடங்கிவைக்கப்பட்ட இத்தேசியக் கல்விக் கொள்கையின் அரியதோர் சிறப்பாகும்.

-1986-ஆம் ஆண்டு தேசியக்கல்விக் கொள்கை அல்லது புதியக்கல்விக் கொள்கையும் மற்றும் 1986-ஆம் ஆண்டின் தொழில்மயமாக்கப்பட்ட கல்வியின் செயற்பாட்டுத்தொடரும் (POA) +2 வகுப்புகளில் ஒரு பிரிவினருக்கு தொழில்மயமாக்கப்பட்ட கல்வியின் அவசியத்தை, 1948-1949-ஆம் ஆண்டின் பல்கலைக்கழகக் கல்விக்குழுமம் போலவும், 1952-53ஆம் ஆண்டின் நடுநிலைப்பள்ளி கல்விக்குழுமம் போலவும், 1964-1966 ஆம் ஆண்டுகளின் கல்வியியல் குழுமம் போலவும் மற்றும் 1968- தேசியக்கல்விக் கொள்கையைப் போலவும், தொழிற்கல்வியின் அடிப்படை அவசியத்தையும் அதன் அடிப்படை ஆதாரமாக விளங்கும் காந்தீயக் கல்வியின் (Basic Education) கோட்பாடுகளையும், இந்திய கல்வி நிலையங்களில் எல்லா பாடத்திட்டத்திலும் மற்றும் அனைத்து நிலைகளிலும் இரண்டறக் கலக்கச்செய்வது, நம் எல்லோருக்கும் ஏற்றத்தாழ்வற்ற, தரமிக்க,

எளிதில் கிடைக்கக்கூடிய, குறிப்பாக மாற்றுத்திறனாளிகளுக்கும் ஏற்றவகையில் வடிவமைக்கப்பட்டு எல்லோரும் ஒருமுகமாய் அயராது உழைத்து ஆவனசெய்திட, நம்முன்னாள் பாரத பிரதமர் திரு. இராஜுவ் காந்தி அவர்களால் தொடங்கி வைக்கப்பட்ட இத்தேசியக் கல்விக்கொள்கையும், அதன் தொழில் மயமாக்கப்பட்டசெயல்பாட்டுத் தொடரும் நமக்குச் சிறப்பானதோர் வாய்ப்பாகும்.

-1992-ஆம் ஆண்டு CABE கமிட்டியானது, தொழில் மயமாக்கப்பட்டக் கல்வியின் உண்மையான கலப்படத்தன்மையுடைய செயற்பாட்டை கண்டுணர்ந்து, பல்வேறு வகையிலான இயற்கையோடொட்டிய வகைகளைச் சார்ந்த தொழில்களை ஒழுங்குடன் சீரமைக்க, நம்நாட்டின் திட்டமிடுதலிலும் அதனை செயல்படுத்துவதிலும் ஆக்கமுடன் செயலாற்றி, தற்போது இருக்கும் +2விலுள்ள தொழிற்கல்வி முறையைத் தகுதியுடன் திடப்படுத்தவும், எங்கெங்கெல்லாம் முடியுமோ அங்கெங்கெல்லாம், IX-ஆம் வகுப்பிலேயே தொழிற்கல்வி முறையை ஆரம்பித்தும், வேலையின் வழி தன் அனுபவத்தை மாணாக்கர்கள் இனிதே பெற்றிட, 'செயல்-வழி கரும்பலகை' (Operational Black Board) அதாவது அரசு பள்ளிகளில் உட்கட்டமைப்புக்களை மேம்படுத்தி மாணாக்கர்கள் சிறந்த முறையில் கல்வி பயில, கேப்- (Central Advisory Board of Education) CABE – என்ற ஸ்ரீ ஜெனார்த்தன ரெட்டி அவர்கள் தலைமையிலான இக்கமிட்டி, நம்முன்னாள் பாரத பிரதமர் திருமிகு. வாஜ்பாய் அவர்களால் தொடங்கிவைக்கப்பட்டது. இதுவே, நம் தாய்த்திரு நாடாம், இந்தியாவின் எதிர்காலத்தைச் செப்பனிடும் செயலான, மறுசீரமைக்கும் பணியிடத்து நம் எல்லோரையும் அழைத்துச்சென்றது.

எனவே, மேற்கண்ட அனைத்து கொள்கைகளின் செயற்பாட்டால், மாற்றம் பெற்ற, மாற்றம்பெற்றுக் கொண்டிருக்கின்ற காலத்தின் தேவை மற்றும் அவசியம் அறிந்து, 1986-ஆம் ஆண்டு தேசியக்கல்விக் கொள்கை, 1964-66-ஆம் ஆண்டுகளில் D.S.Kothari- கல்விக்குழுமம் +2 தொழிற்கல்வி பிரிவின் மூலம் மட்டும் 1985-ஆம் ஆண்டுக்குள் (20 ஆண்டுகளில்) 50% மாணாக்கர்களை உருவாக்கிடுதல் வேண்டுமென்ற உறுதிப்பாட்டிற்கும், 1985- ஆண்டு தொழில்மயமாக்கப்பட்டக் கல்வியியல் (Vocationalisation of Education) செயற்பாட்டுக் குழுவானது நிர்ணயித்த நம் நாட்டின் ஏழாவது ஐந்தாண்டு காலத்திட்டமான (1985-90)- ஆண்டுக்குள், 25% மேல்நிலைப்பள்ளி தொழிற்கல்வி

மாணாக்கர்களை உருவாக்கிட உறுதியேற்றதிலிருந்தும், மாறுபட்டு, தொழிற்கல்வியின் பரந்து-விரிந்த நிலைகளையெல்லாம் கருத்தில் கொண்டு, மேல்நிலைப்பள்ளி தொழிற்கல்வி பிரிவின் வாயிலாய் மட்டும் 1990-க்குள் 10%மும், 1995க்குள் 25%மும், அடைதல் வேண்டுமென்று, உறுதியேற்கவைத்த நிலையில், இந்த 25% நிறைவைக்காண விழைந்த வேளையில், மேற்கண்ட POA, NPERC, CABE- இவைகளின் பரிந்துரைகளைச் செயலாற்றியும், எதிர்பார்த்த அளவில் நிறைவைக் காணமுடியாத நிலையில், இதை மேலும் குறைத்து 20%மாக 1992-ஆம் ஆண்டிலேயே நம் ஒன்றிய அரசு (நிதி பற்றாக் குறையால்) நிர்ணயித்தது தான், தொழில்மயமாக்கப்பட்டக் கல்வியின் பின்நோக்கச் செயற்பாடாக அமைந்து, அனைத்து வகையான குழப்பங்களையும் உருவாக்கி இன்றளவும், சமூக-சமநிலை அடைய இயலாது, தனிமனிதனின் ஒருமைப்பாட்டிற்கு வழியின்றி (Individual Integrity) நம் இந்திய சமுதாயம், சமூக-மாற்றம், ஒருங்கிணைப்பு மற்றும் மறுமலர்ச்சியுடன் கூடிய சமத்துவம், சமூக-நீதி, சகோதரத்துவம், சம-நீதி மற்றும் சமூக-விடியல் ஆகியவையின்றி இன்றளவும் மிகவும் தவித்துக்கொண்டிருக்கின்றது, உலகளவில் தலை சிறந்த ஜனநாயகம் காக்கும் அரசியலமைப்புச்சட்டம், நம்கையிலிருந்தும்.

இதற்கு, முழு முதற்காரணமாகத் திகழ்வது, நம் இந்திய நாட்டின் ஊரக மற்றும் நகர - மாநகர வேறுபாடுகளோடு மட்டுமின்றி, உளவியல், சமுதாயவியல், பண்பாட்டு அரசியல் மாறுபாடுகளோடு, பொருளாதார ஏற்றத் தாழ்வு, இந்தியாவை ஆட்டிப்டைத்துக் கொண்டிருக்கும் வேளையில், 1990-ஆம் ஆண்டின் ஆச்சாரிய இராமமூர்த்தி கமிட்டியானது, NPERC தனது அறிக்கையில், கை, தலை மற்றும் இதயத்தின் ஒன்றுபட்ட செயலாக்கத்தை SUPW மூலம் உருவாக்கி அறிவு சார்ந்த பயன்தரும் வாழ்க்கையைக் கட்டமைத்துக் கொள்வதில் எந்தெந்த வகுப்புகளில், எந்தெந்த தொழில் மற்றும் தொழில்மயமாக்கப்பட்டக் கல்வியைச் செயற்படுத்திடல் வேண்டும் என்று, 1973, 1976, 1978, 1985, 1990 மற்றும் 1992-ஆகிய ஆண்டுகளில் உருவான கமிட்டி, கமிஷன், குழு, குழுமம், தேசியபாடத்திட்ட வடிவமைப்பு மற்றும் ஒன்றுபட்ட ஆலோசனை கல்விக் குழுக்களின் பரிந்துரைகளின் மூலம் ஒப்பிட்டறியச் செய்தும், மேலும், குறிப்பாக, 1992-ஆம் ஆண்டின் சீராய்வானது, 1990-ஆம் ஆண்டின் NPERC-

இன் மீது மேற்கொண்ட ஆய்வால், தொழில் மயமாக்கப்பட்டக் கல்வியினை, 1-ஆம் வகுப்பு முதல் CBSE-பள்ளிகளில் ஆரம்பிக்கவும், அவ்வாறே 10+2-இயல்பான முறையில் மட்டுமல்லாது, 9-ஆம் வகுப்பிலேயும் தொடரவும்,வேலை-அனுபவம் (Work-Experience) எல்லா வகுப்புக்களிலும் தொடரவும், நம்பிக்கையற்ற வெறும் பட்டப்படிப்புகளுக்குப் பதிலாக பொருத்தமான தொழில் மயமாக்கப்பட்டக் கல்வியினை, 8+ வகுப்புகளிலேயே, அளித்திடுதல் சிறப்பானதென்று பரிந்துரைத்தவைகளும் (நிதி பற்றாக்குறையால்) வெகுவாக பயனின்றி போனதும் இங்கு நம் கவனத்தை மிகவும் ஈர்க்கின்றது.

2020ஆம் ஆண்டு ஜூலை 29-ல் முன்னாள் இஸ்ரோ தலைவர் திரு. Dr. கஸ்தூரி இரங்கன் அவர்களின் தலைமையில் உருவான தேசியக்கல்விக் கொள்கை, நம் பாரத தற்போதைய பிரதமர் திரு. நரேந்திர மோடி அவர்களால் தொடங்கிவைக்கப்பட்ட – NPE-யானது,

1. 1986-வது ஆண்டு தேசியக்கல்விக் கொள்கையிலிருந்து, 1,3,5,8- வகுப்புகளுக்கு அரசாங்கதிறனறி பொதுத் தேர்வுகள் நடத்தப் பரிந்துரைத்தலிலும்,

2. மும்மொழிக் கொள்கையை ஆதரித்து – ஆங்கிலம், இந்தி (or) சமஸ்கிருதம் மற்றும் அந்தந்த மாநிலங்களின் பிராந்திய மொழிகளை முன்வைத்து, இந்தி-பாடங்கள் கற்பிக்க மட்டும் ஆசிரியர்களை நியமனம் செய்து, மற்றைய உலகளாவிய மொழிகளான, பிரஞ்சு, செர்மனி, இலத்தீன் மற்றும் கிரேக்க மொழிகளைத் தவிர்த்தும், ஜெப்பனிஸ், கொரியன் மற்றும் – சையின் இலாங்குவேசு-களை முன் வைத்திருப்பதிலிலும்,

3. குரு-குலம், மதரசாஸ் மற்றும் பாடசாலை முறைகளை திரும்பவும் முன்நிறுத்தி, ஜாதி, மத, சமயம் சார்ந்த குறுகிய நோக்கம் கொண்ட சிந்தனைகளை வளர்க்க இப்போதும் வழிவகை செய்தலிலும்,

4. இந்திய மாநில மற்றும் யூனியன் பிரதேசங்களில் அவையவைக்குரிய தேவைகளின் அடிப்படையில், பள்ளி மற்றும் கல்லூரிகளின் செயல்பாடுகளில் முக்கியத்துவம் கொடுக்கப்படாதிருப்பதிலும்,

5. முன்பு நாம் கண்டவாறு, 1973 முதல் 1992 வரையிலான பல்வேறு கல்விச்சார்ந்த குழுமங்களும் தொழில்/தொழில் மயமாக்கப்பட்டக் கல்வியினை எந்தெந்த வகுப்புகளில் எந்தெந்த தொழில் மற்றும் தொழில் மயமாக்கப்பட்டக் கல்வியைச் செயற்படுத்திடல் வேண்டுமென்று உறுதியுடன் கூறி, செயல்படுத்திப்பார்த்ததாலும், இந்த 2020-ஆம் ஆண்டின் NPE-யானது தனது நிறுவனமயமான தொழிற்கல்விதனை, 6-ஆம் வகுப்பில் விருப்பப்பாடமாக, (அறிவியில், கணிதம், விளையாட்டு, கலை மற்றும் வர்த்தகம்) கொள்ளவும், 8-ஆம் வகுப்பில் தொழிற்கல்வி தொடங்கப்பெற்று அதிலே உள்ளூர் கைவினைத் தொழிலைக் கற்க முக்கியத்துவம் அளித்திருப்பதும் மிகச்சாலவும் நன்றாய் அமையும் வேளையில், குருகுலம், மதராசாஸ் மற்றும் பாடசாலை முறைகளைத்திரும்பவும் முன்நிறுத்தி வேறுபட்டமையாலும்,

6. பள்ளிக்கல்வியில் மொத்தமாக 1 முதல் 12-ஆம் வகுப்புவரை, Dr. D.S.Kothari-கல்வி குழுமம் 1964-66-இல் 10+2- என்ற முறையை முன்வைத்து, அங்கன்வாடி என்ற மழலையர்க்கல்வியினை L.K.G. மற்றும் U.K.G. வகுப்புகளையும் சேர்த்து, (5+10+2=17) 17-ஆம் வயதில் 12-ஆம் வகுப்பை முடிக்க நிர்ணயித்து பரிந்துரைச் செய்ததை, அப்போதிருந்த நம் இந்திய ஒன்றிய அரசுகள் தொழிற்கல்வியின் முக்கியத்துவத்தையும் கூட்டி, 20 ஆண்டுகளுக்கும் மேலாக நன்குணர்ந்து (1967-இன் CABE, 1968-NPE மற்றும் 1973-ஆம் ஆண்டின் கல்விக்குழும அறிக்கைகளின் மூலம்) 1986-ஆம் ஆண்டின் தேசியக்கல்விக் கொள்கை (National Policy on Education), 10+2+3=15- என்ற இரண்டாவதான NPE-யை பிரகடனம் செய்ததென்பது உலகறிந்த உண்மை. இதில் அங்கன்வாடி என்ற மழலையர்க்கல்வியுடன் L.K.G. மற்றும் U.K.G. வகுப்புக்கள் நடத்தப்படுவதென்பது, தாய்மொழி வழிக்கல்வியைவிட்டு, ஆங்கிலக்கல்வி பயிற்று முறையை, பயன்படுத்தத் துவங்கியதால் தான் என்பதும் யாம் அறிந்ததே. ஆகவே, 1986-ஆம் ஆண்டின் தேசியக்கல்விக் கொள்கையானது, 1966-2020 வரையிலான, 54-ஆண்டுகள் இந்திய மண்ணிலே வேர் ஊன்றிப் போனக் கல்வி

முறையாக பல்வேறு மாற்றங்களையும் தானடைந்து மக்களின் நலம் காத்திட விளங்கியது என்பதனையும் யாரும் மறக்க இயலாதிருப்பதிலும்,

இவண்மேற்கண்டவாறு மாறுபட்டதாய், 2020-ஆம் ஆண்டின் தேசியக்கல்விக் கொள்கை (National Policy on Education) அதன் அதிமுக்கியக் கொள்கையான தரம்மிக்கக்கல்வி (Quality Education) அளிப்பதற்கு ஏதுவாக நம் பழைய முறையை அப்படியே ஏற்றுக்கொள்ளாது, ஒரு சில மாற்றங்களைச் செய்து, அதாவது, 5+ (Pre-K.G. to 2nd Std) 3+ (3 to 5th Std) 3+ (6 to 8th Std) 4+ (9 to 12th Std = 18 ஆம் வயதில் 12-ஆம் வகுப்பை முடிக்க நிர்ணயித்து பரிந்துரைச் செய்ததை வெளிப்படையாக நம்நாட்டின் பொருளாதார மேம்பாட்டைக் கண்டடைய தகுதி வாய்ந்த அனைவருக்கும் தனது நிறுவனமயமான (அனைத்து வகை பல்நோக்குச் சிந்தனையுடைய) தொழிற் கல்வியால் வேலை கிடைப்பதின் மூலம் சாதிக்கலாம் என்று முயற்சித்திருப்பது மிகவும் பாராட்டுதலுக்குரியது. மேலும், இத்தகைய குறிக்கோள்களின்படியும், நம் நாட்டின் ஜனநாயக முறைகளின்படியும், எல்லோருக்கும் எல்லாம் – சமமாகவும், தரமாகவும், ஜாதிசமய பேதமின்றி கிடைக்கப்பெறுமானால், நம் நாடு கடந்த 75- ஆண்டு கால சுதந்திர வாழ்வில் சரியாக சுவாசிக்க இயலாத, நறுமணக்காற்றை சுவாசிக்கும் பொன்னாட்களாக விளங்கிட, இந்த 21-22 ஆம் நூற்றாண்டுகளின் புதிய மில்லீனிய வருடங்களில் தொடர்ந்து அமைந்திட எல்லாம் வல்ல 'ஒரே ஒரு இறைவனை' இறைஞ்சுவோம்.

எனவே, நம் இந்திய நாட்டின் எதிர்காலப் பாதுகாப்பிற்குகந்ததும், மனித நேயமாண்புகளைக் காத்து அதிபயங்கரமான தேவைகளைக் கண்டடைவதிலும் முயலும் இன்றைய இந்திய ஒன்றிய அரசு, ஜூலை 2020- வரையில் தேசிய வருவாயில் அனைத்து வகைக்கல்விக்கும், 4.43%-யும், தற்போது, 6% (as recommended by NPE, 1968) மட்டும் முன்பு போலவே அனைத்து வகைக்கல்விகளுக்குகென்று ஒதுக்கி, அரை குறையான, அளவில் போதாத (20%- சவிகிதத்திற்கும் மேலாக ஒதுக்க வேண்டிய நேரத்தில்) வேலை வாய்ப்பின்றி உழலும் தொழிலாளர்களின் அவல நிலைக்குக் காரணமான ஒன்றிய-மாநில அரசுகளின் செயற்பாட்டால் 1 முதல் 12-ஆம் வகுப்புகள் செல்லும் மாணாக்கர்களின் கல்விக்குத் தேவையான (1968-ஆம் ஆண்டின்

குறிக்கோளான) 6% தேசிய வருவாயை 2020-இல் இன்றைய இந்திய ஒன்றிய அரசு அனைத்து வகைக்கல்விகளுக்கும் அளித்து, பல்வகையான சிக்கல்களுக்கெல்லாம் கொடு முடியான, பொருளாதார குறைபாட்டை முழுமையாக, ஆக்கமான முறையில் நாட்டின் பாதுகாப்புத்துறைக்கு (Department of Defence) நிகரான சதவிகிதத்தை தொழில் மயமாக்கப்பட்டக் கல்விக்கு மட்டுமே ஒதுக்கி வழிவகைச் செய்ய இயலாமல், நம் இந்திய நாடு, இன்றளவும் தத்தளித்துக் கொண்டிருக்கின்றது.

அடுத்து, தனி மனிதன் - தன் மாற்றம் கண்டவிதங்களும் அதன்வழி அவனது சமூகம் கண்ட மறுமலர்ச்சியும், தனிமனிதனின் இயல்பு-நிலை அதன் மாற்றம் மூலம் மாற்றம் பெறுதலின் அவசியம் குறித்ததோர் ஆய்வும் மற்றும் மனிதன் இவ்வுலகில் உருவான விதத்தைப் பற்றியதோர் மதம்- சார்ந்த ஆய்வுகளையும் காணுமிடத்து, தனிமனிதனின் மாற்றத்திற்கு வழிவகுக்கும் அனைத்து வகையான மனிதவாழ்வோடு ஐக்கியமான சமூக உளவியல், சமய-கலாச்சாரம், பொருளாதார-அரசியல் மற்றும் தத்துவ நோக்கங்கள், கொள்கைகள், கோட்பாடுகள், நடத்தை விதிமுறைகள், சமூக-பழக்கவழக்கங்களின் சரியான கண்காணிப்புகள், முறைதரைகள், வழக்கமான செயல்முறைகள், உரிமைகள், கடமைகள் சம்மந்தமான தீர்வுகள், சமுதாய குழப்பங்களுக்குரிய தீர்வுகாணுதல், சமநீதி வழங்குகதல், தவறாக விளக்காமை, மூடநம்பிக்கையால் சட்ட விரோதமான அடிப்படையில் அட்டூழிய-அராஜகங்களின்றி, தனிமனிதன் ஒருதனிப்படைப்பு அதனால் அவன் உடலியல்-கூறு-உளவியல் செயற்பாட்டால் நிலையற்றத்தன்மைக் கொண்டு, அவனுடைய இயல்பின் மாற்றத்தால் அவனே அவனுடைய விருப்பமான முடிவை தெரிவு செய்பவனாக இருக்கிறான் (Man is a unique creature, who is in devoid of fixed nature physiologically and so he is subjected to change in order to attain his desiring destiny of his own by his own choice)- என்றறிதல் இவண் அவசியமாகின்றது.

தனியொரு மனிதனின் மாற்றத்தின் மூலம் இந்திய நாட்டின் தேசிய ஒருமைப்பாட்டிற்கு தீர்க்கத்தரிசனம் சொன்ன ஞானியார் ஸ்ரீ அரபிந்தோ அவர்கள் ‘சனாதனதர்மா ஒரு குறுகிய மதக்கோட்பாடு கொண்டதல்ல, ஏனெனில் இந்து மதத்தில் வேதங்கள், வேதாந்தம்,

கீதை, யோகா முறைகள், தாந்திரீகம் மற்றும் புராணங்கள் இருந்தும், சனாதனதர்மம், எதிர்காலத்தில் அதன் அடிப்படையால் ஒரு உலகமதமாக உருவாகவே, பைபிளையும் குரானையும் ஒதுக்காது உள்ளடக்கி உலகளாவிய - ஆன்மீகத்திற்கு இட்டுச் செல்கின்றது. உண்மையிலும் உண்மையான புனித நூல் யாதெனில் அதுவே மனித இதயமாகும், ஏனெனில் அங்கே தான் இறைவன் ஐயம் திரிபற வீற்றிருக்கின்றான்.' என்று கூறி உலக அளவில் ஒரு அடிப்படையான தளத்தை உருவாக்கும் விதமாக இந்து மதம் அதன் பழைய நிலைப்பாட்டிற்குப் பதிலாக தன்னை ஆக்கப்பூர்வமாக புதிப்பித்துக் கொள்ளக் கூடியதாக மாறி அம்மாற்றத்தின் மூலம் மாற்றங்கள் பல கண்டு மிகவும் அவசியமாக இன்றைய உலகமே விரும்புகின்ற வகையில் நம் இந்திய நாடு வளம் பெற்று இறைவனின் இரக்கத்தில் நிலை கொண்டு அதன் முழுமையாக என்றும் நிலையான (Eternal) நிறைவை அடைதல் வேண்டுமென்றருளியுள்ளார். மேலும், சனாதனதர்மாவில், தர்மா என்பது அறம், நீதி, சட்டம், கட்டளை, கடமை, தானம், தர்மம் மற்றும் அறம் சார்ந்த செயல்களாகும். சனாதன என்ற சொல்லில் சனாதன், நாதன் மற்றும் சனாதனன் என்ற விளக்கப் பொருளில் சனாதன் என்றால் தன்னுடைய தலைவன் என்றும், நாதன்-என்றால் தலைவன் என்றும் சனாதனன்- என்றால் தனக்கு என்று ஒரு தலைவன் இல்லாதவன், என்ற தத்துவ கோட்பாட்டில் "ஒவ்வொருவருமே கடவுள்" ஏனெனில், ஒன்றுபலவாய் உலகம் முழுவதும் வியாபித்துள்ளதால், ஒவ்வொருவனுக்கும், "அவனுக்கு அவன் கடவுள்" என்ற சிறப்பான தத்துவத்தால் அறம் பொருள் இன்பம் மற்றும் வீடு பேறு இவற்றில்அறம் வழி நின்று அனைத்து மாந்தர்கள் அனைவரும் வீடு பேறு முக்தி அடைதலே அவர்கள் தம் கடமை. இதை கத்தா உபநிஷத்து (Katha Upanishad) மூலம் பகவத்கீதையில் புனிதமரத்தின் '(Sacred Tree)' வேர்கள் மேலே மோட்சத்தை நோக்கியும் அதன் கிளைகள் கீழே பூமியை நோக்கிய படி உலகம் சார்ந்த சாதாரண அனுபவத்துடனும் (Samsara) இருக்கையில் கீழ் நோக்கிய பாதை அழிவைத்தருவதாக அமையுமிடத்து அதனை விடுத்து, மேல்நோக்கும் பாதையில் தன்னையே முழுமையாய் மாற்றம் செய்து கொண்டு, இறைவனின் திருவடியைத் தெக்கெனப்பிடித்தவராய் 'சித்தம்தெளிந்தவர்க்கு' சிவன் சிவலிங்கம் மற்றும் 'சிவசிவ என்றிட சிவகதிதானே' என்ற நிலையை எய்துவதே, சுகம் சுகமே.

மனிதன் இவ்வுலகில் உருவானவிதத்தைப் பற்றி, 'வேத-சாதுக்களின் கூற்றுப்படி (The Concept of Man in Indian Tradition) வரையறைக்கப்பட்ட தனிமனிதனின் ஆன்மா (Finite-Self) இறைவனால் படைக்கப்பட்டதும், இறைவனைத் தழுவியே வெளி (External to Him) நிற்பதுவுமானதாய் இருப்பதால், மனிதன் தனக்கென தனிப்பட்ட இருத்தலில்லாமல் (Independent Existence) இறைவனுடனேயே இணைந்துள்ளான் என்கின்றது.' அவ்வாறே, கிறிஸ்துவ புனிதநூலான, பைபிளில், "கடவுள் தம் உருவில் மானிடரைப் படைத்தார்: கடவுளின் உருவிலேயே அவர்களைப் படைத்தார்: ஆணும் பெண்ணுமாக அவர்களைப்படைத்தார் (தொடக்க நூல் 1:27)" என்று கூறுமிடத்து, எவ்வாறு படைத்தார் என்பதை, "அப்பொழுது ஆண்டவராகிய கடவுள் நிலத்தின் மண்ணால் மனிதனை உருவாக்கி, அவன் நாசிகளில் உயிர் மூச்சை ஊத, மனிதன் உயிர் உள்ளவன் ஆனான் (தொடக்க நூல் 2:7)" எனக்கூறுகின்றது. அடுத்து, வள்ளுவப்பெருந்தகை, இறைவன் படைத்த தனியொரு பக்தனிடம் வேற்றுமையிடையே ஒருமைப்பாட்டைக்காண, சில அடிப்படையான இயல்புகளில் தன்னலமின்மை, தன்னையும் தனக்கென ஏற்பதில்லாது தான் என்ற ஒன்றே இல்லாது இருப்பதால் அவருக்கு தனக்கென வேண்டப்படுவது ஒன்றும் இராது. ஆதலால், "பற்றுக பற்றற்றான் பற்றினை அப்பற்றைப் பற்றுக பற்றுவிடற்கு" என்னும் குறளோவியத்திற்கொப்ப, பகைமை, காழ்ப்பு, வெறுப்பு, பொறாமை, துரோகம், குரோதம், அவநம்பிக்கை சற்றும் இவர்கள்பால் இராது, தன்னைச் சுற்றி ஒரு வட்டம் அமைத்துக்கொண்டு தன் வாழ்வை மேம்படுத்த, ஒழுக்க விதைகளான எட்டு ஆச்சாரங்களையும் அதன் வழி எட்டு சிறப்புக்களையும் அடைவர் என்கின்றார் இப்படைப்பின்கண்.

நம் இந்தியத்திருநாட்டின் ஒற்றுமையின் ஊடே, உலகளாவிய விடியலின்- முழுமையைக் கண்டடைந்தோமெனப்பாட, நம்மைச் சூழ்ந்துநிற்கும் அறை கூவல்களுக்குத் தீர்வுகளும், நம் தேசத் தலைவர்களின் மனக் குமுறல்களுக்கு தீர்வு தரும் தனிமனிதனின் அன்புசார் அற்பணவாழ்வும், தனியொரு மனித-வாழ்க்கை அனுபவமாக இயற்கை நம்மை அழைக்கும் விதங்களும், புதிய மில்லீனிய 21-22-ஆம் நூற்றாண்டுகளில் நம் இந்தியத்திருநாட்டில் அமையும் கல்வி சார்ந்த புதியதோர் கல்வியியல் தத்துவத்தின் சிறப்பும் அதனை

செயற்படுத்த வேண்டியதின் அவசியமுமாக-புதிய-கல்வியியல் தத்துவமானது, இருக்கின்றயியல் (Existentialism) மற்றும் இதன் கூடே மறுகட்டமைப்பு அபிவிருத்தியியல் (Re-constructive – Progressivism) ஆகியவைகளின் கூட்டாலே உருவான, புதியதோர் கோட்பாடாக, சமூக அடிமைத்தனத்திலிருந்து முழுமையான விடியலைத்தரும் சகோதரத்துவத்தின் உதவி கொண்டு, மனித மாட்சிமையை (Human Enlightenment) நிலையாய் அடையச் செய்யும். இதன் வழி,"பசுமையான இலைகள் உதிர்வதில்லை, பசுமையான சிந்தனைகள் மறைவதில்லை, உயிரோடு வாழ்வது வாழ்க்கை அல்ல, உயிர்ப்போடு வாழ்வதுதான் வாழ்க்கை. நாம் மூச்சுவிடுவதால் மட்டுமே வாழவில்லை, முயற்சியால் வாழ்கின்றோம். நாம் புத்தகத்தை புரட்டுவது முக்கியமில்லை, மாறாக, புத்தகம் நம்மைப் புரட்டிப் போடவேண்டும். புத்தகத்தை குனிந்து படித்தால் நாம் மேடையிலே நிமிர்ந்து நிற்கலாம். புத்தகத்தை மேலிருந்து கீழே படித்தால் நாம் கீழிருந்து மேல்நிலைக்கு வரலாம். மேலும், தேனீக்கு தேன் எடுப்பது வேலை அல்ல. அது ஒருபரவசம். அவ்வாறே, படிப்பதும் ஒரு வேலை அல்ல. அதுவும் ஒருபரவசம். ஏனென்றால், படித்தலை வேலை என்று நினைத்தால் அது சுமை. பரவசம் என்று நினைத்தால் அது சுவை." எனவே, இனிதே, பழமையிலுள்ள நல்லியல்புகளும், புதுமையிலுள்ள சிறப்புக்களும், தேவை என்ற புதிய மில்லீனியச் சிறப்புமிக்க கண்ணோட்டத்தில் செய்யுளின் வனப்புகளில் தொன்மையும், விருந்தும் தேவை என்று பறைச்சாற்றும் தொல்காப்பியரும் பழமைக்கும் புதுமைக்கும் பாலம் அமைத்த பாவேந்தர் பாரதிதாசனார் நமக்குப் படிப்பித்துள்ளதின்படி, இவையிரண்டும் இணைந்து, பிணைந்து, விடுதலைத்தரும் விடியலின், முழுமையை அடைந்திட்டோமென்று, ஆடியும், பாடியும், ஆனந்தமுடன், ஸ்ரீ அரபிந்தோ அவர்களின் (1872-1950) தீர்க்கத்தரிசனமான – (Messianism of Aurobindo)- "இம்மண்ணுலகின், மிகப்பழமையான மனித இனங்களில் ஒன்றாகவும், மிகச்சிறப்பு மிக்கக்கலாச்சாரமும், எளிதில் வெல்ல இயலாத சக்தி மிக்கதாகவும், திறமையுடன் பெருமை கொண்டதாகவும், வாழ்க்கையின் சிறப்பை நன்கு அறிந்ததாகவும், மிகவும் அதிசயத்தக்க வகையில் திறமையுடையதாகவும் கொண்டிருக்கின்ற நம்நாடு- இந்தியா. அதன் விடியல், ஒற்றுமை

மற்றும் பெருமைகளால் அடையும் வெற்றியானது, உலகநாடுகளுக்கு மிகவும் அவசியமாகின்றது." என்ற அவரின் முன்னறிவித்தலின்படி (Prophesied) நம் இந்திய நாட்டின் ஆன்மீகம் அதன் நிலையிலேயே நின்று உலகில் பரப்பப்படுவதல்ல, மாறாக இந்தியா, தனது ஆன்மீகத்தில் சிறப்படைந்து மிகமிக உயர்ந்து, உலகநாடுகளுக்கெல்லாம் அதனையே போதிக்கவல்லதாக மாறவேண்டும் எனும் அவர்தம் அரியதோர் அசிரீரி வாக்கு நிறைவேறுதலை இவண்கண்டு, உலகளாவிய-விடியலின்-முழுமையை இவண் நாம் கண்டடைந்திட்டோமெனப் பாடுவோம், ஆடுவோம்-ஆனந்தம்! ஆனந்தம்!! ஆனந்தமே!!!.

உள்ளடக்கம்

பாகம் - 1

பாகம் - 2

விடியலின் முழுமையை நோக்கி
முன்னுரை

இவ் – 21 – 22 ஆம் நூற்றாண்டுகளின் புதிய மில்லீனிய வருடங்களில் நம் அனைவரின் ஆன்ம-சரீர இயக்கத்தின் ஒருங்கிணைந்த முழுமையின் விடியலை (The Psycho-Physiological Emancipation of the Spiritual Entity)-யாம் அடைய விழையும் வேளையில், இப் படைப்பானது அரியதோர் வாய்ப்பாய் நின்று, நம் அனைவரின் கவனத்தையும் ஈர்க்கும் என்றெண்ணி, என்மனம் இச்செயலில் ஆவலுடன் நுழைகின்றது. இவ்வொருங்கிணைந்த முழுமையின் மகத்துவத்தோடு கூடிய விழுமங்களை ஒப்பிட்டறிய (To Correlate the Significance of the Nobility) ஆராய்ச்சியாளர்களின் சுதந்திரமான பல்நோக்குத்துறைகளின் (The Inter- Disciplinary Pursuit) சிந்தனைகள் அவசியமாகின்றது. இதில் அரசியல், தத்துவம்,பொருளியல், அறிவியல், கலை, இலக்கியம் என சகல துறைகளின் ஐக்கியம், இப்புதிய மில்லீனிய இந்நூற்றாண்டில்அதீத மறுமலர்ச்சியினை (Vigorous Renaissance) உருவாக்குகின்றது. இந்த அபரீதமான நவீன மற்றும் பின் நவீனத் தாக்கங்களின் துணைகொண்டு விவேகமுடன் ஆக்கம் நிறைந்த விடுதலையைப்/விடியலைப் (Dawn) பெறுவதையே முழுமையான விடியல் என்கின்றோம். இவ்விடுதலையைப்/விடியலைப் பெற மனிதகுலமானது, மனிதத்துவ விடியல்காலம் முதல் (Dawn of Humanity) இன்றுவரை, பல்வேறு வகைகளில் பலவிதமான நவீனத்துவக் கோட்பாடுகளின் உதவியோடு அதன் முழுமையை நோக்கி அனுதினமும் போராடி வெற்றி நடைப்போட்டுக் கொண்டிருக்கும் அனைத்து நிலைகளைப்பற்றியும், அவைகளின் வழியே உலகளாவிய மாந்தர்தம் மீட்பையும், நம் இந்திய மக்களின் மீட்சியையும், தமிழக மக்களின் நலம் சார்ந்த

ஒன்றுபட்ட, ஒருங்கிணைந்த, விழிப்புணர்வுடன் கூடிய ஆக்கமிகு செயற்பாடுகளையும் இப்படைப்பில் காண்போம்.

பாகம் - 1

1

நவீன நிலை

1.1. நவீன நிலை (Modernity) என்பது, அறிவொளி (Enlightenment) மற்றும் மறுமலர்ச்சி (Renaissance) மூலம் மேலநாடுகளில் ஏற்பட்ட மாற்றங்களாகும். இதனைச் சார்ந்து நம் நாட்டிலும் அரசியல், தத்துவம், பொருளியல், அறிவியல், கலை, இலக்கியம், பண்பாடு, கலாச்சாரம் என பல துறைகளிலும் பிரமிக்கத்தக்க வகையில் நவீனம் உருவானது. இது பின்வரும் காலங்களில் நவீன அரசமைப்பு, ஜனநாயகம், ஊராட்சி, பேரூராட்சி, நகராட்சி, மாநகராட்சி மற்றும் கிராமம், வட்டம், மாவட்டம், நகரம் என்ற நிர்மானங்கள், ஒன்றிய தரவர்க்க உருவாக்கம், தேசிய உருவாக்கம், நீதி வழங்கும்முறை, கல்விமேம்பாடு, மருத்துவம் மற்றும் கருக்குடும்பம் (Nuclear Family) என்று நவீனத்துவ முத்திரை பதிக்காத துறைகளே இல்லை என்று சொல்லுகின்ற அளவுக்கு வளர்வடைந்தது. தத்துவத்தில் பகுத்தறிவின் ஆட்சி மற்றும் அறிவியலில் நியூட்டன் மற்றும் டார்வின் புரட்சி ஆகியவை உருவானது. தேசியமும், முதலாளியமும் நவீனத்துவத்தின் செயற்திட்டங்களில் ஒன்றாகவே இருக்கின்றன.

1.2. நவீனத்துவத்தின் இருபெரும் முக்கிய கூறுகளாக மதநீக்கம் (Secularisation) மற்றும் பகுத்தறிவின் ஆட்சி (Role of Reason) ஆகிய இரண்டையும் குறிப்பிடலாம். நவீனத்துவத்திற்கு முந்தைய நிலையில் (Pre-Modernity) கடவுள், மதம், வேதங்கள் என்பனவே சமூகத்தின் ஆதாரமையங்களாகவும் நடுநாயகமாகவும் அமைந்தன. தனிமனித மற்றும் சமூக அறங்களையும் மதிப்பீடுகளையும் இவையே உருவாக்கின. மதத்தின் நோக்கம் தனிமனித மீட்சி (Salvation) என்பதோடு மட்டுமல்லாமல், சமூக ஒருங்கிணைப்பு சக்தியாகவும் (Social Binding),

பொருளியல் சுரண்டல்களை நியாயப்படுத்தும் கருத்தியலாகவும், மனித இச்சையைக் (Flow of Desire) கட்டுப்படுத்தும் ஆற்றலாகவும் மதமேவிளங்கியது.

1.3. நவீன நிலை உருக்கொண்டபோது, சமூகம் மற்றும் அரசியல் வெளிகளின் மீது (Social/Political Spaces) மதத்தின்பிடி நொறுக்கப்பட்டது. மதத்தின் நோக்கம் தனிமனித மீட்சி என்பதோடு சுருக்கப்பட்டது. மதநீக்கத்தின் கூறுகளாகக் கீழ்க்கண்டவற்றைக் குறிப்பிட இயலும்.

(அ) மத நிறுவனங்களின் வீழ்ச்சி (Decline), (ஆ) சமூகம் மதத்திலிருந்து பிரிதல் (Disengagement), (இ) கடவுளிடத்தில் அறிவு மற்றும் தர்க்கத்தின் அடிப்படையிலான பிறகோட்பாடுகள் (Rationalisation).

ஆகவே மனிதன் கடவுளுக்குப் பதிலாக சமூகத்தின் நடுநாயகமாக ஆக்கப்படுகிறான். தனிமனித உரிமைகள் (Individual Rights) அனைத்தும் முக்கியத்துவம் பெறுகின்றன. எனவே அறியும் தன்னிலை (Knowing Subject), அறியப்படும் உலகு (Object of Knowledge) என்பனவாக உலகம் இருமையக் கூறுகளாக வடிவமைக்கப்படுகிறது. மேலும் பகுத்தறிவு (Reason), தர்க்கத்தின் அடிப்படையிலான கொள்கைகள் (Theories), கோட்பாடுகள் (Concepts), மற்றும் நிறுவனங்கள் (Institutions) கட்டமைக்கப்படுகின்றன.

1.4. எனினும் மனிதன் முற்றிலுமாய் தன்னுடைய மதிப்பீடுகளையும் அறங்களையும் தானே உருவாக்கிக் கொள்பவனாக மாறவில்லை. கடவுள், மதம், வேதங்கள் முதலான பிரமாணங்களுக்குப் (Authorities) பதிலாக பகுத்தறிவு மற்றும் தர்க்கத்தின் அடிப்படையிலான பல்வேறு கொள்கைகளும் கருத்தியல்களும் உருப்பெறுகின்றன. முழுமையான விடியலை நோக்கிச் செல்லும் பின் நவீனத்துவக் காலத்து இவ் 21-22-ஆம் நூற்றாண்டுகளின் முழுமை நிறைந்த மனிதனை உருவாக்க, மனித விடுதலை, தேசீயம், மார்க்கிசம், பாசிசம் போன்ற பல்வேறு கருத்தியல்கள் மனிதனின் புதிய அதிகார நிர்ணயங்களாக, பிரமாணங்களாக உருப்பெறுகின்றன.

இவைகள் தம் செயற்பாடுகளை நியாயப்படுத்துவதற்கென பல பெருங்கதையாடல்களை (Meta- Narratives) விரிக்கின்றன. மனித இருப்பையும், இயல்பையும் விளக்குவதற்கான பல்வேறு அடித்தளங்கள்

(Foundations), தோற்றப் புள்ளிகள் (Origins) சாராம்சங்கள் (Essences) முதலியவற்றை இவை முன்வைக்கின்றன. இவற்றின் அடிப்படையில் இறுக்கமான ஒற்றை அடையாளம் (Identity) ஒன்று மனிதர்கள் மீது திணிக்கப்படுகின்றது.

ஒவ்வொரு பெருங்கதையாடலும் எண்ணற்ற பல சிறுகதையாடல்களின் (Little–Narratives) இருப்பை அழிக்கின்றது. அவைகள் தம் வித்தியாசங்களை மறந்து தம்மை மொத்தத்துவக்கோட்பாடுகளாக (Totality) அறிவிக்கின்றன. முழுமையான உறுதிபாடுகள் (Absolute Certainities) அரசியற் செயற்பாடுகளுடன் அறிவிக்கப்படுகின்றன. ஒட்டுமொத்தமாக மாந்தர்தம் விடுதலை என்கின்ற பெயரில் வித்தியாசங்களின் மீதான பெரும் வன்முறையாக நவீனத்துவம் தம்மை நிலைநிறுத்திக் கொள்கிறது. மேலும் இந்நவீனத்துவம் அப்பெருங்கதையாடல்களின் விளிம்பிற்குள் அடங்காத, சிறு பான்னையினர் மற்றும் இயற்கை ஆகியவற்றின் மீதான பெரும் வன்முறையை நவீன நிலை அரங்கேற்றுகின்றது.

இத்தகைய வன்முறையால் மத அடிப்படைவாதம், வகுப்புவாதம், பிரிவினைவாதம், கடவுள்வாதம் என்ற நச்சுகளினால் நம் இந்திய மக்களின் பொதுவாழ்வு சீர்குலைக்கப்பட்டுவருகின்றது. இதையே, திரு.வி.ஆர். கிருஷ்ணய்யர் அவர்கள் கூறுமிடத்து, “இதன் விளைவாக சமயச்சார்பின்மை சிலுவையில் அறையப்பட்டுள்ளது. தேசியம் கொலை செய்யப்பட்டுள்ளது. சோசியலிசம் அமரத்துவம் அடைந்துவிட்டது.” என்றும், நம் தேசத்தின் முதல் பிரதமா் திரு. பண்டிட் ஜவகர்லால் நேரு அவர்களின், “நாமனைவரும் வகுப்புவாத நச்சுக்கு பையப்பைய ஆட்பட்டு வருகிறோம். நாடு மிகப்பெரிய வீழ்ச்சியை நோக்கிச் செல்கிறதோ என அஞ்சுகிறேன்.” என்ற கூற்றுகளும் நம்மை சற்று இவண் சிந்திக்கவைக்கின்றது.

மேல் தட்டு வர்க்கத்தினரும், மேல் சாதியுள் ஒருசிலருள்ளும் பரவியிருந்த வகுப்பு வாதநோய், இன்று சமூகத்தின் அனைத்துத்தரப்பினரிடமும் மிகவும் வேகமாகப் பரவிவருகின்றது. இந்நிலையில், வகுப்புவாத வன்முறையில் ஈடுபடுவோர் ஒருசிலராயினும் அதே வேளையில் பெரும்பான்மையான மக்கள் வன்முறையை எதிர்ப்பவர்களாயினும், இப்பெரும்பான்மையும்,

இப்பின்நவீனகாலத்தில் வன்முறையை ஏற்றுக்கொள்கின்ற நிலைக்குத் தள்ளப்பட்டுவிட்டார்கள் என்பது தான் உண்மையிலும் உண்மை. இந்த ஒரு விசயத்தில் இவண் நாம் மிகவும் தெளிவு பெறவேண்டும். என் அன்பு மனிதநேயமிக்க மாந்தர்களே! இன்று நம் நாட்டில் நடப்பது சமயங்களுக்குள்ளே நடக்கும் பூசல்கள் என்று சுருங்க எண்ணிவிடல் கூடாது. மாறாக, மத அடிப்படைவாதம், சமயச்சார்பின்மை, சமூகநீதி, பாலியல் மற்றும் சாதியல்-பாகுபாடு, சமநீதி, மனிதநேயம், காட்டுமிராண்டித்தனம் மற்றும் கொடுங்கோன்மை, ஒருமை, பன்மை, உழைப்பாளர், அலுவலர், கிராமத்தார், நகரத்தார் என்பவை/ என்பவர்களுக்கு இடையேகாணும் பூசல்களாகும். எனவே, சமத்துவம், ஜனநாயகம், நீதி, சமூக உணர்வு, சமயச்சார்பின்மை, மாற்றம், மாற்றம் கொண்ட மாற்றம், முன்னேற்றம், மேம்பாடு, நவீனம், மறுமலர்ச்சி இவை அனைத்திற்கும் வகுப்புவாதமும், மத அடிப்படைவாதமும் மிகப்பெரிய சவால்களைத் தந்துகொண்டிருக்கையில், நாம் இப்போது எங்கிருக்கிறோம் என்பதைச் சிந்திக்க வேண்டிய காலகட்டத்தில் தள்ளப்பட்டுள்ளோம்.

2

வகுப்புவாதமும் நவீன நிலையும்

2.1 வகுப்புவாதம் ஓர் உலகக்கண்ணோட்டக் கருத்தியல் நப்பிக்கை. இதில் ஒருவர் பிறரோடு கொள்கின்ற உறவு நிலையில் குறிப்பிட்ட மனோநிலை, அணுகுமுறை, வாழ்வுமுறை, கருத்தியல் கோட்பாடுகளை வரையறுத்து நாம் வாழுகின்ற உலகு, இயற்கை, இறைவன், இவை அனைத்தோடும் ஓர் குறிப்பிட்ட உறவு நிலையை உருவாக்குகிறது. பேராசிரியர் பிபின்சந்திரா அவர்கள், வகுப்பு வாதக் கருத்தியல் தன்னகத்தேமூன்று முக்கிய கூறுகளை உள்ளடக்கியது என்றும், அவைகள், 1. மனிதர்கள் மத்தியில், வகுப்புவாத கருத்தியல் என்று இல்லாத ஒன்றை இருப்பதாக நம்பச்செய்வதும், 2. பொய்யை மெய் போல் ஆக்கி, திரித்து, நம்பச் செய்து திசை திருப்புவதும், 3. ஒரு சமயஞ்சார்ந்த குழுக்களின் உலகத்தேவைகள் அனைத்துமே, அச்சமயஞ் சார்ந்தவையே என்ற கற்பனைக்கதையை உருவாக்கி நம்பச் செய்வதும் மற்றும் சமய அடிப்படையிலான முரண்பாடே முதன்மை முரண்பாடென நம்பவைப்பதுமாகிய இவ்வாறானப் பணிகளைச் செய்து, அச்சமயத்திற்கு உட்பட்ட மக்களின் அரசியல், இனம், மொழி, அந்தஸ்து, கலாச்சாரம், புவியியல், வர்க்கம், வர்த்தகம், பண்பாடு, கலை மற்றும் இலக்கியம் ஆகிய பிரிவுகள் அனைத்தின் பிரச்சனைகளையும் அச்சமயரீதியிலான சமூகத்தால் மட்டுமே காக்க முடியும் என நம்பவைக்கின்றது, என்று கூறுகின்றார்.

2.2. வகுப்புவாதம், மக்களை ஒருங்கிணைக்க சமயத்தைக் கருவியாக்குகிறதே தவிர, சமயத்தைக் காப்பது வகுப்பு வாதிகளின் நோக்கமல்ல என்றும், வகுப்புவாதிகளுக்கு சமயம் ஒரு கருவியே தவிர, அதில் சமயமே இல்லை என்றும் கூறுவார் பிபின் சந்திரா அவர்கள். எனவே, சமயம் வகுப்பு வாதத்திலிருந்து வேறுபட்டது.

ஆகவே தான் கே.என்.பணிக்கர் அவர்கள் வகுப்பு வாதம் சமயமில்லா நோக்கத்திற்கு சமயத்தைப் பயன்படுத்துவது என்பார். ஆகவே வகுப்புவாதம் அடிப்படையில் ஒரு அரசியல் சமூக பொருளாதார கருத்தருவே தவிர, சமயக்கருத்துருவல்ல என்பதால் வகுப்புவாத கலவரங்களுக்கு சமயம் காரணமல்ல. இங்கு வகுப்பு வாதக்கருத்தியல் சமயரீதியாக மக்களை ஒன்றுபடவைக்கின்றது. சிந்திக்க வைக்கின்றது. அவ்வாறே வகுப்புவாத அரசியல் சமயக்குழுக்களைச் சூடேற்றி, அரசியல் ரீதியாக இணையவைக்கின்றது. எனவே "அரசியலை இந்து மயமாக்கு, இந்துக்களை இராணுவமயமாக்கு" எனற சவார்க்கரின் கூற்றை அவரின் வழித்தோன்றல்கள் நியாயப்படுத்தும் நிலையில், வகுப்பு வாதக்கருத்தியலும், வகுப்புவாத அரசியலும், வகுப்புவாதத்தின் இரு கூறுகளாகும் விதமாய் புனைந்து அமைத்துள்ளதைக் காணலாம்.

3

மத-அடிப்படை வாதமும் நவீன நிலையும்

3.1. மத அடிப்படைவாதம் வகுப்புவாத வளர்ச்சிக்குக் காரணமாகும் என்று கூற இயலாது. மாறாக வகுப்பு வாதம் மத அடிப்படைவாதத்தில் வாழ்கிறது என்பர். பொதுவாக, சமயவழி மக்கள் ஒருங்கிணைக்கப்பட்டு அரசியல் அதிகாரம் பெறுகின்றபோது, எச்சமய அடிப்படையில் ஒருங்கிணைக்கப்படுகின்றனரோ அச்சமயக் கோட்பாடுகளே அவ்வரசின் அரசியல் கோட்பாடுகளாகும் என்பதே உண்மை. இதற்கு இசுலாமிய சமயத்தின் பெயரால் ஒருங்கிணைக்கப்பட்டு பாகிஸ்தான் உருவானபோது, இசுலாமியக் குடியரசானதை எடுத்துக்காட்டாகக் கூறலாம். சவார்க்கரும், ஜின்னாவும் அடிப்படையில் மதவாதிகளல்லர். ஆனால், அவர்கள் மதத்தைப் பயன்படுத்திக் கொண்டவர்கள். எனவே, சமய அடிப்படையில் மக்களை ஒருங்கிணைத்து, காலத்தின் தேவையறிந்து, சமயக் கோட்பாடுகளின் நவீன-மறுமலர்ச்சிக்கு வித்திட்டு அதற்குரிய வழிகளில் செய்யப்படுமானால், அதைப்பற்றிக் கேள்விகேட்க வேண்டிய அவசியமே இருக்காது. ஏனெனில், இது அச்சமயஞ்சார்ந்தோரின் உரிமையாகும்.

மாறாக, சமய அடிப்படையில் மக்களை வெறியூட்டி ஒருங்கிணைத்து மாற்றத்தை மறுத்து/மறந்து எக்காலத்தும் அழியாத உண்மைகள் தம் சமயத்துள்ளேதான் இருக்கின்றது என்று கூறி, நாம் பழமைக்கு மீண்டும் செல்வோம் என்ற கோஷத்துடன் செய்யப்பெறும் சமய-மீட்சியைப்பற்றி யாரும் கவலை கொள்ளாதிருக்க முடியாது. இச்சமயமீட்சி என்பது தான் மத-அடிப்படை வாதமாகின்றது.

3.2. எனவே, சமயமீட்சி என்னும் மத-அடிப்படைவாதம் சமயத்தை மட்டும் மையமாகக் கொள்ளாது அதன் ஊடே மத-அடிப்படைவாத அரசியலை தன்பெரும் இலக்காகக் கொள்கின்றது. இவண் சாதாரண எளிய மக்களின் சமயநம்பிக்கை கொச்சைப்படுத்தப்பட்டு, ஒரு சிலரின் அரசியல் இலாபத்திற்காக, வன்முறையை நியாயப்படுத்தியும், சமயச்சிறுபான்மையினரை ஓரங்கட்டியும், மூடநம்பிக்கைகள், பிரிவினைகள் மற்றும் சகிப்பற்ற தன்மைகளை வளர்த்தும், அதிகாரவர்க்கத்தின் சுயநலத்திற்கு சமயத்தை சேவகனாக மாற்றியும், நீதியற்ற சமூக அமைப்பை நியாயப்படுத்தியும், மக்களின் போர்க்குணத்தை மழுங்கடித்தும், மாற்றம் மற்றும் மறுமலர்ச்சிக்கு எதிராகவும், அறிவியற்கண்டோட்டத்திற்கு எதிராகவும், மக்களின் விடுதலைக்கு எதிராகவும், எல்லாவற்றிற்கும் மேலாக மக்களின் விடியலுக்கே/விடுதலைக்கே எதிராக பெரும்பான்மை என்ற பெயரில் மக்களை வெறியூட்டி அரசியல் அதிகாரத்தைக் கைப்பற்றி, ஜனநாயகம்,சமத்துவம், சமநீதி, சமயச்சார்பின்மை, சமூகநீதி, மனிதநேயம், பன்மையில் ஒருமை ஆகிய கோட்பாடுகளைப் பலியாக்கும் நாடகமே மத-அடிப்படை வாதத்தின் செயற்பாடு என்பதைப் புரிந்து கொள்ளுதல் வேண்டும்.

மேலும் நம் நாட்டின் வரலாற்றைப் புரட்டிப் பார்ப்போமானால், மத-அடிப்படைவாதம் பெரும்பான்மை என்ற பெயரில் தன் நாடகத்தைஅரங்கேற்றினாலும், பெரும்பான்மைப்பிரிவினருள் ஆதிக்கச்சக்தியான சிறுபான்மைப் பிரிவினரின் நலன்களைக்காக்கும் அரசியல் அதிகாரக்கருவியாகவே இருந்து வந்துள்ளது என்ற உண்மை தெரியவரும். இதற்கு, இவர்கள் பயன்படுத்திய யுத்திகள் புராணக்கதைகளும் வரலாற்றுத் திரிபுகளும் ஆகும். இத்தகைய ஆதிக்கச் சக்தியான பெரும்பான்மைப் பிரிவினருள் சிறுபான்மைப் பிரிவினரின் அரசியல் இலாபத்திற்காக, அவர்கள் தம்திரிபுகளாலும், ஏமாற்று வித்தைகளாலும், சமயத்தின் அடிப்படையில் மக்கள் ஒருங்கிணைக்கப்பட்டு, ஜனநாயகம் தரும் வாக்குரிமையின் அடிப்படையில் நியாயப்படுத்தப்பட்டு, அச்சமயப் பெரும்பான்மை ஆட்சிக்கு வருகின்றபோது, அவ்வாட்சி சமயஞ்சார்ந்த ஆட்சியாகத்தானே இருக்கமுடியும்? அவ்வாட்சியின் கோட்பாடுகள், அச்சமயக்கோட்பாடுகளாகத்தானே இருக்கமுடியும்?

எனவேதான், இச்சமய-மத அடிப்படைவாத அரசு, அதன்மதக் கோட்பாடுகள் அனாதியானவை (Absolute), மாறாதவை (Unchangeable), வழுவற்றவை (Infallible) என்று மக்களை நம்பவைக்கின்றது. நவீன-சிந்தனைகளையும், விமர்சனக் கண்ணோட்டத்தையும், அறிவியற்கண்ணோட்டத்தையும், மறுக்கவைக்கின்றது. மேலும், இக்கோட்பாடுகளை ஏற்காதோரை துரோகிகளாகக்காட்டுவதோடு சித்திரவதைக்கும் கொலைத் தண்டனைக்கும் உள்ளாக்குகின்றது. இச்சமயத்தின் அப்பழுக்கற்ற கோட்பாடுகளே, ஒருநாட்டின் ஆட்சி முறையையும், பொருளாதாரத்திட்டங்களையும், கலாச்சாரப் பாரம்பரியத்தையும், பண்பாட்டு முறைகளையும் நிர்ணயிக்கும் என வலியுறுத்துகின்றது. எனவே, இச்சமய-மத அடிப்படைவாத அரசு, இச்சமய எல்லைகளைத் தாண்டி, சமயச் சார்பற்ற அனைத்துத் துறைகளையும் ஊடுருவி, ஜனநாயகம், சமத்துவம், சமயச் சார்பின்மை, சமூகநீதி, மனிதநேயம், சமநீதி, பன்மையில் ஒருமை ஆகிய கோட்பாடுகளையெல்லாம் பலியாக்கித் தன்னந்தனியாய், தான்மட்டும், நம் இந்திய நாட்டில், தம்பட்டம் அடித்துக்கொண்டு தள்ளாடி நிற்கின்றது.

4

மத-அடிப்படை வாதமும் பின்-நவீன நிலையும்

4.1. ஒரு பின்-நவீன சிந்தனையாளர் சொல்வார் “கார்ல்மாக்ஸ் முதலாளியத்துவத்தைப் பார்த்தது போல பின்- நவீனர்கள் நவீனத்துவத்தைப் பார்க்கவேண்டும்.” அதாவது, நிலப்பிரபுத்துவக் கொடுங்கோன்மையை, அழித்தவிதத்தில் வரவேற்கத்தக்கதாகவும் மேலும் நுணுக்கமான சுரண்டலுக்கும், அந்நியமாதலுக்கும் வழிவகுத்தவகையில் எதிர்க்கத்தக்கதாகவும் முதலாளியத்துவத்திற்கு இருமுகங்கள் உள்ளது. அது போலவே, நவீனத்துவத்துவத்தின் மதநீக்கச்செயல்பாடு ஏற்கத்தக்கதாகவும், பகுத்தறிவின் வன்முறைச் செயற்பாடுகள் கண்டிக்கத் தக்கதாகவும் இருக்கின்றது.

இங்கே பின்-நவீன நிலை (Post-Modernity) யைப்பற்றி, ஒன்றை நாம் தெளிவாகப்புரிந்து கொள்ள வேண்டும். பின்-நவீனம் என்பது முன்-நவீனமோ (Pre-Modernity) அல்லது எதிர்—நவீனமோ (Anti-Modernity) கிடையாது. இங்கு, நவீனத்துவத்திற்கு முந்தியநிலைக்குத் திரும்புவதோ காந்தீயம் (Gandhism), மதநீக்கத்தை எதிர்ப்பதோ எதிர்—மதநீக்கம் (Anti-Secular) என்றும், மேலும் நிலையில்லா நவீன நிறுவனங்களையும், அறிவியல் தொழில் நுட்பங்களையும் ஏற்றுக்கொண்டு, நவீனத்தின் மிகு ஆதாரமான, மத-நீக்கத்தை மறுப்பவர்களின் நிலையைப் பற்றித்தான், நாம் எதிர் நவீனம் (Anti-Modernity) என்கின்றோம்.

5

பின் நவீன நிலையும் மனிதனும்

5.1. பின்-நவீனநிலை என்பது எல்லாவிதமான பெருங்கதையாடல்களின் நியாயப்பாட்டுத் தத்துவங்களின் (Incredity of Meta-Narratives) வீட்சியைப் பறைசாற்றுகின்றது. இவண் தத்துவப்பெருங்கதையாடல் என்கின்ற நிலையிலிருந்து தத்துவப்படுத்துதல், (Philosophising – Critique – Questioning the Established Knowledge) என்கின்ற நிலைக்கு அப்பெருங்கதையாடல்களை மீண்டும் இறக்குகின்றது. கடவுள்/மதம் இவற்றின் மரணத்தை மட்டுமல்ல, எல்லா விதமான பிரமாணங்களுக்கும் மனிதன் பொறுப்பற்றவனாக (Irresponsible) ஆகிறான். உண்மையான சுய அதிகாரம் மிக்கவனாக (Authentic) தன்னுடைய மதிப்பீடுகளைத் தானே நிர்ணயிப்பவனாக, தனது வாழ்வைத் தானே முழுமையுடன் உறுதி செய்பவனாக (Affirming Life to the Full Extent) மாறுகின்றான். மேலும், தனது செயற்பாடுகளுக்கு தானே பொறுப்பேற்கின்றான். எவ்விதமான பெருங்கதையாடல்களையும் அவன் தன்னைத் தற்காத்துக் கொள்ள துணைக்கு அழைப்பதில்லை.

6
பின் நவீன நிலையும் மனிதனின் ஆக்கச் செயற்பாடுகளும்

6.1. வித்தியாசங்கள், சிறுகதைகள், மற்றமை (Alterity (or) Other) ஆகியவற்றின் இருப்புகள் பின்-நவீனத்துவ மனிதனால் ஏற்கப்படுகின்றது. மேலும், சாராம்சம், மொத்தத்துவம், இணைவு (Coherance) இவைகள் எல்லாவற்றையும் தொகுத்து, உள்வாங்கி, (Speculation) அவற்றின் உறுதிப்பாடுகளைப் பற்றி (Certainities) உள்ளூர எண்ணி, எள்ளி நகையாடப்படுகின்றன. இவற்றின் அடிப்படையில் இதுவரையிலுமாக உருவாக்கப்பட்ட வரலாறுகள், மரபுகள், பண்பாடுகள் அனைத்தும் கேலி செய்யப்படுகின்றன. நிறுவனங்களின் வன்முறைகள் தோலுரிக்கப்படுகின்றன. சுருட்ட இயலாமை, தொகுக்க இயலாமை (In-commensurability) தீர்ப்பு வழங்க இயலாமை (Reserving-Judgements) ஆகியவற்றை முன்னிலைப்படுத்துகின்றன.

இதன் பொருட்டு தீர்வுகள் சாத்தியமில்லை என்பதோ, அரசியல் செயற்பாடுகள் சாத்தியமில்லை என்பதோ அல்ல. தீர்வுகள்/ அரசியல் செயற்பாடுகள் அவற்றிற்கு வெளியில் இருக்கக்கூடிய நியாயப்பாட்டுக் கதையாடல்கள், விதிமுறைகள், நெறிமுறைகள், ஆகியவற்றின் அடிப்படையில் இவை சாத்தியமில்லை என்பதுதான். தீர்ப்பு என்பது முறையான பிரச்சனைக்கான வழிகளைக் கண்டுபிடிக்கும் செயற்பாடுகளாகவே அமையும். அதாவது எம்மானுவேல்கான்ட் சொல்லும், தன்னிலை பிரதிபலிப்பு (Reflective Judgement/Apriori Judgement) தீர்ப்பல்ல, மாறாக 'லியோதார்த்' (Leotharth) சொல்லுகின்ற (Link of phrases) கருத்துக்களுடன் பொருத்திப்பார்க்க வேண்டிய செயலாகுமிது. எனவே, நமது

செயற்பாடுகள் ஒழுக்கமுடனும், (Ethical) அழகுவாய்ந்தனவாயும், (Aesthetical) பயனளிக்கொள்கைவழியில் (Pragmatical) உருவாகி, உறுதியான நிலைகளுக்குகந்த சரியான அரசியலமைப்பு உடையதாய் உருவாக்கப்படவேண்டும். சுருங்கச்சொன்னால், அரசியலை பாசிச (Fasicism-Autocracy of Hitler) நீக்கம் செய்து அழகியலாக்கம், (Aesthetication) தந்து, ஜனநாயகம், சமநீதி, சமத்துவம், சமயச்சார்பின்மை, சகோதரத்துவம், சமூகநீதி, மனிதநேயம், மதநல்லிணக்கம், பன்மையில் ஒருமை ஆகியகோட்பாடுகளைக் கொண்ட நல்லதோர் ஆட்சியை நல்கிட ஏதுவானதாய் அமைந்திடல் வேண்டும்.

7
இந்தியாவின் நவீனமும் அதன் பின்-நவீனமும்

7.1. இந்தியச்சூழலில், நவீனம் என்பது காலனீயத்தின் மூலமாக நடப்படுகிறது (Planted). இங்கு மேலைச் சூழலில் உருவானதுபோல இயற்கையாக நவீனம் உருப்பெறவில்லை. மாறாக, காலனீயஆட்சியே இங்கு நவீன நிறுவனங்களை அறிமுகப்படுத்துகின்றது. காலனீயத்தை எதிர்ப்பதில் முனைப்புக்காட்டிய மேட்டிமைச் சக்திகள், நவீனத்துவத்தை ஐயத்தோடு எதிர்கொண்டன. காலனீயத்திற்கு எதிராக இங்கே கட்டமைக்கப்பட்ட தேசியத்தை முன்னெடுத்த மேட்டிமைச்சக்திகளுக்கு,இந்த சமூகம், அறிவியல், தொழில்நுட்பம் மற்றும் நிறுவனம், நீதி ஆகியவைகளில் நவீனமயமாக்கப்பட வேண்டும் என்பதில் எந்தக்கருத்துமாறுபாடும் இல்லை. நம் இந்தியச்சமூகம் உலக அளவில் நவீனமானதாகவும், வலிமையானதாகவும் ஆகவேண்டும். அதேசமயத்தில் காலனீயத்திற்கு எதிராக இந்தியத்தன்மையை நாம் காப்பாற்றியாக வேண்டும். இங்கு எந்தெந்த அம்சங்களில் நவீனமாவது, எந்தெந்த அம்சங்களில் நம் மரபைக்காப்பது என்று திட்டமிடும் நிலையில், கீழ்க்கண்ட ஆய்வு இந்தியத்தன்மையைத் தெளிவாக அறிய நமக்குக் கைக்கொடுக்கின்றது. இந்திய தேசியப்பெருங்கதையாடல்களை ஆய்வு செய்த திரு. பார்த்தாசட்டஜி போன்றோர் அன்றைய சொல்லாடல்களில் பயிலப்பட்ட சிலமுறைகளின்மீது நமது கவனத்தைக்குவிக்கின்றனர். அவைகள் முறையே: உள்ளே x வெளியே, அகம் x புறம், அந்தரங்கம், (Private) x பொது (Public) மற்றும் ஆன்மீகம் சார்ந்த x பொருள் சார்ந்த – என்பனவையாகும். எனவே. அரசியல். பொருளாதாரம், தொழில்நுட்பம், இராணுவம், அணுகுண்டு போன்ற புறம்சார்ந்தவெளி, பொது மற்றும் பொருட்கள் சார்ந்த அம்சங்களில் நவீனத்துவத்தைஏற்றுக்கொள்வது

என்றும், மதம், மரபு, கலாச்சாரம்,பெண்மை முதலான அகம், அந்தரங்கம் மற்றும் ஆன்மீக அம்சங்களில், அன்னியத்தலையீட்டை முற்றிலுமாக எதிர்த்து, அதாவது இந்துத்துவத்தைத் தக்கவைத்துக்கொள்வதாகும்.

7.2. எனவே, இந்தியாவில் மதநீக்கச் செயல் (Secularisation) என்பது, நிறைவேற்றப்படாத ஒருவகை நவீனம் அதாவது எதிர்—நவீனமாகவே (Anti-Modernity) இன்றுவரை அரங்கேற்றப்பட்டுள்ளது. ஆகவே மதநீக்கம் (Secularism) என்கின்ற கருத்தாச்சத்திற்குப் பதிலாக மதப்பொறை (Religious Tolerance) என்கின்ற திரு. எல். கே. அத்வானி அவர்களின் கூற்றுப்படி, -'சர்வ மத சம்பவம்' – Sarva Dharma Sambavam" என்னும் புதியகருத்தாச்சம் இந்தியாவில் விதைக்கப்பட்டது. இதன்விளைவாக நவீனத்துவத்தோடு இந்துத்துவ நிறுவனங்கள் பலவீனப் படுத்தப்படுவதற்குப் பதிலாக, பலப்படுத்தப்பட்டன. செய்திபரப்பும் துறை (Media) மக்கள் தொடர்புத்துறை (Communication) மற்றும் போக்குவரத்துத் துறை (Transportation) முதலியவை இதற்கே பயன்பட்டன. இதற்கும் மேலாக மதநீக்கம் (Secularism) என்பது, பொய்யான – மதநீக்கம் (Pseudo – Secularism) எனக்கேலி செய்யப்பட்டது.

இந்து மதத்தின் தனிப்பட்ட சகிப்புத் தன்மை (Unique Tolerance of Hindhuism) என்கின்ற பெருங்கதையாடல் ஒன்று இந்திய மக்களிடம் ஆழ்ந்து பதிக்கப்பட்டது. இதில் எல்லாமதங்களையும் வரிசைப்படி தனக்குள் (Heirarchical Order) உள்ளடக்குவதே, இந்து மதத்தின் பண்பு (All Religions in One) என அழைக்கின்றது. ஆனால் இதில் எந்தப் பொருளும் இல்லை என்பது, இந்து மதத்தை பிறமதங்களோடு ஒப்பிட்டுப் பார்ப்பவர்களுக்கு நன்கு விளங்கும். ஏனெனில், பிற மதங்களைப்போல அடிப்படையான மதவேறுபாடுகளை (Accepting Inter-Religious differences of Fundamental Kinds) ஏற்கும் பண்பு இந்து மதத்திற்கு இல்லை. மேலும் 'சனாதன-வருணதர்மம்'—என்கின்ற பெயரில் சிவில் சமூகம் (Civil-Society) இன்று வரை இந்தியாவில் உருப்பெறாமல் எண்ணற்ற தலித் மற்றும் மலைவாழ் சமூகங்களின் (Communities) ஏற்றத் தாழ்வில் ஒருங்கிணைப்பு (Vertical Unity) என்பதே இன்று வரை இந்துத்துவம் கொண்டாளும் மாறுபாட்டில் ஒற்றுமை – Uniformity in Difference -(வேற்றுமையில் ஒற்றுமை என்பதற்கு பதிலாக – Unity in Diversity) என்பதன் பொருளாகும். இந்து மதத்-தத்தும் (Philosophical Hinduism) என்பது கேள்வி கேட்க இயலாதவாறு

ஒருவிதி விலக்குடனே அமைந்துள்ளது. இந்து மறுமலர்ச்சி என்பது மதத்திற்கு எதிரான எந்த தத்துவங்களையும் வைக்காது, மதத்தை நவீன நிறுவனமாக வடிவமைப்பதையே இதன் நவீனக்குறிக்கோளாகக் கொண்டுள்ளது. உயர்வருணத்தால் ஆதிக்கம் செய்யப்படும் சிவில் மென்மேலும் இந்துமயப்பட்டுக் கொண்டே வருகின்றது.

8

புதிய மில்லீனிய இந்துத்துவ இந்தியாவும் அதன் உலகமயமாதலும்

8.1. உலகமயமாக்கலை (Globalisation) இந்துத்துவம் மேற்கண்ட அடிப்படையில்தான் எதிர்கொள்கின்றது. உலகப் பெருங்கதையாடல் ஒன்றை விளக்க நினைக்கும் உலக முதலாளிய சக்திகளுக்கு இந்துத்துவம் ஒரு பெரிய முரணாக தென்படவில்லை. இந்துத்துவ இந்தியாவில், பன்முகத்தன்மை அல்லது மாறுபாட்டில் ஒற்றுமை 'Unformity in Difference' என்பது உலக முதலாளியக்கருத்துகளுக்கு முரணானதோர் செயல்பாடும் அல்ல என்கிறது இந்துத்துவம், இன்றைய புதிய சூழலுக்குத் தகுந்தவாறு, பழைய மதிப்பீடுகளையும் பழைய சமூக அதிகாரங்களையும், புத்துருவாக்கம் (Renovation) செய்வது என்ற அடிப்படையில் இந்துத்துவச் செயற்பாடுகள் மேற்கொள்ளப்படுகின்றன. நடந்துவரும் புதிய மில்லீனிய நவீன ஆண்டுகளில், "Relevances of chances in New Millennium" இது போன்ற கருத்தரங்குகள், இலக்கிய புராணங்களை மீண்டும் அரங்கேற்றம் செய்யும் பெரும் செலவிலான பெரும்மாநாடுகள், (Mega-Conferences) ஆகியவற்றை இந்துத்துவம் ஊக்குவிக்கின்றது. சீரிய முயற்சிகள் புதிய சிந்தனைகள் பின்னுக்கு தள்ளப்படுகின்றன. மனித விரிப்புகள் மற்றும் இச்சைகளை ஒழுங்குபடுத்துதலை இந்துத்துவம் ஏற்றுக்கொள்கிறது. ஆகவே, இன்றைய இந்தியச் சூழலில் மதநீக்கம் (Secularism), என்பது இந்து மதநீக்கம் என்பதாகவே (De-Hinduism) அமைகின்றது. எனவே, கலாச்சாரம் (Culture), தேசியம் (Nationalism), தோற்றப்புள்ளிகள் (Origins) மற்றும் சாராம்சம் (Essence), முதலான எல்லாவிதமான தத்துவக்கதையாடல்களுக்கும், எதிரான செயற்பாடுகள் இன்றையச் சூழலில் இந்துத்துவத்திற்குத் தேவைப்படுகிறது. ஆகவே, கலாச்சாரம், தேசியம், நாகரீகம் (Civilisation) என்கிற கோட்பாடுகளை

எதிர்க்கின்ற செயற்பாடுகளான, ஒழுக்கமுடன் (Ethical) கூடிய, அழகு வாய்ந்தனவாகவும் (Aesthetical), பயனளிக் கொள்கைவழி (Pragmatical) உருவானதாகவும், ஆதார சிறப்புமிக்கதாகவும் (Rhizomatic), இருந்து, அடிக்கடி தாமிருக்கும் இருப்பிடத்தை மாற்றுகின்ற பழங்குடியினர் மற்றும் மலைவாழ் மக்களுக்கு (Nomadic) உகந்ததோர் கருத்தியல்களும், ஆய்வுக்கதைகளும், இன்றைய இந்துத்துவ இந்திய அரசியலுக்கு தேவையாகின்றன.

மேலும், வித்தியாசங்களின் அரசியலாகவும், வித்தியாசங்களுக்கிடையிலேயான, சமதள ஒருங்கிணைப்பு (Horizontal Assemblage) இன்றையத் தேவை என்பதால், ஒட்டு மொத்தமான (Liberation) நலன் என்பது கேலிகூத்தாக்கப்பட்டது. இத்தகையச் சூழலில் ஒடுக்கப்பட்ட சிறுபான்மையினர்கள் தங்களின் தற்காலிக விடுதலை (Liberation Theology) என்கின்ற அடிப்படையில் தம்மைத்தாமே புதுப்பித்துக் கொள்ள வேண்டிய தருணமாக இந்திய நாட்டில் இப்போது அமைந்துள்ளது. எனவே, எல்லாவிதமான அதிகாரங்களையும் (Authorities), கேள்வி கேட்கும் (Critique) மனநிலையை நாம் உருவாக்கிக் கொள்ளுதல் வேண்டும், “விடை சொல்வதல்ல கேள்விகளை உருவாக்குவதே இன்றைய தேவை.” – என்று, இன்றைய இந்துத்துவ இந்தியா அதன் மக்களாகிய நமக்கு அழைப்புவிடுத்துக் கொண்டிருக்கின்றது. இதிலிருந்து தெளிவு பெற, மேலை நாட்டு இயற்கைத் தழுவிய தத்துவ அறிஞர் ஜெ.ஜெ. ரூசோ அவர்களின் கூற்றோடு ஒப்பிட்டுப் பார்க்கையில், பன்முகத் தன்மையானது வேற்றுமையில் ஒற்றுமையா? – (Unity in Diversity) அல்லது மாறுபாட்டில் ஒற்றுமையா? (Unity in Difference with Vertical Unity by Horizontal Assemblage) என்பது நன்கு விளங்கும். அவர் மேலும் கூறுவார், இயற்கையைப்பற்றி இலத்தீன் மொழியில், “Naturans Natura natura Naturate”- இதன் ஆங்கில பெயர்ப்பு, “Nature is in the Nature and Nature is of the Nature” இதைத்தமிழில், “இயற்கை இயற்கையாய் இருக்கின்றது மற்றும் இயற்கை இயற்கையோடு இருக்கின்றது.” என்றும், “இயற்கை இறைவனோடு இருக்கின்றது, இறைவன் இயற்கையோடு இருக்கின்றார்.” என்றும், மேலும், “மனிதன் இறைவனோடு இருக்கின்றான், இறைவன் மனிதரோடு (மனிதர்களோடு) இருக்கின்றார்.” –ஆகவே, “இயற்கை என்பதும் ஒன்றே, இறைவன் என்பவரும் ஒருவரே.” – அவர் ஒருவரே

எல்லாப் படைப்புக்களிலும் வீற்றிருக்கின்றார். அவ்வாறே மனிதர் எல்லோரிடத்திலும் நீக்கமற வாசம் செய்கின்றார். ஆதலால், ஒரே ஒரு இறைவன் என்ற உண்மையிலும் உண்மை ஐயம் திரிபறப் புலப்படுகின்றதன்றோ!

8.2. வளர்ந்து வரும் இன்றைய இந்துத்துவ இந்தியாவில் நமது சவால்களாக இருக்கும் ஜெனநாயகம், சமத்துவம், சமநீதி, சமயச்சார்பின்மை, பன்மையில் ஒருமை, மனிதநேயம், மதநல்லிணக்கம், சமூகநீதி, குடியுரிமை, சகோதரத்துவம், குடிமக்களுக்கான உரிமைகள் (The rights for citizens) ஆகிய கோட்பாடுகளையும் அவைகளின் அவசியத்தைப் பற்றியும் இவண் காண்போம்.

இன்றைய இந்துத்துவ இந்தியாவில் வளர்ந்துவரும், மத அடிப்படை வாதத்திற்கும், வகுப்புவாத அரசியலுக்கும், இட்லரின் பாசிச அரசுக்கும் மிகுந்த சம்பந்தம் உண்டு. இட்லர், ஜெர்மனியின் சான்சலராகப் பதவியேற்றபோது முற்றிலும் ஜனநாயகரீதியாக அரசியல் சாசன விதிகளுக்குட்பட்டு தான் ஆட்சி பெற்றார். அடுத்த ஆறுமாதங்களில், நாசிமயமாக்கப்பட்ட காவல்துறையினரால், பாசிச எதிர்ப்பாளர்கள் கொல்லப்பட்டனர். தொடர்ந்து எதிர்க்கட்சியினரும், பொதுவுடைமையாளர்களும், தொழிற்சங்கவாதிகளும் நொறுக்கப்பட்டனர். ஜனநாயகம்தரும் வாக்குரிமையைப் பயன்படுத்தி ஆட்சிக்கு வந்த பிறகு எதேச்சதிகார அரசியலை நடத்திய இட்லரின் ஜெர்மனிதான், இன்றைய இந்துத்துவ இந்தியாவில் வளர்ந்துவரும், மத அடிப்படைவாத மற்றும் வகுப்புவாத அரசியலுக்கு முன்னோடி. இனத்தூய்மைபேசி, யூதர்களை எதிரிகளாக்கிய வகுப்புவாத இட்லருக்கும், சமய அடிப்படையில் மக்களை ஒருங்கிணைத்து சிறுபான்மை மக்களை எதிரிகளாகக்காட்டும் இன்றைய மதஅடிப்படைவாத இந்துத்துவ இந்தியாவின் போக்குகளுக்கும் வேறுபாடு ஒன்றுமில்லை. எனவே, இன்றைய இந்துத்துவ இந்தியா, தீவிரமாக மையப்படுத்தப்பட்ட தன் எதேச்சதிகார தேசியத்தை முன்னிறுத்தி, தாராளமய ஜனநாயகத்தையும், ஜனநாயகத்தையும், கம்யூனிசத்தையும் எதிர்த்து, போலியான எதிரியை உருவாக்கி, உண்மையாய் நடந்த பிரச்சனைகளை தவறான வழியில் திசை திருப்பி, கலாச்சாரத்திற்கு பெரிய ஆபத்து ஏற்பட்டுள்ளதாகச் சொல்லி, அதற்காக புதிய மனிதர்களை உருவாக்க வேண்டியதன் அவசியத்தை லாவண்யமாய் எடுத்துக்கூறி, இளைஞர்களை வெறியூட்டி,

வன்முறையை நியாயப் படுத்தி, புதுப்புது அடையாளங்களால் (Symbols) மக்கள் உணர்வுகளைத் தூண்டி, உடல்வலுவிற்கு முக்கியத்துவம் கொடுத்து, ஆளும் வர்க்கத்து நலனையே முன்னிறுத்தி அதன் பொருட்டே மக்களை ஒருங்கிணைத்து ஆட்சி செய்தலைப் பற்றி சுருங்கச் சொன்னால், இட்லரின் பாசிசம் போன்றதேயாகும்.

மத அடிப்படையில் உருவாகின்ற பெரும்பான்மையுடைய ஆட்சி தன்னேச்சதிகார போக்கால் மறுப்பது, சிறுபான்மையர் அரசியல் பங்கேற்பும், தெரிவு செய்யும் உரிமைகளுமாகும். எனவே, ஜனநாயகக் கோட்பாடுகள் என்பது வெறும் வாக்குரிமையால் மட்டுமல்ல, மாறாக, ஜனநாயகம் தரும் வாக்குரிமையைப் பயன்படுத்தி ஆட்சிக்கு வந்தபின், ஜனநாயக உரிமைகளை முறைப்படி வழங்குவது பகுத்தறிவாளர்களின் ஆட்சி என்றும், ஜனநாயக உரிமைகளை விழுங்குவது/மறுப்பது பாசிச ஆட்சி என்றும் பொருள்படும். மத அடிப்படையில் உருவாகின்ற பெரும்பான்மையுடைய ஆட்சி, தனது பெரும்பான்மையினருள், ஒரு சிலரின் நலனைப் பெரிதாகக் காப்பதால், சிறுபான்மையரின் ஜனநாயகக் கோட்பாடுகள் கேள்விக்குள்ளாக்கப் படுகின்றன. மேலும், வகுப்புவாதிகள் ஒற்றைமயமாதலை, அதாவது ஒருமையை வலியுறுத்துகின்றபோது, நம் இந்தியச் சமூகத்தின் பன்மைத்தன்மையும், பன்மைக்கலாச்சாரமும் மறுக்கப்படுகின்றது. ஆகவே, வகுப்புவாதிகளிடம் ஜனநாயகம் இல்லை. ஒரு சிலரின் நலனை மட்டுமே அதிகமாய் நாடுவதால் சமத்துவமும் இல்லை. எனவே, சமத்துவ கோட்பாடற்ற ஜனநாயகம் ஓர் பொய்யான ஜனநாயகம். இதனால்தான், நம் நாட்டின் பன்முகத்தன்மையையும், பலமதங்களின் இருப்பையும், நன்கு புரிந்தறிந்து கொண்ட நம் தலைவர்கள் சமயச்சார்பின்மையை நம் அரசியல் சாசனத்தில் இணைத்தனர். நம் இந்திய சமயச்சார்பின்மை, சமயங்களுக்கு எதிராக இல்லாது, அனைத்து சமயங்களையும், சமமாக மதிக்கக்கூடியது. எனவே, நம் இந்திய அரசியல் சாசனத்தின்படி, சமயச்சார்பின்மையும், சமத்துவமும், ஜனநாயகமும் வெவ்வேறல்ல, இவைகள் மூன்றும் ஒன்றே என்ற அடிப்படையில், நம் பன்மைத்தன்மையும், அப்பன்மைத் தன்மைகளால் உருவாக்கப்படும், பன்முகச்சமூகங்களின் முழுமையான பங்கேற்புடன் எந்த அரசு செயல்படுகிறதோ, அத்தகைய அரசால்தான், பன்முகம் கொண்ட மக்களின் விடுதலையை/விடியலை, நோக்கியப் பயணம் முழுமையாய் வெற்றி பெறும் என்பதில் சற்றேனும் ஐயமில்லை.

இங்கு நாம் மிகவும் கவனமாக கவனிக்கவேண்டியது, அரசியல் சாசனத்தை மாற்ற விரும்பும் வகுப்பு வாதிகள் நம் சமயச்சார்பின்மையையும், சமத்துவத்தையும், ஜனநாயகத்தையும் தான் கேள்வி கேட்கிறார்கள் என்பதை நாம் மறந்திடவேக்கூடாது. இச்செயல் ஜனநாயகம், சமத்துவம், சமயச்சார்பின்மை, நம் இந்திய தேசத்தின் ஒற்றுமையை, மக்களின் ஒன்று பட்டபங்கேற்பை, சமூகநீதியை, மனிதநேயத்தை, சமநீதியை, மதநல்லிணக்கத்தை, சகோதரத்துவத்தை, பன்மையில் ஒருமையை மறுக்கும் என்பதே இன்றைய புதிய நவீன இந்திய மக்களின் பெரும் கவலையாக உள்ளது. ஒரு வேளை சமயச்சார்பின்மை நம் இந்திய மண்ணில் அழியுமானால், அதுவே நம்தேசத்தின் அழிவு எனும் திருவாளர். கிஷ்ணய்யர் அவர்களின் கூற்று இங்கே நினைவு கூறத்தக்கது, "நம் தலைவர்கள் சமூகநீதியை நிலைநாட்ட, பெரும்பான்மை சமூகத்திற்கு இல்லாத சில உரிமைகளை சிறுபான்மைச் சமூகத்திற்கு நம் அரசியல் சாசனத்தில் வழங்கியுள்ளார்கள்." இதையே போலி-மதச்சார்பின்மை (Pseudo-Secularism) என்று குறை கூறும் வகுப்புவாத அரசு, மதச்சார்பின்மைக்கு எதிரியல்ல போலவும், மாறாக சிறுபான்மையினருக்கு வழங்கப்பெறும் உரிமைகளுக்கு மட்டுமே எதிரிபோலவும் காட்டுவது மகாபொய்.

இது வரையில் நாம் மத-வகுப்புவாதம் அரசியல் அமைப்பிற்கு விளைவிக்கும் பாதகங்களைப் பற்றி நிறைய அறிந்தோம். ஆனால் பரந்துபட்ட அளவில் மத-வகுப்புவாதம், மனிதநேயத்திற்கும், மத-நல்லிணக்கத்திற்கும், விளைவிக்கும் கேடுகளைப்பற்றி நாம் அதிக அளவு கவலைப்படுவதில்லை. மத வகுப்புவாதம் நம் சமூகத்தின் அனைத்து தளங்களிலும் ஊடுருவி பன்மையில் ஒருமை – Unity in Diversity என்ற தத்துவத்தையே ஆட்டி அசைத்துக்கொண்டிருக்கிறது. நம் அறிவு ஜீவிகளான, பத்திரிகையாளர், வழக்கறிஞர், அறிவியலாளர், பேராசிரியர்கள், அஞ்சல்துறையினர், தொழிற்துறை மற்றும் போக்குவரத்துத்துறையினர், வங்கி அலுவலர்கள் மற்றும் அதன் மேலாளர்கள் என்று அனைத்துப் பிரிவினரும், மத-வகுப்புவாத கருத்தியல்களால் தாக்குண்டு, அறிந்தோ அறியாமலோ அவற்றிற்கு ஒத்தோதுகின்றவர்களாய் மாறிக்கொண்டு வருவதைப்பற்றி இவண் நாம் சற்று சிந்தனைச் செய்மனமே என்று அன்புசால் நண்பர்களுக்கு அறைகூவல் இடுவோம்.

வகுப்புவாதிகள் தேசிய ஒருமைப்பாடு, ஒற்றுமை என்று பேசி, தேசபக்தியும், ஒருமைப்பாடும், தங்களின் சொந்தவுடைமையைப் போல் உச்சாடனம் செய்து மக்களைத் திசை திருப்பி ஒருங்கிணைக்க முயல்வர். உண்மையிலேயே வகுப்புவாதிகள் தேசபக்தர்களா? ஒருமைப்பாட்டை வளர்ப்பவர்களா? ஜனநாயக சமூகத்தில் அனைத்துத் தரப்பினரின் பங்கேற்பை மறுத்து, மதரீதியில் பெரும்பான்மை, சிறுபான்மை எனப் பிரித்து, “நாம்” “அவர்கள்” என சமூகத்தைப் பார்ப்பவர்களே வகுப்புவாதிகள். இவர்கள் பேசும் பெரும்பான்மைஎன்னும் பேச்சு எப்படி ஒருமைப்பாடாக முடியும்?— இப்போலியான ஐக்கியத்தில் சிறுபான்மையினர் என்ன ஆவர்? எனவே, வகுப்புவாதிகளின் தேசிய ஒருமைப்பாட்டுக் கூற்றானது அவர்களின் ஆதிக்கத்திற்கு உச்சாடனமுடன் பாதுகாப்பானது எனக்கருதி தமது பேச்சளவில் வெறுமனே பிதற்றுகின்றனர் என்பதையும், அவர்களின் போலியான ஒருமைப்பாட்டுக் கோஷத்தினுள் பிரிவினைவாதம், மதஅடிப்படைவாதம், போன்ற பிரித்தாளும் வாதங்களால், பல திரித்தல்களுடன் கூடிய மாய லீலைகள் உள்ளடக்கம் என்பதனையும் நன்கு புரிந்து கொள்ளுதல் நம் அனைவரின் தலையாயக் கடமையாக இருத்தல் வேண்டும்.

ஒற்றைத்தேசியம் பேசும் வகுப்புவாதம், சமயச்சிறுபான்மையினர்க்கு மட்டுமல்லாது, மொழிசிறுபான்மையினர்க்கும், தேசிய இனங்களுக்கும் எதிரியாகும். இவர்கள் பேசும் ஒன்று என்பது பன்மையை, பன்முகக் கலாச்சாரத்தை மறுப்பது, மேலும், இவர்கள் பேசும் பன்மை என்பது, இந்துத்துவ இந்திய சமூகத்தில் வாழும் அனைத்து பிரிவினரையும் குறிக்குமிடத்து, அவர்களின் ஜனநாயக முறைப்படி சம உரிமை வழங்காது, அனைத்து பிரிவினரையும் சகித்துக்கொள்வது (Mutual Tolerance) என்பது ஜனநாயகத்தின் கூறும் ஆகாது. மேலும், இவ்வாறு சார்ந்து வாழ்வது ஜனநாயகமும் அல்ல. “நம் இந்திய நாடு சகிப்புத் தன்மையுடையது”, இந்து மதம் சகிப்புத் தன்மையுடையது என்பதெல்லாம் இன்னொரு சாராரிடம் உரிமை கேட்க உரிமை இல்லை என்பதனை, சூசகமாக மறுத்தலேயாகும். ஏனெனில், பன்முகச் சமூகத்தின் “சம பங்கேற்பு” (Equal Participation) தான் ஜனநாயகம். ஜனநாயகம் மட்டுமே சிறுபான்மை உரிமையை கேட்கும் சரியானத்தளத்தை உருவாக்கமுடியும். ஜனநாயக அரசில் இவர்கள் குடியுரிமை பெற்றவர்கள். குடியுரிமை

என்பது சலுகையல்ல, மாறாக, குடியுரிமை இவர்களது அடிப்படை உரிமையாகும். மேலும், சிறுபான்மையினரின் உரிமை எவரொருவரின் தனிப்பட்ட தயவாலும் பெறுவதன்று. ஒரு குழுவால், தனி நபரால்தரப் பெறுவதோ, காக்கப்பெறுவதோ ஏன் பறிக்கப்படுவதோ அல்ல. இது ஜனநாயகம் தரும் உரிமை. சரியாகச் சொல்ல வேண்டுமானால், இந்திய ஜனநாயகத்தின் நிலைப்பு, சிறுபான்மைச் சமூகங்களின் உரிமைகளின் பாதுகாப்பில் தான் உள்ளது.

இவ்வாறு இருக்கையில், நம் இந்திய ஜனநாயக நாட்டில், சமநீதி வழங்கும் இடத்து, வகுப்புவாதம் தனது சூட்சகமான பொய்யான கோஷம்மூலம், சிறுபான்மையினர்களின் தனித்த கலாச்சாரத்தையும், கலாச்சார அடையாளங்களையும் மறுத்து ஒற்றை கலாச்சாரம் பேசுவதால் அவர்கள் மறுப்பது சிறுபான்மையினர்களின் உரிமை அல்ல, மாறாக ஜனநாயகத்தையும், சமத்துவத்தையும், சமூக நீதியையுமே என்பதில் அனைவரும் தெளிவுபெற வேண்டும். மேலும், வகுப்புவாதம் பேசும் நம் இந்திய-இந்து தேசிய (இந்துத்துவ) அரசு, நம் பன்முகக்கலாச்சாரத்தை மறந்து, சிறுபான்மையினரை ஓரங்கட்டி, அவர்களை இரண்டாந்தரக் குடிமக்களாக நடத்தி வருகின்றது. நாசி, ஜெர்மனியில், யூதர்கள் இட்லரால் எதிரிகளாகக் காட்டப்பட்டு வளர்க்கப்பட்டது போல், நம் நாட்டிலும் தற்போது நடைமுறைப் படுத்தப்பட்டு வரும் மத-வகுப்பு வாத செயல்பாடுகள் சமயச் சிறுபான்மையினரை மையப்படுத்தி அவர்களை எதிரிகளாக சித்தரித்துக் காட்டிக் கொண்டிருக்கின்றது. இப்பகை அரசியல் (Politics of Hate) என்னசெய்யும்? சிறுபான்மை மக்களிடம் அச்சத்தையும், பகைமையையும், சமூக இடைவெளியையும் வளர்க்கும். ஒடுக்கப்பட்ட இம்மக்கள் பெரும்பான்மை வகுப்புவாதத்தை வெளிப்படையாக எதிர்க்கும் ஆற்றலை இழக்கின்றபோதும், ஜனநாயகரீதியில் போராடும் சக்தியை இழக்கின்றபோதும், இவர்கள் தீவிரவாதிகளாக மாறுவதற்கான வாய்ப்பும் அதிகம் உருவாகுகின்றது. இதுவே, இன்று நம் இந்திய நாட்டில் நாம் காணும் உண்மையான நிலையாகும். பெரும்பான்மை அதுவும் சமயப்பெரும்பான்மை என்ற பெயரில் நிகழ்த்தப்படும் பயங்கரவாதம், சிறுபான்மையினரின் உரிமைக்குரலை நெரிக்கின்றபோது, உருவாகும் சிறுபான்மையினரின் பயங்கர வாதத்திற்குப் பொறுப்பு பெரும்பான்மை பயங்கரவாதமே. சமய-மத அடிப்படையிலான அரசு,

எப்போதுமே சமயச் சிறுபான்மையினரின் அழிவில்தான் வாழ்கின்றது. இவர்கள் பெரும்பான்மைச் சமயக்கோட்பாடுகளை ஏற்காதபோது, ஓரங்கட்டப்படுகின்றார்கள், கொலைசெய்யப் படுகின்றார்கள் அல்லது விரட்டப்படுகின்றார்கள். இதையே, வலுப்படுத்தும் விதமாக ஆர்.எஸ்.எஸ்.கோல்வால்கரின் கருத்துக்கோவை (Bunch of oughts), கூறுமிடத்து,

"தேசபக்தர்கள் யார்? இந்து இனத்தையும் இந்து தேசத்தையும் நெஞ்சின் ஆழத்திலிருந்து போற்றுபவர்கள். ஏனையோர் காட்டிக்கொடுப்பவர்கள் அல்லது முட்டாள்கள் (Idiots). இந்து தேசத்தில் வாழும் சிறுபான்மையினருக்கு இந்நாட்டில் வாழ உரிமையுண்டா? இங்கு வாழும் வேற்றுச்சமயத்தினர் இந்து தேசத்தின் கலாச்சாரத்தையும், சமயத்தையும், மொழியையும் ஏற்றுக்கொள்ளவேண்டும்... தங்கள் தனித்த அடையாளங்களைக் கட்டிக்காப்பதுவரை அவர்களுக்கு இந்நாட்டில் இடமில்லை... இல்லையெனில் அவர்களுக்கு குடியுரிமைகூட இல்லை... ஒரு பழமையான நாடு அன்னிய சக்திகளை இப்படித்தான் நடத்தும்" - என காண்கின்றோம். அவ்வாறே, 1996-யில் தேர்தல் பிரகடனத்தில், சிறுபான்மையினர் தாம் விரும்பியபடி நிறுவனங்களை நிறுவவும், நடத்தவும் இவர்களுக்கு கொடுக்கப்பட் உரிமைகளை குடிமக்களுக்கான (Citizens) உரிமைகளாக மாற்ற வேண்டும் என்றும் குறிப்பிட்டிருப்பததை நினைத்து பார்க்கும் போது, எங்கு? எதற்காக? எப்படி? யாருக்காக மாற்ற இவ்வகுப்பு வாதிகள் முற்படுகின்றனர் என்பதும், அவர்களின் கண்ணோட்டத்தில் குடிமக்கள் என்போர் யார்? என்பதும் தெளிவாகின்றதன்றோ! இங்கு, நாம் அதிகம் கவனிக்க வேண்டியது, அரசியல் சாசனத்தை மாற்ற விரும்பும் வகுப்புவாதிகள் நம் சமயச்சார்பின்மையையும், சமத்துவத்தையும், ஜனநாயகத்தையும் "தான் கேள்வி கேட்கின்றார்கள் என்பதைச் சற்றேனும் மறந்திடல் கூடாது.

8.3. அரசியல் சாசனத்தின் விதி முறைகளையும், கோட்பாடுகளையும் காற்றில் பறக்கவிட்டு, சிறுபான்மையினரை ஓரங்கட்டுதல் மூலமாக, போலியாகக்கட்டப்பட்ட பெரும்பான்மை அரசியல் அதிகாரம் பெற்ற வகுப்பு வாதிகள், நம் ஜனநாயகம் தரும் வாக்குரிமையை மட்டுமே பயன்படுத்தி உருவான அரசு, பெரும்பான்மையினருள் ஒரு சிறுபான்மை-நலன்காக்க, அப்பெரும்பான்மையினரின் வாழ்வுரிமையையே மறுக்கின்றது. போலியாகக் கட்டப்பட்ட

பெரும்பான்மை என்ற பெயரில் கருத்துமேலாண்மையை மக்களிடம் திணித்து மக்களின்கருத்துரிமை, பேச்சுரிமை, குடியுரிமை, அரசியல் சுதந்திரம் போன்றவை மறுக்கப்படுகின்றன. ஆதிக்கச் சக்திகள் அச்சுறுத்தலால் கட்டவிழ்த்து அரசியல் வன்முறை மற்றும் கலாச்சார வன்முறைகளால் மக்களின் தெரிவு செய்யும் உரிமை முடக்கப்படுகின்றது.

ஒற்றைக் கலாச்சார கொள்கையால், தேசிய இனங்களின் தனித்த அடையாளங்களையும், பாதுகாப்பையும் காக்கின்ற கலாச்சார உரிமை மறுக்கப்படுகின்றது. இந்திய அரசியல் சாசனம் உத்திரவாதம் தரும் அடிப்படை உரிமைகளும், அகில உலக மனித உரிமை உடன்படிக்கைகளில் இடம் பெற்றுள்ள அனைத்த உரிமைகளும் கேள்விக்குட்படுத்தப்படுகின்றன. வாக்களித்த சிறுபான்மையினரின் உரிமைகள் பெரும்பான்மை பலத்தால் அழிக்கப்படுகின்றன. சமயநம்பிக்கையின் பெயரில் போலியாகக்கட்டப்பட்ட பெரும்பான்மையால் செய்யப்படும் ஆட்சி, நம் அரசியல் சாசனம் தரும் நீதி, சுதந்திரம் என்னும் மதிப்பீடுகளை தகர்க்கின்றது. ஆதலால், மத அடிப்படைவாதிகள், நாட்டின் அறக்கோட்பாட்டைக் காக்கும் பிரதிநிதிகள் என தங்களைத் தாமே கூறிக்கொண்டு தங்கள் கருத்துகளை கட்டாயமாகத் திணிக்கின்றனர். மக்களின் கருத்துச் சுதந்திரம் அவர்களால் மிதிக்கப்படும் பொழுது அதனை மீறுகின்றவர்களை வன்முறை கொண்டு ஒடுக்குகின்றனர். இம் மத-வகுப்புவாதிகள் மனித சட்டங்களை மதிப்பதாகக்கூறி, ஜனநாயகத்தைக் காப்பது போல்மனிதர்களால் உருவாக்கப்பட்ட சட்டங்களை உடைக்கின்றனர். இறைவன் கொடுத்ததாகச் சொல்லப்படும் கோட்பாடுகளால் நடத்தப்படும் வகுப்புவாத அரசு மனிதர்களால் உருவாக்கப்பட்ட சட்டத்தின் ஆட்சியை (Rule of Law) என்றும் மதிப்பதேயில்லை. இவ்வாறு, தான்தோன்றித்தனமாக பொய்யான வாக்குறுதிகளால் இளைஞர்களை வெறியூட்டி, ஒருங்கிணைக்கப்பட்ட கூட்டம் செய்யும் எச்செயலும் மதத்தின் பெயரால் அங்கீகரிக்கப்பட்டு கூட்டு மன்னிப்பும் வழங்கப்படுகின்றது. மதமாற்றம் என்ற பெயரில் சிறுபான்மையினர் கொச்சைப் படுத்தப்படுகின்ற போது, அவர்களின் பேச்சுரிமையும், கருத்துரிமையும், மத-சுதந்திரமும், மனிதநேயமும், மதநல்லிணக்கமும் ஏன் அவர்களின் குடியுரிமையும் மறுக்கப்படுகின்றது.

8.4. ஒடுக்கப்பட்ட மக்களின் விடுதலைக்காக/விடியலுக்காக அர்ப்பணிப்போரை மிரட்டியும், கொலை செய்தும், தாழ்த்தப்பட்டோரின் வாழ்வுரிமை மறுக்கப்படுவதோடு, எந்த இடத்திற்கும் சுதந்திரமாகச் சென்று வரும் அடிப்படை உரிமையே மறுக்கப்படுகின்றது. உரிமைகள் இயல்பானவை, பொதுவானவை, பிரிக்க முடியாதவை. இங்கு நாம் சற்று உன்னிப்பாகக் கவனிக்கவேண்டியது யாதெனில், சமயக்கோட்பாடுகள் குறிப்பாக இந்து சமயத்தின் சனாதன தர்மம் என்பது, மனிதரின் கடமைகளைப் (Duty-Purushartha Dharma, Artha, Kama and Moksha) பற்றிப் பேசுகின்றதே தவிர, அவர்களின் உரிமைகளைப் பற்றி அல்ல, குறிப்பாக இன்றளவும் பா.ஜ.க. தொண்டர்கள் முதல் தலைவர்கள் வரையில் உரிமைகள் பொதுவானதாகவே இருக்க, மனிதர்கள் தம் கடமை/தர்மம் என்பது, அவர்களின் வயது, பால், குடும்பம், பிறப்பு, பிறப்பிடம், மரபு என்ற பல நிலைகளுக் கேற்ப மாறுபடுகின்றது என்கின்றனர். இது உளவியல் கல்வியியல்தத்துவக் கோட்பாடுகளின் அடிப்படையில் இயல்பு நிலை மற்றும் சூழ்நிலை (Nature and Nurture) ஆகியவற்றின் தாக்கங்களால் ஏற்படும் மனோ-தத்துவமானிடம் மற்றும் உடலியல் கூறு-உளவியலாக்கம் ஆகியவற்றிற்கு புறம்பானதாக உள்ளது.

ஏனெனில், தனிமனிதனின் சரீரம் மற்றும் ஆன்மா (Body and Soul - Physical Essence) – என்ற இயற்பியல் சார்ந்த இயற்கையும், சிந்தனையாற்றல் தன்மை மற்றும் விலங்கியல் தன்மையும் (Rational-Animality-Meta-Physical Essence) கொண்ட, மெட்டா-இயற்பியல் சார்ந்த தத்துவரீதியில் இயல்பாகவே எந்த மாறுபாடுமின்றி அனைத்து மனிதர்களின் உள்ளடக்க இருக்கைகளாக இருந்து செயலாற்றுகின்றது என்பது ஒரு மாபெரும் உண்மையே.

மேலும், இங்கு மனிதன் இந்து சமயத்தின் தர்மத்தின்படி தன் சூழலை மாற்றிக் கொள்ள இயலாது என்றும் கூறுகின்றது. அதுவே தான் தர்மம் என்கின்றது இந்து மதம். இத்தகையத் தர்மக்கோட்பாடுகளைக் கொண்ட ஓர் அரசு, மனித உரிமைகளை எப்படி மதிக்க இயலும்? ஒடுக்கப்பட்ட மக்களின் உரிமைகளுக்காகத் தோள் கொடுப்போரை பயங்கரவாதிகள் எனச்சித்தரித்தும், ஜனநாயக விதிமுறைகளுக்கு எதிரானவர்கள் என்று வர்ணித்தும் வரும் அரசு,வகுப்புவாதிகளின்

ஜனநாயக நெறிமீறல்களைக் கண்டு கொள்ளாமல் விட்டுவிடுவதோடு, இவ்வகுப்புவாதிகளின் செயற்பாடுகள் மனித உரிமைகளின்பாற்பட்டது என்று கூறி, அலட்சியப்படுத்துகின்றது. ஆகவே, ஜனநாயகத்தின்மீது இம் மத-வகுப்புவாத அரசு தன் நம்பிக்கையை தானே இழப்பதோடு மட்டுமின்றி, மக்களால் உருவாக்கப்பட்ட சட்டத்தின் ஆட்சியை (Rule of Law) என்றும் மதிக்காது, பெரும்பான்மையினருள் ஒரு சிறுபான்மை நலன்காக்க அப்பெரும்பான்மையினரின் வாழ்வுரிமையையே மறுக்கின்றது.

8.5. சிவில் சமூகத்தையும், சிவில் சமூக நிறுவனங்களையும், வகுப்புவாதமும், சமய அடிப்படைவாதமும் மிக மோசமாகத் தாக்குகின்றது. அரசியலுக்கு அப்பாலும், அரசியல் சார்ந்தும் செயற்படவேண்டிய சிவில் சமூக நிறுவனங்கள் வகுப்புவாத கருத்தியலால், சமய---நீதியில் பிளவு பட்டுள்ளன. சிவில் சமூகத்தின் இயல்பான அனைத்துப் பிரிவுகளும் மறுக்கப்பட்டு, சமய அடையாளம் தவிர்த்து மற்றவைகளைப் பற்றி சிந்திக்க இயலா நிலைக்குத் தள்ளப்பட்டு கொண்டிருக்கின்றன. பெரும்பான்மை-சிறுபான்மை, உங்கள் சமயம்-எங்கள் சமயம், நாம் அவர்கள் என்ற பிளவுகள், சிவில் சமூக இணைப்பை, இணைந்த செயற்பாட்டை, குறிப்பிட்ட சமய எல்லைக்குள் நிறுத்தி, அதைக் கடந்து சிந்திக்கவோ, செயற்படவோ விடாமல் தடுத்து விடுகின்றது. அரசியல் சார்ந்து செயல்பட வேண்டிய இயக்கங்கள் குறிப்பாக தொழிற்சங்கங்கள், பெண்ணுரிமை இயக்கங்கள், தன்னார்வத் தொண்டு நிறுவனங்கள் போன்றவைகள் எல்லாம் போலியாகக்கட்டப்பட்ட பெரும்பான்மை சமய அடிப்படையில் பிளவுபட்டுக் கொண்டிருக்கின்றன. பகைமையை வளர்த்து பிளவுகளை நிலைப்படுத்த முயலும் வகுப்புவாதம், தோழமை, நல்லுறவு, உரையாடல், சகிப்புத்தன்மை எனும் மதிப்பீடுகளை தகர்த்து விடுகின்றது. கருத்துக்களை சுதந்திரமாகப் பகிர்ந்து கொள்ளுதல், முரண்படுதல், இயக்க கருத்துக்களை உருவாக்குதல் என்பன போன்ற சிவில் சமூக உரிமைகள் மறுக்கப்படுகின்றன. ஜனநாயக அரசு, அரசின் நிறுவனங்கள், அவைகள் தம் மக்கள் பணியில் தவறுகின்றபோது, கேள்வி கேட்க வேண்டிய சிவில் சமூக நிறுவனங்கள் சமயரீதியில் பிளவுபட்டுக் கிடக்கின்ற போது, சிவில் சமூக உரிமைகளும், சமய-நீதியும் மக்களுக்கு எட்டாக்கனியாகி,

கொலையும், கொள்ளையும் நிறைந்த, வாழ்வற்ற, அமைதியேயற்ற, நிலைகள் உருவாகிக்கொண்டிருக்கின்றபோது, பொது சிவில் சட்டம் கொண்டுவர ஒன்றிய அரசு விழைவதேன்?

8.6. மத அடிப்படைவாதம், கலாச்சாரப்பாதுகாப்பு, பழம்பெருமை, நெடியவரலாறு என்ற தளங்களை மையப் படுத்தி வளர்க்கப்படுகின்றது. இந்நிலையில் முதற்பலிக்கடாக்களாவது பெண்களே. இன்று வரையில், ஆப்கானிஸ்தான் தலீபன் அரசு, சமயம், கலாச்சாரம் என்ற பெயரில் நடைமுறைப்படுத்தப்படும் பட்வாக்கள், சொந்த சமயஞ்சார்ந்த பெண்கள் மீதே நடத்தப்பெறுகின்ற பாலியல் பலாத்காரம் போன்றன அன்றாட நிகழ்வுகளாக, ஐ.நா.சபையின் கண்டனங்களையும் மீறி கொடுமையான நிலையில் நடந்துகொண்டிருக்கின்றது. இன்றும் ஆப்கானில் 10-வயதுக்கு மேற்பட்டபெண்களில், ஏதாவது ஒருவகையிலான பலாத்காரத்திற்கு உட்படாத பெண்களே இல்லை. பழமை வாத, மதவாத அரசு, பெண்களுக்கு இழைக்கும்கொடுமைகளை நிறையவே சொல்லலாம். மதவாதம் எச்சமய அடிப்படையில் எழுந்தாலும் அது பெண்களுக்கு எதிரானதே. இதனை, கல்விக்கூடங்கள் ‘நரகத்தின் வாயில்கள்’ என்றும், வானொலிப்பெட்டி ‘சாத்தானின் பெட்டிகள்’ என்றும், தொலைக்காட்சியை ‘சாத்தானின் கண்ணாடிகள்’ – என்றும் வர்ணிக்கும் மத-வகுப்புவாதம், நவீனத்துவக் கோட்பாடுகளுக்கு எந்த அளவுக்கு எதிரானது என்பது தெளிவாகின்றது.

இந்துச்சமூகத்தில், பெண்களின் பணிகளாக-தி-வீக்-ஜனவரி 24-1996-இல், சங்கபரிவாரங்களின் தலைமை அமைப்பாகிய ஆர்.எஸ். எஸ்.- பெண்கள் பிரிவாகிய இராஷ்டிரிய சேவிகா சமிதி பற்றிய கட்டுரையில், இப்பிரிவின் தலைவியாகிய இலட்சுமிபாய்கேல் அவர்களின் கருத்துக்களாக, “குடும்பமே இந்துச் சமூகத்தின்முக்கிய மையம். இக்கும்பத்தின் மையம் பெண்கள். பெண்கள் குழந்தைகளை வளர்ப்பதும், அவர்கள் முன்னேற்றத்திற்கு வழிசெய்வதும்தான் இந்து தேசத்திற்கு அழகுதருவது.” – என்றும், “பெண்கள் கல்வி கற்கலாம். ஆனால், வேலைக்குச் செல்லுதல் முக்கியமல்ல, குடும்பத்தைப் புறக்கணித்து வேலைக்குச் செல்லக்கூடாது.” கணவனின் சம்பளத்தில் குடும்பத்தை நடத்த பழகிக்கொள்ள வேண்டும். பெண்கள் குடும் பத்தின் சூழ்நிலைக்கேற்ப அனுசரித்து வாழவேண்டும். பெண்கள்

வீட்டில் சீதையாகவும், வெளியே செல்லும் போது ஆபத்து நேர்ந்தால் துர்க்கையாகவும் மாறவேண்டும்." – இவ்வாறு கூறப்படுகின்றது.

பெண்ணடிமைத்தனத்தை நியாயப்படுத்திச் சட்டமாக்கிய மனுவை உலகின் தலைசிறந்த சட்ட வல்லுநர் என்று போற்றுகின்றார் கோல்வால்கர். அழியாத, மாறாத தன்மையுடைய சனாதன தர்மம் போற்றப்பட வேண்டும் என்கின்றனர். எனவே சனாதனம் பெண்களுக்குத் தரும் இடம் என்ன? சனாதனக் காவலர்களான சங்கராச்சாரியார், பெண்களை "தரிசு நிலங்கள்" என்று அழைக்கின்றார். மேலும், ஆச்சாரியார் வாக்கு, "வயது வந்த பெண்கள் சர்வ சகஜமாக ஆண்களுடன் சேர்ந்து உத்தியோகம் பார்ப்பது நம் தேச ஆச்சாரத்துக்கு விரோதமானது". அவ்வாறே, ரூப்கன்வரின் சதியை நியாயப்படுத்தினர் பூரிசங்கராச்சாரியாரும், பாரதீய ஜனதாவின் முன்னாள் துணைத்தலைவர் விஜயராஜ்ய சிந்தியாவும். இவர்களின் இன்னொரு கொள்கையான பொதுசிவில் சட்டம் கூட, இவர்களது முக்கிய நோக்கமான, சிறுபான்மை சமூகத்தினரின் குடும்ப நலச்சட்டங்களை ரத்து செய்துவிட்டு, இந்தியக் கலாச்சார அடிப்படையிலான பொது குடும்பநலச் சட்டத்தை கொண்டுவர வேண்டும் என்பது தான் பொருளாதார, அரசியல், சமுதாயப் புலங்களில் நீதிக்காகப் பெண்கள் நடத்தும் போராட்டங்கள் வெறும் மேற்கத்திய கோட்பாடுகள் என கொச்சைப்படுத்துகின்றனர். ஆகவேதான், பாரதீய ஜனதா ஆட்சி செய்த/ செய்கின்ற எல்லா மாநிலங்களிலும் இந்துப் பெண்களுக்கு பூர்வீகச் சொத்தில் சம உரிமை மறுக்கப்படுகின்றது.

"வேதத்திற்குத் திரும்புதல் (Back to Vedas)" –என்ற சித்தாந்தம் நடைமுறைப்படுத்துகையில், வர்ணா சிரமதர்மம் உயிர் பெறும். இத்தர்மத்தின் ஆட்சியில் தாழ்த்தப்பட்ட சாதிப் பெண்களின் நிலை என்ன? பன்மைத்தன்மையுடைய இந்துச்சமயம் சார்ந்த பெண்களின் பலபிரிவுகளுக்கிடையே உள்ள வேறுபாடுகளை மறுத்து, பிராமினியம் மட்டுமே தான் இந்துக் கலாச்சாரமாகின்றபோது, பெண்ணுரிமைகள் என்னவாகும்? சமயத்தால் நியாயப்படுத்தப்பட்ட, பாலிய விவாகம், விதவையர் திருமணமறுப்பு, சாதி பாகுபாடு போன்ற மூடப்பழக்க வழக்கங்களை, ஜனநாயக முறையில் தேர்ந்தெடுக்கப்பட்ட மக்களின் அரசு தனது சட்டத்தால் தடை செய்ததை, இத்தகைய அரசு மதத்தில் தலையிடுகின்றது என்று எதிர்த்த இச்சக்திகள், குடும்ப அமைதி

குலைய இத்தகைய அரசு கொண்டுவந்த மேற்கூறிய தடைச்சட்டங்களே காரணம் என்று குறை கூறியவர்கள், இன்றைய இந்துத்துவ அரசில் வேறென்ன செய்வார்கள்.

இவ்வாறே, அண்மையில் அறிமுகப்படுத்தப்பட்ட இந்துத்துவக் கல்வி, பெண்களுக்கு எட்டாம் வகுப்பிற்குப் பிறகு வீட்டை நிர்வகித்தல் (Home Keeping) கட்டாயப் பாடமாக்க வேண்டும் என்கின்றது. ஆர். எஸ்.எஸ்-ன் அமைப்பில் பெண்களுக்கு முன்பெல்லாம் இடம் கிடையாது என்பது நம்மில் எத்தனைப் பேருக்குத்தெரியும். எனவே, பெண்ணுரிமை அமைப்புகளும், அதன் பல்வேறு இயக்கங்களும் மிக விழிப்புடன் இருக்கவேண்டிய காலகட்டமிது. ஏனெனில், மத-அடிப்படையிலான வகுப்புவாதம் மூலம் உருவாக்கப் பெறும் சமய அடிப்படை வாதம், நாம் ஜனநாயக முறையில் கட்டி எழுப்புகின்ற அனைத்து அமைப்புகளுடன் கூடிய இயக்கங்களையும் ஒரே நிமிடத்தில் தகர்த்துவிடும் ஆற்றலுடையது. ஆகவே, பொய்யான பெரும்பான்மையின் கொள்கைகளால், சுயநலநோக்கில் சமயத்தின் பெயரால் செய்யப்படும் இவர்களது போக்கில் பெண்கள் எளிதில் அடிமையாக்கப்படுவர் என்பதால் நம் இந்திய பெண்களிடம் மிக எச்சரிக்கை தேவைப்படும் நேரமிது.இவர்கள் எவ்வாறு கி.பி.2026-க்கு பிறகு 33% இட ஒதுக்கீட்டை பெண்களுக்கு அளிக்கக்கூடும் என்பதையும், இந்தியப்பெண்கள் நன்குணரவேண்டும்.

8.7. மத-வாத அடிப்படையில் அறிவியல் பார்வையை வளர்க்க முடியாது. அப்பார்வை அறிவியல்பார்வையாக இருக்கவும் முடியாது. இன்று இந்தியப்பள்ளிகளில், மதவாத கண்ணோட்டத்தில் அறிமுகப்படுத்தப்பட்டு வரும் கல்வி, நாளை எப்படிப்பட்ட அறிவியல் சிந்தனையை நம் இளைஞர்கள் மத்தியில் வளர்க்கப்போகின்றது என்பதைப் பற்றி நாம் அதிகமாகச்சிந்திக்க வேண்டியதொன்றாக அமைந்துள்ளது. நம் அனுபவத்தின்படி, மத-அடிப்படைவாதம் எப்போதுமே அறிவியல் கண்ணோட்டத்திற்கு எதிராகவே இருந்துள்ளது. இது உலகு தழுவிய வரலாற்று உண்மை.

எனவே, மத-அடிப்படை வாதக்கண்ணோட்டத்தில் அறிவியல் ஆய்வு செய்யப்படுவது ஜனநாயகமுறையில் உருவான சமுதாயத்திற்கும் அதன் வளர்ச்சிக்கும் இழைக்கப்பெறும் பெரிய பாதகமாகும்.

அறிவியல் அதன் அடிப்படையிலேயே சமயசார்பற்ற ஒன்று. அறிவியல் ஆய்வு எந்தவித மத நம்பிக்கையையும் அடிப்படையாகக் கொண்டு செய்யப்படுவதன்று. பௌதீக உண்மைகளைப் பற்றிய ஆய்வு இம்மண்ணுலகைச் சார்ந்தவையாகத்தான் இருக்க முடியும். ஆதலால் தான், அறிவியல் கருத்துகளை விவிலியம், குரான் மற்றும் வேதக்கண்ணோட்டத்துடன் பார்க்க முடியாது. ஏனெனில், மத நம்பிக்கைகள் ஆய்வுக்குட்படமாட்டாதவை மற்றும் மறுப்பவை, இவை நிலையானவை என்று கருதப்படுபவை. ஆகவே இவைகள் கேள்விக்குட்பட மாட்டாதெனவென்று கருதப்படுவன. அறிவியலும், மத அடிப்படைவாதமும் ஒன்றுக்கொன்று முரணானவை. ஆதலால்தான், அறிவியலறிஞர்கள் தம் ஆய்வுக்கு சமய அடிப்படையை மையமாகக் கொண்டதில்லை. சமய நம்பிக்கையுடைய அறிவியலறிஞர்கள் பலரும் தங்கள் அறிவியல் ஆய்வை தம்சமய நம்பிக்கை அடிப்படையில் செய்வதில்லை. ஆனால், இன்று நம் இந்தியாவில் வளர்க்கப்பட்டுவரும் மத அடிப்படைவாதம், அறிவியலையும் மதவாத அடிப்படையில் ஆய்வு செய்யவைத்திருப்பது உலகமயமாக்கலில் இன்றைய இந்துத்துவ இந்தியா மிகப் பெரிய சவாலை நம் இளைஞர்கள் மத்தியில் உருவாக்கியுள்ளது.

தொல்பொருள் ஆய்வாளர்கள் பலர், அயோத்தியில் இராமர் கோயில் இருந்ததில்லை என்று நன்கு மறுத்த பிறகும், இது சட்ட ஆய்வின் அடிப்படையன்று நம்பிக்கையின் அடிப்படையில் தான் பார்க்க வேண்டும் என்ற திரு. எல்.கே. அத்வானி அவர்களின் கூற்றால், அயோத்தியிலிருந்த மசூதி இடிக்கப்பட்டு இன்று பல கோடி ரூபாய் பாராளுமன்றத்தின் மூலமாகவே ஒதுக்கப்பட்டு, அயோத்தியில் இராமர் கோயில் கட்டுமானப்பணிகள் அரைகுறையாய் நடத்தி அவசரகதியில், வரும் ஜனவரி 22-ஆம் நாள் நம் பாரத பிரதமர் திரு. நரேந்திர மோடி அவர்கள் (திரு. எல்.கே. அத்வானி, முரளி மனோகர் ஜோஷி, சங்கராச்சாரியார்கள், ஜீயர்கள்,திரு. சம்பத் ராய், ஆழ்நிலை இராம பக்தர்கள் மற்றும் ஆர். எஸ். எஸ். நிர்வாகிகள் யாதொருவரின் தலைமையிலுமின்றி) வைணவ - இந்து- சமய சார்புடைய விழாவில், தாமே தலைமையேற்பதின் மூலம், இவ்விழாவை அரசியலாக்கி, இந்து சமயம் மற்றும் மனுநீதி சாஸ்திரங்கள், சம்பரதாயங்கள், ஆகம- விதிமுறைகள் மற்றும் இந்திய- மரபு வழிமுறைகளையும் மீறி, இராம்

லல்லா பிராணப் பிரதிஷ்டையைச் செய்ய இருப்பது, இன்றைய இந்திய இந்துத்துவ ஒன்றிய அரசின் பல்வேறு சர்வாதிகாரமிக்கச் செயல்பாடு சிறந்த எடுத்துக்காட்டாகும். மிகப்பெரிய வரலாற்றறிஞர் பேராசிரியர் ரொமிலாதாப்பர் போன்றோர், "ஆரியர்கள் தாய்நாடு இந்தியா அல்ல" – என்று கூறிய பிறகும், இன்றும் அத்தகையக் கண்ணோட்டத்தை மறுத்து "நாங்கள் இந்நாட்டிற்கு எங்கிருந்தும் வரவில்லை. நாங்கள் ஏடறியாக்காலத்திலிருந்து இந்நாட்டின் பூர்வீகக்குடிமக்கள், இயற்கையான தலைவர்கள் நாங்கள்" என்று ஆர்.எஸ்.எஸ். கூறுகின்றது. (கோல்வால்கர், பக்கம்–8,9). இவரே மீண்டும் கூறுவார், "இந்துத்துவ கனவு வெற்றி பெறுமானால் அறிவியலையும், தொழில் நுட்பத்தையும் இந்துத்துவ சிந்தனைக்கு தலைவணங்கச்செய்வோம்." என்று தனது கனவாகக் கூறுவது, அவரது பகல்கனவா? அல்லது அவர் காணும் கானல் நீரா? என்பதை அவரது தலைவணங்கச் செய்யும் செயலால் நிரூபித்துக் காட்டுவது எந்தநாளோ அந்தநாளே, அறிவியலும், தொழில்நுட்பமும் இந்துத்துவத்தின் சவாலுக்கு அடிமையாகும் நாளாகும். அதைதான் பொறுத்திருந்து பார்ப்போமே.

8.8. சமய-ரீதியில் மக்களை வெறியூட்டி ஒருங்கிணைக்கும் வகுப்புவாதம், அடித்தள மக்கள் மீது ஒரு பொய்யான எதிர்ப்பை முன்னிறுத்தி வளர்க்கின்றது. இந்தியாவில் பெரும்பான்மை சமயத்தின் அடிப்படையில் எழுப்பப்பெறும் வகுப்புவாதம், மதச்சிறுபான்மையினரை குறிப்பாக இசுலாமியரை எதிரிகளாகக் காட்டியே வளர்க்கின்றது. இசுலாமிய ஆட்சியாளர்களிடமிருந்து இழந்த இந்திய ஆட்சியை, இந்து மேலாதிக்க சக்திகளிடம் இந்துத்துவக் கொள்கைகளின்படி இந்திய மக்கள் ஒப்படைக்கவேண்டும். இந்து-ஆட்சி வேண்டும் என்று கனவு கண்ட மேலாதிக்க சக்திகள் ஆங்கிலேயர்களிடம் காட்டாத வெறுப்பை, சமய-சார்பின்மை பேசுகின்ற காங்கிரஸ் தலைவர்களிடமும், சிறுபான்மையினரிடமும் காட்டுகின்றது.

தற்போது, நமக்கு எழும் கேள்வியெல்லாம் வகுப்புவாதிகள் எதிரிகளாகக்கருதும் இசுலாமியர்கள் இவர்களின் உண்மையான எதிரிகளா? 85% இந்து பெரும்பான்மையுடைய நம் இந்திய நாட்டில், வெறும் 12%மே உடைய இசுலாமியர் எவ்வாறு இவர்களின் எதிரிகளாக முடியும்? அரசியல், பொருளாதாரம், கலாச்சாரம், பண்பாடு, சமூக நகர்வுகள் (Social Mobility) நிலைகளில் உரிய பங்கேற்பு மறுக்கப்பட்ட

இவர்கள், அரசு பதவிகளில், 2% கூட பங்கேற்காத இவர்கள், எழுத்தறிவு பெறாதவர்களில் இவர்களே அதிகம் என்ற நிலையில், எப்படி இவர்கள் எதிரிகளாக முடியும்? சமய ரீதியில் மக்களை ஒருங்கிணைத்து அரசியல் அதிகாரத்தைக் கைப்பற்றுவதுதான் மத-அடிப்படைவகுப்புவாதத்தின் நோக்கம் என்றிருக்கையில், அதிகார அரசியலில் போட்டி இடுகின்ற அளவில்கூட எண்ணிக்கையில் வலுவற்ற சிறுபான்மையினர் எவ்வாறு இவர்களுக்கு எதிரிகளாக முடியும்? நாசிசக் கொள்கைக்கொண்ட ஜெர்மனியின் இட்லரால் எதிரிகளாகக்காட்டப்பட்ட யூதர்கள் அரசியல், பொருளாதார நிலைகளில் வலுப்பெற்றவர்கள், இவர்களை எதிரிகளாகக் காட்டப்பெற்றதில்கூட கொஞ்சம் பொருளுண்டு. அப்படி என்றால், இவர்களின் உண்மையான எதிரிகள் யாராக இருக்க முடியும்?

இவ்வாறு அரசியலில் கண்ட சர்வாதிகார போக்கால், இன்றளவும் (கி.பி.2023) இஸ்ரேலின் பாலஸ்தீனுடனான தாக்குதல், கிறிஸ்துவ – இஸ்லாம் மதங்களுக்கிடையிலானதொன்றாகக் கருதப்படுவதோடு மட்டுமின்றி, இதன் உண்மையானக்காரணம் இட்லரால் நாடு கடத்தப்பட்ட யூதர்களுக்கு இன்றளவும் நிலையான இருப்பிடமில்லாமையே ஆகும்.

நம் இந்திய நாட்டில் எப்போதெல்லாம் ஒடுக்கப்பட்ட மக்கள் எழுச்சி கொள்கிறார்களோ, அப்போதெல்லாம் நம் நாட்டின் உயர் சாதி என்று, அவர்களாலேயே உருவாக்கி அழைத்துக்கொள்ளப்பட்ட ஆதிக்க சக்திகள், தங்களுக்கு ஆபத்து வந்துவிட்டதாகவே கருதுகின்றது என்பது நம் வரலாற்றில் கண்கூடாகக் கண்ட உண்மை. இவ்வாபத்திலிருந்து தப்பிக்க, இச்சக்திகள் தாங்களாகவே உருவாக்கிக் கொண்ட, முதல் நடவடிக்கை தான் சனாதன-வர்ணாசிரமதர்மம் (பிராமணர், சத்திரியர், வைசியர், சூத்திரர்) கோட்பாடாகும். ஒடுக்கப்பட்ட மக்களின் கேள்விக்கு வர்ணாசிரமதர்மத்தின் பெயரால் தாங்களாகவே உருவாக்கி எடுத்துக் கொண்ட சமூக- அமைப்பின் மூலம் இன்னார்க்கு இன்ன இடம் என்று ஒதுக்கி, ஆதிக்கச் சக்தியாளர்கள் மற்ற இருவகையாளர்களின் உதவியுடன், ஒடுக்கப்பட்டோர் தம் சமூக நிலைப்பாட்டை கட்டாயப்படுத்தி ஏற்றுக்கொள்ளவைத்தனர்.

சமயரீதியில் நியமம் ஆக்கப்பட்ட இவ்வர்ணாசிரம-தர்ம கோட்பாடுகளுடன் கூடிய இவ்வமைப்பை, புத்தரும், பின்னர் ஜோதிபா பூலேயும், அம்பேத்கரும், பெரியாரும் கேள்விகள் கேட்டனர். ஆங்கிலேயர்

ஆட்சியின்போதும், அதைத் தொடர்ந்து உருவான இந்திய சுதந்திர அரசியல் ஒடுக்கப்பட்டோரின் உரிமைகள் சில சலுகைகளாக மாறியபோதும், வர்ணாசிரமக்கட்டமைப்பு கொஞ்சம் ஆட்டங்காணத் துவங்கியபோதும், மேலாதிக்க சக்திகள் தமக்கு ஆபத்து வருவதாகவே பொருள் கொண்டன. எனவேதான், இச்சக்திகளுக்குள் பெரும்பான்மையினரான பிற்படுத்தப்பட்டோருக்கு 27% இட ஒதுக்கீட்டை, மண்டல் குழு பரிந்துரைத்தபோது, இம்மத அடிப்படை வகுப்புவாதிகள் கொதித்து எழுந்தனர். இவர்கள் பிற்படுத்தப்பட்டோருக்கான இடஒதுக்கீட்டை மட்டுமல்லாது, இடஒதுக்கீட்டுக் கொள்கையையே கேள்விகேட்டனர். இவண் இவர்களது வெறும் சலுகைகள், இவ்வொடுக்கப்பட்ட மக்களின் முழுவிடுதலையை/விடியலை உறுதிப்படுத்தவில்லை என்றுணர்ந்த இம்மக்கள், இவர்கள் தாமே இயக்கங்களாக மாறி, அவர்களின் பங்கேற்பைக் கேட்டுப் போராடியபோது, ஆதிக்க சக்திகள் மிகவும் கலங்கின. எனவே, ஒடுக்கப்பட்டோரின் விடுதலையை/விடியலை உறுதிப்படுத்த எழுந்த போராட்டங்கள் மட்டுமல்ல, தேசிய இனங்களின் தன்னுரிமை முழக்கங்கள், இந்தி எதிர்ப்பு போராட்டங்கள், வர்க்கப்போராட்டங்கள், மாநிலக்கட்சிகளின் எழுச்சி மற்றும் தொழிற் சங்கங்களின் வளர்ச்சி போன்றனவெல்லாம், ஆதிக்க சக்திகளான மேல்சாதி எதிர்ப்பாகவே பார்க்கப்பட்டன. இந்நிலையில், ஒடுக்கப்பட்ட மக்கள் கேள்வி கேட்காவண்ணம் உருவாக்கப்பட்ட சனாதன-வர்ணாசிரம தர்மம் போல, இன்றைய 21-22ஆம் நூற்றாண்டுகளின் புதிய மில்லீனியம் வருடங்களில் ஆதிக்க சக்திகளின் தேவைகள் அடிப்படையில் உருவாக்கப்பட்டதே, இந்த இந்துத்துவமாகும். சனாதன-வர்ணாசிரமதர்மம், இந்துத்துவம் இரண்டுமே ஒரு கூட்டுக்குழுமம் (Corporatism). இது எப்போதுமே ஒத்துழைப்புப்பற்றி (Collaboration) மட்டுமே பேசும், முரண்பாட்டைப்பற்றிப் பேசாது. இத்தகைய ஒத்துழைப்பால் தனது அரிதி பெரும்பான்மையின் உதவி கொண்டு ஆதிக்க சக்திகளான மேல் சாதியினர் மத்தியில் பின் தங்கிய மக்களுக்கான 10% இட ஒதுக்கீட்டை நாடாளுமன்றத்தில் நிறைவேற்றும் அளவுக்கு இந்த இந்துத்துவ அரசு செயலாற்றுகின்றது.

8.9. திராவிட இயக்கம், பிராமணரல்லாதோரெல்லாம் ஒன்று என ஒருங்கிணைத்தமையால், தாழ்த்தப்பட்டோர் எச்சலுகையையும் பெறாதது போன்ற ஒரு மாயயை ஏற்படுத்தி, இந்து என்ற பெயரில்

இந்து தர்மத்திற்குள் வராதோரையும் ஒருங்கிணைத்து, உள்வாங்கி அவர்களுக்கு இதுவரையில் இல்லாத ஒருபோலியான அடையாளத்தைக் கொடுத்து, அவர்கள் நிலையில் எந்தவித அர்த்தமுள்ள மாற்றத்தையும் ஏற்படுத்தித்தராமல் ஏமாற்றி, "இந்துக்களைப் பிரிக்க வேண்டாம்" என்றகாந்தியடிகளின் கொள்கையும் இதைத்தான் செய்தது என்று தவறானதோர் விளக்கம்கூறி, இன்றைய இந்துத்துவமும் அதைத்தான் செய்கின்றது என்று ஆதிக்க சத்திகளான மேல்சாதியினர் தாங்கள் செய்யும் அநீதியானச் செயல்களை நியாயப்படுத்தி, ஓசையிட்டும் முழங்குகின்றனர். எனவே, இந்துத்துவத்தின் உண்மையான எதிரிகள் மதசிறுபான்மையினரல்லர் என்பதையும், இந்துக்களின் பெரும்பான்மையினரான பிற்படுத்தப்பட்டவர்களும், தலித் மக்களும்தான் என்பதைப் புரிந்து கொள்ளுதல் சரியே.

ஏனென்றால், இந்த இந்துமதவாத அமைப்புகள் தோன்றிய காலத்திலிருந்து இன்றுவரை சாதியமுறைகளைப் பற்றியோ, சாதி ஒழிப்பு பற்றியோ, பேசியிருப்பதைக் கேட்டிருக்க முடியாது. மாறாக, சாதிய அமைப்பு, நியாயப்படுத்தப் பட்டிருப்பதைத்தான் பார்க்கிறோம். இதை உறுதி செய்யும் விதமாக, 1924-இல் அலகாபாத்தில் நடந்த இந்து மகாசபை மாநாடு, தீண்டத்தகாதோர்க்கு பூணூல் அணிவிப்பதும், வேதம் கற்பிப்பதும், தவறென்றது. வேறு மதம்மாறியவர்கள் இந்து மதத்திற்கு திரும்பினாலோ/மாறினாலோ இந்து மதத்தின் சாதிகளுக்குள் இடமில்லை என்றது. மேலும் கோல்வால்கர் கூறுவார், "பழங்காலத்தில் சாதி அமைப்பு முறை இருந்தது. நாம் உச்சியில் இருந்தோம். ஆனால் சாதி அமைப்பு முறை நம் முன்னேற்றத்திற்கு முட்டுக்கட்டையாக இருந்தது என்பதற்கு எந்த ஆதாரமும் கிடையாது. உண்மையில் இந்தச்சாதி அமைப்பு சமூகத்தில் ஒற்றுமையைக் காக்கவே உதவி செய்திருக்கிறது" – என்று உண்மையை மறைக்காமல் அவர்தம் சாதியின் முன்னேற்றத்திற்கு மட்டும் இச்சாதிய அமைப்பு உறுதுணையாக இருந்ததை ஒத்துக்கொள்வதன் வெளிப்பாட்டையே இன்றளவும் கண்கூடாகக் காண்கின்றோம். ஆனால் இந்தச் சாதிய அமைப்பு சமூகத்தில் ஒற்றுமையைக் காக்கவே உதவி செய்திருக்கிறது என்ற விளக்கத்தைப் பொறுத்தவரை, திராவிட இயக்கமும் அதனைச் சார்ந்த பிற இயக்கங்களும் வன்மையாக மறுக்கின்றன.

மேலும், கோல்வால்கர் தனது கருத்துப்பிணைப்பில் (Bunch of Thoughts: pages – 107, 198) “வர்ண வியாஸ்தவா என்று சொல்வதையே நமது மக்கள் இழிவு என்று நினைக்கின்றார்கள். அது ஒரு சமூக அமைப்பாகும். அது சமூக ஏற்றத்தாழ்வு அல்ல, பிற்காலத்தில் தான் இது திரித்துக் கூறப்பட்டது. பிரித்தாலும் சூழ்நிலையை விரும்பிய பிரிட்டிஷார்தான் இப்படி பிரச்சாரம் செய்தனர். நான்கு சமூகப்பிரிவுகளும், அவரவர்கள் சக்திக்கேற்ப கடமைகளைச் செய்வதன் மூலம் கடவுளை வணங்கலாம் என்பதுதான் இதன் தத்துவம். பிராமணர்கள் தங்கள் அறிவுத்திறமையால் உயர்ந்தவர்கள், சத்திரியர்கள் எதிரிகளை அழிப்பதில் வல்லவர்கள், வாணிபம், விவசாயம் செய்பவர்கள் வைசியர்கள், தங்கள் தொழிலைச் செய்வதன் மூலம் சமூகத்திற்கு சேவை செய்பவர்கள் சூத்திரர்கள். இந்த நான்கு பிரிவுகளிலும் ஏற்றத்தாழ்வுகள் கிடையாது. இது ஒரு சமூக அமைப்பு. இதைப் புரிந்துகொள்ளாமல் இந்த அமைப்பு தான் வீழ்ச்சிக்கே காரணம் என்று பிரச்சாரம் செய்கிறார்கள்.” என்று அவர்தம் பாணியிலேயே கூறுகின்றார். இந்த நான்கு பிரிவுகளிலும் ஏற்றத்தாழ்வுகள் கிடையாது. இது ஒரு சமூக அமைப்பு. இதைப்புரிந்து கொள்ளாமல் செயல்படுகிறார்கள் என்ற நிலையிலிருந்து மாறுபட்ட, அம்பேத்கரும், ஜோதிபா பூலேயும், பெரியாரும் உயர்சாதி ஆதிக்கத்தை முழுமையாக எதிர்த்துக் கலகம் செய்தனர். இதனால், அவர்கள் காலத்தில் இந்துத்துவக் கொள்கைகள் இன்றைய அளவுக்கு ஒருங்கிணைக்கப்படவில்லை. மேலும் அவர்கள் இன்று இருந்திருந்தால், இந்த மேல்சாதி ஆதிக்க மதவாத அரசியலின் வளர்ச்சியை எதிர்க்க வேறு முறைகளை கையாண்டிருக்க வாய்ப்பு அதிகம் என்பதைச் சொல்லாமல் சொல்லும் வழிதான் “மத்திய அரசை, ஒன்றிய அரசு”- என்று நம் சாசனத்தின் வழி நின்று அழைக்கும் இன்றைய தமிழக அரசின் தலைச்சிறந்தச் செயலாகும்.

8.10. ஆகவே, ஒடுக்கப்பட்ட, பிற்படுத்தப்பட்ட, மிகவும் பிற்படுத்தப்பட்ட, மதசிறுபான்மையினர், அகதிகள் மற்றும் மலைவாழ் மக்கள் அனைவரும் வகுப்புவாத அரசியலையும் அதன் கருத்தியல்களையும் நன்கு புரிந்திருக்கின்றனரா? இனியாவது புரிந்து செயல்படவிழைகின்றனரா? என்ற பல கேள்விகள் நம்மில் எழத்தான் செய்கின்றன. ஆகவே, இத்தகைய மக்கள், மத-அடிப்படையிலான வகுப்புவாத அரசின் கொடுமுடியான உச்சபச்ச நிலையில்நின்று,

நீக்கம் பெற, தீர்க்கமான சில நடைமுறைகளை இப்போதே எடுத்தாக வேண்டும். வகுப்புவாத அடிப்படையில் உருவாகும் அரசு ஜனநாயக மற்ற எதேச்சாதிகார அரசாக இருக்கும் என்பதே உண்மை. நிச்சயமாக இவ்வரசுகள், சமயச்சிறுபான்மையினரை மட்டுமல்ல எச்சமயத்தை முன்னிறுத்தி ஆட்சி அமைக்கின்றனரோ அச்சமயத்தினுள் ஒடுக்கப்பட்ட பெரும்பான்மை மக்களையும், ஏழை மற்றும் எளியோரையும், ஓரம் கட்டிவிடுவர் என்பதே நம் இந்திய தேசத்தின் வரலாற்றுண்மை. இவ்வுண்மையை ஒடுக்கப்பட்டு ஓரம் கட்டப்பட்டோர் இனியாவது நன்கு புரிந்து கொள்ளவேண்டும்.

எனவே, ஒடுக்கப்பட்ட, ஓரம்கட்டப்பட்ட மக்களை உள்ளடக்கி, இவர்களின் விடுதலை/விடியல் உணர்வுகளை, மழுங்கடிப்பதற்கான/திசைத்திருப்புவதற்கான, வர்ணவியாஸ்தவா போல புதியதோர்-யுத்திதான் இந்த-இந்துத்துவம் என்பதனை நன்கு புரிந்து கொள்ளுதல் வேண்டும். இப்புதியதோர் மத்திய அரசினது, “பழைய இரசம் புதிய குப்பியில் – Old wine in New Bottle” என்ற நம் அனுபவபூர்வமான நிகழ்வுகளில் கண்ணும் கருத்துமாய் மிகவும் அக்கறையுடன் கண்காணித்து, பின் வளர்ந்து வரும் நம் இந்திய சமூதாயத்திலாவது, ஜனநாயகம், சமத்துவம், சமநீதி, சமயச்சார்பின்மை, நம் இந்திய தேசத்தின் ஒற்றுமை, சகோதரத்துவம், மக்களின் ஒன்றுபடட பங்கேற்பு, சமூகநீதி, மனிதநேயம், மதநல்லிணக்கம், பன்மையில் ஒருமை, போன்ற நம் இந்திய தேசத்திற்கு மிகவும் அவசியமானக் கோட்பாடுகளுடன் கூடிய விழுமங்களை இனிதே அடைய கடினமுடன் உழைப்பதே நம் ஒவ்வொருவரின் தலையாயக் கடமையாகும். இவண் தாழ்த்தப்பட்டோர், சிறுபான்மையினர் ஒருங்கிணைப்பு மட்டுமல்லாது, ஒற்றைமொழி, ஒற்றை இனம், ஒற்றைக்கலாச்சாரம், ஒற்றைத்தேசம் எனப்பேசிக்கொண்டும், பன்மை, பன்முகக்கலாச்சாரம், தேசிய இனங்களை மறுத்தும் செயல்படுகின்ற தற்போதைய மத-அடிப்படை வாதமுடன்கூடிய வகுப்பு-வாத இந்துத்துவ அரசை, நம் நாட்டின் சமயச்சார்பற்ற ஜனநாயக சக்திகளும், தனித்த அடையாளங்களையுடைய தேசிய இனங்களும் ஒன்றாக இணைந்துதான் எதிர்க்கமுடியும் என்பதை நினைவில் கொண்டு, ஜனநாயகத்தில் நம்பிக்கைக் கொண்ட ஒவ்வொருவரும் விடாமுயற்சியுடன் ஒவ்வொரு நொடியும் செயலாற்றுதல் வேண்டும்.

எனவே, இன்றைய 21-22ஆம் நூற்றாண்டுகளின் புதிய மில்லீனியம் வருடங்களில், மதவாதமும், மத-அடிப்படை வாதமும் எழுப்புகின்ற சவால்களை சந்திக்கின்றபோது, ஒருகருத்தை நாம் ஆழமாகச் சிந்திக்க வேண்டும். வகுப்புவாதத்தை ஒடுக்குவதற்கு உடனடி தீர்வு என எதுவும் கிடையாது. இம்மாதிரியான தீர்வுகள் இருப்பதாகக் கருதுவது, பொய்யான நம்பிக்கையும், வெறும் கனவுமாகத்தான் இருக்கமுடியும். ஏனெனில், வகுப்புவாத அரசியலுக்கு முந்தி, நம் இந்திய மக்களிடம் கடந்த 150 ஆண்டுகளுக்கும் மேலாகத் திட்டமிட்டு திணிக்கப்பட்ட/திணிக்கப்படுகின்ற மத-அடிப்படைவாத மற்றும் வகுப்பு வாதக்கருத்தியல்களின் இடையூறுகளை கவனமுடன் நம்தேச மக்களின் கவனத்திற்குக் கொண்டு சென்று, ஜனநாயகம், சமத்துவம், சமநீதி, சமயச்சார்பின்மை, சமூகநீதி, மனிதநேயம், மதநல்லிணக்கம், பன்மையில் ஒருமை மற்றும் ஒருமையில் பன்மை ஆகிய நம் தேசிய கோட்பாடுகளின் சிறப்பு மற்றும் அவைகளின் இன்றைய இந்தியாவிற்கான அவசியத்தையும் வெகுவாக எடுத்துக்கூறி, மெல்லமெல்ல மக்களின் மனநிலைக்கேற்ப, சனாதனத்தின் உண்மை நெறியை வளர்ந்துவரும் இளைஞர்களிடம் எடுத்தியம்பி, மாயை என்னும் இந்துத்துவ-இருளை மங்கச் செய்து, அதனின்று விலகி, நம்முழுமையான விடியலின் ஒளியை அடைந்திடல் வேண்டும்.

மேலும், கோல்வால்கர், “வரலாற்று ரீதியாக, அரசியல்ரீதியாக, இனரீதியாக, கலாச்சாரரீதியாக, இந்துஸ்தான் ஒன்று, முழுமையானது, பிரிக்கமுடியாதது. இது இப்படியே என்றும் இருக்கட்டும்.” என்று கூறுகிறார். பன்மையை மறுக்கும் இக்கோட்பாட்டின் தேசிய இனங்களின் பாதிப்பு மிகப்பெரியது. ஜனநாயக முறைப்படி அரசியல்ரீதியில் ஒருங்கிணைக்கப்பட்ட பன்முகக்கலாச்சாரமுடைய நம் இந்தியாவில், “ஒருமையில் பன்மை மற்றும் பன்மையில் ஒருமை” – யை விட்டு விட்டு, ஒருமையை மட்டும் பேசுவதால், பன்மையே இங்கு மறுக்கப்படுகின்றது/மறைக்கப்படுகின்றது. இவ்வாறு பன்மை மறுக்கப்படுகின்றபோது, ஜனநாயகம் மறுக்கப்படுகின்றது. ஜனநாயகம் மறுக்கப்படுகின்றபோது, தேசிய இனங்களின் கலாச்சாரமும், அவைகளின் பங்கேற்பும், தேசிய ஒருமைப்பாட்டின் அடிப்படை கோட்பாடுகளும் அடியோடு மறுக்கப்படுகின்றது.

ஒற்றைக்கலாச்சாரம், ஒருமொழி, ஒருதேசம் என்ற விளைவைத் தருகின்றபோது, நம் இந்தியாவை ஆக்கம் செலுத்தப்போகும் மொழி எது? கலாச்சாரம் எது? ஆகவே, இன்று இந்துத்துவ வாதிகள் பேசுகின்ற, ஜனாதிபதிமுறை ஆட்சி, அரசியல் சாசனமறுஆய்வு, ஒருமையில் பன்மை மற்றும் பன்மையில் ஒருமை மறுப்பு, ஆகியவற்றைப்பற்றி சமயசார்பற்ற சக்திகள் அமைதியாக இருக்கக்கூடாது. இவ்வகையில், தேசிய இனங்கள் நியாயமாக முன்வைக்கின்ற கோரிக்கைகளைக் கூட, பிரிவினைவாதமாகப் பார்ப்பதையும் பயங்கரவாதிகளாக இனங்காட்டப்படுவதையும், இன்றைய இந்துத்துவ ஆட்சியில் வெகுவாகப் பார்க்கின்றோம். இவ்வாறான, மதஅடிப்படை வகுப்புவாதத்தின் போக்கால், நடைபெற்றுக் கொண்டிருக்கின்ற பாசிசஆட்சி, தேசபக்தி, ஒருமைப்பாடு என்ற, ஒரே ஒரு சமய நம்பிக்கையின் பெயரில் போலியாகக்கட்டப்பட்ட பெரும்பான்மையால் உருவாக்கப்படும் கோஷங்களை முன்வைத்து, இந்திய ஒருமைக்கு அச்சாரமான, “ஒருமையில் பன்மை மற்றும் பன்மையில் ஒருமை” – (One in Many and Many in One) – என்ற தத்துவத்தையே கேள்விகேட்டு, தேசிய இனங்களின் குரல்வளைகள் நெரிக்கப்படுகின்றன. இவ்வாறு, வெறும் ஒடுக்குமுறையால் சிலகாலம், நம் தேசிய இனங்களின் எழுச்சியை முறியடிக்கலாம், ஆனால், இன்னிலை தொடர்ந்து நீடிக்குமேயானால், விரைவில் சோவியத் ருஷ்யா, ஈழம் மற்றும் தற்போது நடந்துவரும் ரஷ்யா – உக்ரைன் இதைப்போலவே நடக்கும் இஸ்ரேல் – பாலஸ்தீன் போர்கள் போன்று நம் இந்திய நாட்டிலும் பிரச்சனைகள் உருவாக வெகு நாட்களில்லை. ஆகவே, ஆன்றோரும், சான்றோரும், அரசியல் நிமுனத்துவம் பெற்ற முன்னோடிகளும், அறிஞர்களும், தத்துவமேதைகளும், வரலாற்று சிற்பிகளும், புத்துயிர் பெற்றுவரும் பெரும்மதிப்பிற்குரியவர்களும், போற்றுதலுக்குரியவர்களுமான நம் பல் வேறு மாநிலங்களின் முதல்வர்களும், மக்களால், மக்களுக்காக, மக்களே தேர்ந்தெடுத்த, ஒன்றிய மற்றும் மாநில அரசுகளின் பிரதிநிதிகளான பாராளுமன்ற சட்டமன்ற உறுப்பினர்களும், நம் இந்திய நாட்டின் தற்போதைய அவல நிலை கண்டு ஆவன செய்திடல் அவர்களின் தலையாயக் கடமையென இவண் கருதிடல் வேண்டுமாய் தங்களின் தாழ்-நிற்கும் திசைநோக்கி, என் சிரம் நம் பாரத மண்ணில் பதிந்திட தங்கள் அனைவரின் தாழ்ப்பணிந்து வணங்குகின்றேன்.

9

இந்துத்துவம், இந்தியா மற்றும் உலகளாவிய நாடுகளின் தத்துவக்கோட்பாடுகளின் மாட்சிமை:

9.1. இந்துத்துவம் (இந்து+தத்துவா(வம்)- Hindutva) என்பது, ஏதோ! புதிதாகத் தோன்றிய இந்திய வழிபாட்டு முறையல்ல. மாறாக, இது இயற்கைத் தோன்றிய காலம் தொட்டே, இயற்கையோடு இயற்கையாய், மனிதன் தாமே இயற்கையோடு இரண்டறக் கலப்பதே, இந்து மதத்தின்தலையாயத் தத்துவம் ஆகும். இதனையே, இப்படைப்பின் முற்பகுதியில், மேலைநாட்டு இயற்கைத்தழுவிய தத்துவ அறிஞர், ஜெ.ஜெ.ரூசோ (Jean Jacque Rousseau – 1712-1778) அவர்களின் கூற்றால் யான் மெய்ப்பித்திருப்பதை அன்புசால் வாசகர்கள் நன்கு அறிவீர்கள் என்று நம்புகின்றேன். இது யாராலும் மறுக்க முடியாத சமூக சடங்கு முறைகளுடன் கூடிய அடிப்படையான (Fundamental Way of Worship) வழிபாட்டு முறையுமாகும். எனவேதான், உலகப் பெருங்கதையாடல் ஒன்றை விளக்க நினைக்கும் உலக முதலாளிய சக்திகளுக்கு, இந்துத்துவம் ஒரு பெரிய முரணாக தென்படவில்லை. ஆகவே, இந்துத்துவ இந்தியாவில், பன்முகத்தன்மை என்பது 'மாறுபாட்டில் ஒற்றுமை – Uniformity in Difference with Vertical Unity by Horizontal Assemblage' என்பதா? அல்லது 'வேற்றுமையில் ஒற்றுமை – Unity in Diversity' – என்பதா? – என்பதுதான் இன்றைய இந்தியாவில் நமது இயற்கையோடு ஒன்றிய வழிபாட்டு முறையில் எல்லோரும் அவரவர்தாமே தன் வழிபாட்டு முறையில் இயற்கையோடு ஒன்றுவதே ஆகும். எனவே நம் அரசியல் சட்டத்திட்டங்களுடன் கூடிய ஜனநாயக விதிமுறைகளுக்கும் ஊடேயுள்ள மாறுபாடானாலும் அல்லது

வேறுபாடானாலும், மக்கள் அனைவரின் ஒட்டுமொத்தநலனைக் காக்கும் அரியதோர் நிலைப்பாட்டைக் கொண்ட, தலைசிறந்த ஆன்ம சரீரம் காக்கும் கோட்பாடுகளே, நம்மில், மாறுபட்ட அல்லது வேறுபட்ட கருத்துக்களின்றி, 'ஒன்றே குலம் ஒருவனே தேவன்'-எனும் திருமூலர் அவர்களின் கூற்றுக்கேற்ற நிலையை அடைய ஜனநாயகம், சமத்துவம், சமநீதி, சமயச்சார்பின்மை, சமூகநீதி, மனிதநேயம், மதநல்லிணக்கம் மற்றும் சகோதரத்துவம் மூலம் வளர்க்கும் நம் செயற்பாடுகளாகும்.

ஆனால், கோல்வால்கரின் கூற்றுப்படி, 'வர்ணவியாஸ்தவா' என்பது ஒரு சமூக அமைப்பாகும். சமூக ஏற்றத்தாழ்வு அல்ல அவரவர்கள் சக்திக்கேற்ப கடமைகளைச் செய்வதன் மூலம் கடவுளை வணங்கலாம் என்பது தான் இதன் தத்துவம். இந்த நான்கு பிரிவுகளிலும் ஏற்றத்தாழ்வுகள் கிடையாது. இது ஒரு சமூக அமைப்பு. இதைப்புரிந்து கொள்ளாமல் இந்த அமைப்புதான் வீழ்ச்சிக்கே காரணம் என்று பிரச்சாரம் செய்கிறார்கள்.' என்பது தான் இன்றைய இந்தியாவின் உண்மையானநிகழ்வுகளுக்கு முழுவதும் மாறுபட்டதாய் நிலவுகின்றது. ஆகவே, தத்துவ ரீதியாகவே இந்துத்துவம் தனது செயல்பாடுகளை செய்வதாகக்கூறுமிடத்து நம் இந்திய சாசனம் வியம்புவது, வேற்றுமையில் ஒற்றுமையா? – (Unity in Diversity) அல்லது மாறுபாடுகளில் ஒற்றுமையா?- (Uniformity in Difference) என்பதுதான் இன்றைய இந்திய அரசியல் நிலைப்பாட்டில் தத்துவ ரீதியாகத் தீர்வுகாண வேண்டியதொன்றாக நின்று நம் எல்லோர் கவனத்தையும் இவண் ஆழ்ந்து சிந்திக்க ஈர்க்கின்றது.

9.2. இதற்கு தீர்வு காணுதலில், உலக தத்துவ மேதைகளின் உலகமயமாக்குதல் நோக்கில், இந்தியாவின் பங்கானஅதன் இன்றியமையாத சேவைகளின் தேவைகளையும், அதற்கான பல்வேறுஉலகளாவிய தத்துவ ஞானிகளான, அனக்சகோரஸ் (Anaxagoras), பிளேட்டோ (Plato) ஸ்ரீசங்கரா (Sri Sankara), கேகல் (Hegel). புனித அகஸ்தீனார் (St. Augustine), பிட்ச்சு (Fichte), ஸ்ரீ அரபிந்தோ (Sri Aurobindo), எம்.கே.காந்தி (M.K.Gandhi) பிபின்சந்தரா பால் (Bipin Chandra Pal), சி.ஆர்.தாஸ் (C.R.Das), காண்ட் (Kant), ஹெர்டர் (J.G. Von Herder) வில்கெம் ஒன்ஹம் போல்ட் (Wiihelm Von Humbolt), ரோமன் கத்தோலிசிசம் (Roman Catholicism), மாஜினி (Mazzini), பிராங் ஓபன்கெய்மர் (Franz Oppenheimer) மற்றும் இராம்சே மூர்

(Ramsay Muir)- இவர்களின் உயரிய சிந்தனைச் சிறகுகளின் உதவியுடன் பின் வரும் இச்சாமானியரின் ஆழ்ந்த ஆய்வின் ஒரு சிறுபகுதி, தங்களின் சிந்தனையைத் தூண்டி அதனால், 'இந்தியா என்பது எம் நாடு இந்தியன் என்பது என் பேரு' என ஒன்றுபட்டுழைத்து நம் நாட்டைக்காத்து, அதன்வழி உலகமயமாக்குதலில் நம் அனைவரின் சீரிய பங்கைப் பதித்திடுவோமென்று உறுதியுடன் எதிர் வரும் உள்நாட்டு மற்றும் வெளிநாட்டு சவால்களை துணிவுடன் எதிர் கொள்ள சபதம் ஏற்போம்.

9.3. இதன் தொடக்கமாக, ஸ்ரீ அரபிந்தோவின் (1872-1950) தீர்க்கத்தரிசனமான – (Messianism of Aurobindo), - "இம்மண்ணுலகின், மிகப்பழமையான மனித இனங்களில் ஒன்றாகவும், மிகச்சிறப்பு மிக்கக் கலாச்சாரமும், எளிதில் வெல்ல இயலாத சக்தி மிக்கதாகவும், திறமையுடன் பெருமை கொண்டதாகவும், வாழ்க்கையின் சிறப்பை நன்கு அறிந்ததாகவும், மிகவும் அதிசயத்தக்க வகையில் திறமையுடையதாகவும் கொண்டிருக்கின்ற நம்நாடு-இந்தியா, அதன் விடியல், ஒற்றுமை மற்றும் பெருமைகளால் அடையும்வெற்றியானது, உலகநாடுகளுக்கு மிகவும் அவசியமாகின்றது."-அவரின் இந்தியாவைப் பற்றியக் கூற்றின்படியும், மேலும் அவரின் முன்னறிவித்தலின்படி (Prophesied) நம் நாட்டின் ஆன்மீகம் அதன் நிலையிலேயே நின்று உலகில் பரப்பப்படுவதல்ல, மாறாக, இந்தியா தனது ஆன்மீகத்தில் சிறப்படைந்துயர்ந்து, உலக நாடுகளுக்கெல்லாம் அதனை போதிக்க வல்லதாக மாறவேண்டும் என்றும் தனது அசிரீரியாகத் தெரிவித்துள்ளார். இதற்கு இசைவாக தனது தேசியவாத தீர்க்கத் தரிசனத்தை, (Nationalistic Messianism) அவருடைய ஆழ்ந்த ஆன்மீக அனுபவமான, அனைத்தையும் கடந்து நிற்பதும், எங்கும் எல்லாவற்றிலும் நிறைந்திருப்பதுமான (Transcendentalistic and Universalistic Vedantism) வேதாந்தத்தின் சிறப்பை (Nirguna Brahman) நிலை நிறுத்தி விளக்குகின்றார். இது மேலை நாட்டு அறிஞர் Hegel-லை, நம் Sankara-வைவிட, இவ்விடத்தில் அதிகம் நினைவு கூறுகின்றது. கேகல்போலவே, அரபிந்தரும் இடைவிடாது இயங்கிவரும் இயற்கையின் நிகரற்ற தன்மையையும் (Welt-Geist), அதன் ஊடே மலரும் மனித குலத்தின் ஒற்றுமையையும் பறை சாற்றும் விதமாக நமது தேசத்தின் ஆன்மீகத் தன்மையை (The ceed of the spirit of the Nation) கேகலின் கூற்றைவிட மிஞ்சும்விதமாய் (Implied on the Immanence of the Divine)- அங்கிங்கெனாதபடி எங்கும் எல்லாவற்றிலும்

மறைவாய் நிறைந்திருக்கும் தேவனை-இறைவனை, வேதாந்தத்தின் முறையிலேயே நின்று இந்திய நாட்டின் அனைத்துலகச் சேவையின் அவசியத்தைக் கருத்தில் கொண்டு இதனை திறம்பட இயம்பியுள்ளார்.

மேலும் அரபிந்தர் கூறுவார், மனிதனின் குறிக்கோள், அத்வைதத்தின்படி அவர்தம் இயற்கையோடு ஒன்றுபட்ட பரிமளமான நிறைவான சிறப்பை அடைவதாகும். இந்த குறிக்கோளில், பித்தகோரியனிசமும் (Phythagoreanism), பிளேடோனிசமும் (Platoism) மற்றும் ஸ்டாயிசிசமும் (Stoicism) சற்றேறக்குறையதான நோக்கம் கொண்டாலும், வேதாந்தம் தனது முழு மூச்சுடன்கூடிய ஒரேநோக்கமாக மனிதனின் முக்தியையே மேற் கொண்டது. இதனையே, மிகவும் தெளிவாக Bipin Chandra Pal-அவர்கள், "வேதாந்தத் தத்துவமானது, வெறுமனே உலகத்தைப் பற்றியும், அனைத்தையும் கடந்த இறைவனைப்பற்றியும், மனிதன் தன்நிலையை அறிதலைப்பற்றியும் மட்டுமின்றி, இந்திய நாட்டின் விடியலை (National Emancipation) வித்தாகக் கொண்டுள்ளது, ஏனெனில் வேதாந்தம் இந்திய நாட்டின் பாதுகாப்பு கருதி, உண்மையறியும் கோட்பாடாக, இந்திய நாட்டையே, அம்மாவாகவும், தேவனாகவும் அளித்துள்ளது." மேலும் அரபிந்தர் கூறுவார், நாட்டுப்பற்று என்பது ஏதோ குறுகிய நோக்கம் கொண்ட குழுமங்களின் மதவெறிகொண்ட போலியான நாட்டுப்பற்றோ (Fanatic Jingoism) அல்லது திறம்படைத்த சிந்தனையாளர்கள் சிலரின் தனிப்பட்ட மேலோங்கிய எண்ணங்களோ (Chauvinism) கிடையாது. மாறாக, இது மனித ஒற்றுமையை உறுதிப்படுத்த ஆக்கம் ஊட்டும் மானிடப்பற்றாகும். இந்த ஒற்றுமை, சமத்துவத்தாலன்றி ஒருவர் மற்றொருவரின் மேல் செலுத்தும் ஆதிக்கத்தால் ஆகாது என்றும், மனிதர்களிலேயே தனிப்பட்ட வகையையும் நாட்டுரிமையையும் கொண்ட (A Distinct Race and Nation) நாம் அனைவரும் மனித நேயத்துடன் கூடிவாழ்ந்து உலகில் சமநிகரற்ற சகோதரத்துவத்தை (Ultimate Brotherhood of Humanity) வெற்றியுடன் அடைந்திடுவோம் என்றும், அரபிந்தர் நம்மை அன்புடன் அழைக்கின்றார்.

9.4. அடுத்து C.R.Dass அவர்களின் தேசியம் (Nationalism) பற்றிய பொதுவான வரையறையில், 'தேசியம் என்பது, ஒரு நாடு தன் வளரும் நிலையில் தன்னைப்பற்றி கூறுமிடத்து, தன்னைப்பற்றி தனியாகப் பிரித்துக் கூறாது, மற்ற நாடுகளைப்பற்றி எதிர்த்தும் கூறாது, மாறாக,

ஒரு பெரிய குறிக்கோளின் அங்கமாகநின்று, அதன் உணர்வுகளை வெளிக்கொணர்ந்து அதன் வழி அதன் அடையாளத்தையும் பெற்று, இதுவே, மற்ற நாடுகளின் அடிப்படையிலான உணர்வுகளையும் அவற்றின் விடியலையும் பெற உதவுவதேயாகும்'. – (Diversity is as Real as Unity). இவ்வாறான உலகளாவிய சேவை ஒவ்வொரு நாட்டிலிருந்தும் மனித குலத்தின் மாண்பிற்குத் தேவை என்பதை அண்ணல் காந்தியடிகள் கூறுமிடத்து "இந்திய விடுதலையானது ஓர் அவசரமும் அவசியமுமான நிலையேயன்றி, இது இறுதியான குறிக்கோளன்று. மாறாக, சுதந்திர இந்தியாவில் மனித நேயம் வளர அதிகமான வழிகளை நம் விடுதலை ஏற்படுத்த வேண்டும். இன்னும் ஒருபடி மேல் சென்று, அவர்தாமே தனது உலகளாவிய மேன்மையில், இந்திய நாடானது அழிந்தாலும் பரவாயில்லை, அது உலக நாடுகளின் நலனுக்கான சேவையில் ஈடுபடுமானால்" என்று இந்திய நாட்டின் சேவையின் அவசியத்தை ஆணித்தரமாகச் சொல்வார்.

இதுவே, எங்கும் எல்லாவற்றிலும் நிறைந்திருப்பதின் (Universalistic) மூலம், உருவான தேசியமானது மேலை நாடுகளின் ஒழுக்கவியல் (Ethical) மற்றும் தத்துவயியல்களின் இலக்கியங்களில் முக்கியத்துவம் பெற்றுள்ளது. இவ்வாறே, ஜெர்மானிய மனிதநேய வல்லுநர்களான, J.G. Von Herder, Wilhelm Von Humboldt மற்றும் அந்நாட்டு பல உல்லாசப்பிரியர்களும், தேசியத்தையும், உலகளாவிய அரசியலையும் (Nationalism and Cosmopolitanism) ஒன்றோடொன்று மாற்றியறியக் கூடியதாக கண்டுள்ளனர். மேலும், ரோமன் கத்தோலிக்கத் திருச்சபையின் (Roman Catholicism), அகிலம் முழுவதுமுள்ள மறைபரப்பு நிறுவனங்களால் (International Ecclesiastical Organisations) தனது எங்கும் வளர்ந்துள்ள நிலையை விளக்குகின்றது. இதற்கு மிகவும் உதவியாக இருப்பதும், அனைத்து நாடுகளின் ஒன்றுபட்ட நிலையைப்பெறவும், மிகவும் சாதகமாக இருப்பது அனைத்து விசுவாசிகளின் நம்பிக்கை நட்சத்திரமாக விளங்கும் புனித போப்பாண்டவரின் அருள்மிகு சேவைகளேயாகும் (Doctrine of the Fidelity of the Faithful to the Pope). அவ்வாறே, ஒரு புகழ்வாய்ந்த ஐரோப்பியர் (Mazzini 1805-1872) தனது கருத்தாக தேசியம் (Nationalism) என்பது அதன்வளர்ச்சியின் நிறைவாக, உலகளாவிய ஒற்றுமையையே (Cosmopolitanism) குறிப்பதாக

கூறுகின்றார். மேற்கண்ட அனைத்தின், ஸ்ரீ அரவிந்தரின் உண்மை மற்றும் அறிவு (Metaphysical) சார்ந்த விளக்கங்களான:

1) ஒற்றுமை என்பது ஏதோ தனிமனிதனின் கட்டுப்பாடற்ற மற்றும் அவர்தம் மனப்போக்கான உண்மையற்ற ஒன்றல்ல. மாறாக, உயிருடன் இருக்க அடித்தளமாக இருப்பதே ஒற்றுமை ஆகும். மேலும், ஒற்றுமை அனைத்து பொருட்களிடம் உள்ளூர இரகசியமாக புதைந்து நின்று, இயற்கையின் பரிமாண வளர்ச்சியை, பன்மை நிலையின் ஊடே நகர்ந்து, அதாவது ஒற்றைக்குணம் கொண்ட நிலையிலிருந்து (From Simple to a Complex Oneness) பலகுணங்களை ஒருங்கே கொண்டதான உச்சம் பெற்ற மகாவொன்றை மனிதம் அடையப்போகும் நாள் தொலைவிலில்லை.

2) இன்றைய இந்தியாவின், சமூக-உளவியல், பண்பாடு, கலாச்சாரம், அரசியல், மதம் மற்றும் பொருளாதாரச் சிக்கல்களுக்கும் தீர்வுகாணும் இடத்து, அதன் அவசியத்தையும், மாந்தர்களின் வாழ்வு அனைத்து விதமான எதிர்ப்பு மற்றும் மாற்று சிந்தனைகளின் மத்தியில், இப்போதும் பின் வரும் காலங்களிலும் (Present and Future Unity of Mankind) மனித நேயத்துடன் ஒன்றுபட்டு செழிப்புற வாழ்தல் அவசியமாகின்றது. இந்நிலையில் ஸ்ரீ அரவிந்தர் மேலும் கூறுவார், ஒற்றுமைக்கும், விடுதலைக்கும் (விடியலுக்கும்) ஓர் இணைபிரியா ஐக்கியம் (A Harmonious Synthesis of Unity and Freedom) உண்டென்றும், அவ்வாறு இல்லையெனில், கட்டுப்பாடுடன் கூடிய ஒற்றுமையானது, தனிப்பட்ட சிறிதளவே திடம் கொண்ட சிலரின் வாழ்வையே அழித்துக் கொள்ள வேண்டிய நிலையை உருவாக்குதல் கண்கூடு. எனவே, அவர் தாமே தனித்தாளுமையும், (Patricularism) பிரித்தாளுமையும் (Separatism) வேறுபட்டதாக, ஒற்றுமையின்பால் இவைகள் இரண்டிற்கும் உள்ள உறவுகளையும் இதனால் ஏற்படும் பாதக சாதகங்களையும் பின் வருமாறு விளக்குகின்றார். இதில் தனித்தாளும் குணமானது, ஒற்றுமையின்பால் இணைந்து தேசத்தின் சுயமான ஒருமனப்பட்ட (National Self Consciousness) வளர்ச்சியை நோக்கி வழிநடத்தும். ஆனால், பிரித்தாளும் உணர்வும் அதன் செயல்பாடும், அதன் உண்மையுள்ள நாட்டிற்கு ஆபத்தாய் அமைவதோடு மட்டுமன்றி, உலகத்திற்கும் பரந்தநிலையில் கேடாய் அமைவதையும், கண்கூடாகக் காணலாம்.

9.5. ஆகவே, மனித ஒற்றுமையின் அவசியத்தை இதுவரை பார்த்த நாம், இனி அந்த ஒற்றுமைக்கு வழி வகுக்கும் வகையாய் எவ்விதத்தில் கீழை, மேலை நாடுகள் மற்றும் பண்டைய, இடைக்கால மற்றும் தற்கால பிளவுகளின்றி என்றும் நிலையாய், நிரந்தரமாய் நிற்கும் (The Problem of One in Many or Many in One – பன்மையில் ஒருமை அல்லது ஒருமையில் பன்மை)உலகளாவிய தத்துவக்கோட்பாடுகளாய் என்றென்றும் விளங்கும், ஆதிசங்கரா (கேரளா-காலாடி-788-820 A.D. 8th cen. i.e; 1203 ஆண்டுகளுக்கு முன்பும்), பிளேட்டோ (கிரேக்கம் – 4th cen.B. C. i.e; 2,400 ஆண்டுகளுக்கு முன்பும்), நபிகள் நாயகம் (சவுதி அரபியா – 600A.D. 6th Cen.. i.e; 1,423 ஆண்டுகளுக்கு முன்பும்), கௌதம புத்தர் – (முன்னாள் இந்தியா – இன்றைய நேப்பாள் – ருங்கினியில் – 563, 5thCen.B.C. – 2,500 ஆண்டுகளுக்கு முன்பும்) மற்றும் 24வது தீர்த்தங்கர் – வர்த்தமான மகாவீரர்- இந்தியா-பீகார் மானிலம்-வைசாலி நகரம் அருகிலுள்ள- (கூண்டப்புராவில் – 593, 5thCen.B.C. i.e; 2,500 ஆண்டுகளுக்கு முன்பும்) உதிர்த்து, இவர்களின் கருத்தியல்களின் ஊடே வாசம் செய்யும் ஒருமையையும், அதன்வழி உருவாக வேண்டிய, மனித நேயத்தையும், மத-நல்லிணக்கத்தையும் பற்றி இவண் காண்போம். மேற்கண்ட ஐந்து மதங்களின் வகைப்பாட்டை அறிய விழையும் நமக்கு இந்திய தத்துவரீதியில் உருவானவையாக இருப்பது, ஆதி சங்கராவின் – அத்வைத வேதாந்தமும் (Advaita-Vedanta), கௌதம புத்தரின் – பௌத்தமும் (Buddhism) மற்றும் வர்தமான மகாவீரரின் – சமணமும் (Jainism) ஆகும். மேலும் மேலை நாடுகளிலிருந்து பரவிய மதங்களான, பிளேட்டோவின் – கிரேக்கத் தத்துவ வழியில் உருவான, கிறிஸ்துவமும் மற்றும் சவுதி அரபியா— நபிகள் நாயகம் அவர்களின் போதனையால், உருவான இஸ்லாமும், நம் இந்திய நாட்டில் வெகுவாக விளங்குவதைக் காண்கின்றோம்.

9.5.1. கௌதமபுத்தரின் – பௌத்தம் (Buddhism) இந்தியாவின் பழம் பெரும் மதங்களில் (563, 5th Cen. B.C) ஒன்றாகத் திகழ்கின்றது. இது இந்து மதத்தின், சனாதன-ரீதியக் கொடுமைகளை எதிர்த்து உருவான, சாதி, சமயம், பெண்ணினத்தாழ்மை மற்றும் வகுப்பு வாதமற்ற (Casteless. Classless and Divisionless Society) சமூகத்தை உருவாக்குவதே இதன் நோக்கமாகக் கொண்டது. இங்கு தனிமனிதனின் விடியலே (Hinayana – Nirvana) முக்கியம் பெறுமிடத்து, பௌத்தமானது, பின்வரும், *நான்கு உன்னதமான உண்மைகளாக (Doctrine of Four Noble Truths) i.e.;

1. உலகில் துன்பம் (Dukkha) – உண்மையானது. 2. உலகில் துன்பத்திற்கு (Dukkha – Sumudhaya) காரணம் உண்டு என்பது உண்மை. 3. இத்துன்பம் விலகத்தக்கது (Dukkha – Nirodha) என்பது உண்மை 4. இத்துன்பம் விலக்கி (Dukkha Nirodha – Margaor Dukkha Gamini Pratipat) விடியலை அடைய வழியுமுண்டு என்பதும் உண்மை. என்றும்,

**அடுத்து எட்டுவகையான வாழ்க்கை நெறிமுறைகளாக (Code of Precepts) i.e.;

1. கொல்லாமை (Non-Killing-Ahimsa). 2. திருடாமை (Non-Stealing). 3. பால்வர்வத்துறத்தல் – Brahmachariya- Celibacy – Abstinence). 4. பொய்யாமை – உண்மை பேசுதல் – Sathya. 5. மதுபானம் அருந்தாமை – Taking no Alcohol. 6. கண்ட நேரத்தில் உணவு உண்ணாமை – Not Eating at Wrong Times. 7. நகை மற்றும் வாசனை திரவியங்கள் பயன்படுத்தாமை – Refrain from using Jewells and Perfumes. 8. ஆடம்பரமான சொகுசு மெத்தைகளை பயன்படுத்தாமை – Not Using Luxury Beds and Others.

***மேலும், எட்டுவகையான உன்னத வழிகளாக (Eight Fold Noble Paths) i.e.;

1. உண்மையான நம்பிக்கை – Right Faith. 2. உண்மையான எண்ணம் – Right Thinking. 3. உண்மையான பேச்சு – Right Speech. 4. உண்மையான செயல் – Right Action. 5. உண்மையான வாழ்க்கை – Right Life. 6. உண்மையான முயற்சி – Right effort. 7. உண்மையான தீர்வு – Right Resolve. 8. உண்மையான ஆழ்ந்த சிந்தனை – Right Concentration --- கொண்டுள்ளது.

இருப்பினும் பௌத்தம் ஒரு வாழ்க்கை நெறியாகவே, காந்தீயம் போல, செயல்படுகிறதேயன்றி, ஒரு மதமாகக்கருதப்படவில்லை எனக் கூறுமிடத்து, இது ஒரு நாத்தீகச் சிந்தனையுடைய (Nastika-Non-Orthodox) கடவுள் மறுப்பு கொள்கைக் கொண்ட, இந்திய பாரம்பரியமிக்க, இயற்கையோடு இரண்டறக்கலக்கக்கூடிய, முக்தி (Mukti) அடையும் நிலையையே நிர்வாணா (Citta – Virtti – Nirotha) என்றழைத்து, தனிமனிதனின் முக்திக்கு, இடையூறாக இருப்பது ஆசை ஒன்றுதான், ஆதலால், "ஆசையை ஒழிக்க ஆசைப்பட வேண்டும்" என்ற தனது எதிர்மறையான கோட்பாட்டால், இன்றளவும்

பௌத்தமானது ஒரு பக்திமார்க்க நெறிமுறையாகவே நிற்கின்றது. எனவே, (The Problem of One in Many or Many in One – பன்மையில் ஒருமை அல்லது ஒருமையில் பன்மையின், அடிப்படையிலான இப்படைப்பின் 'விடியலின் முழுமையை நோக்கி.' என்ற ஆய்வுக்கு உதவாது, இப் பௌத்தம் தன் சிறப்பை இழக்கின்றது.

9.5.2. சமண மதத்தின் 24-வது தீர்த்தங்கரான வர்த்தமான மகாவீரரின் – சமணமும் (Jainism) இந்தியாவின் பழம்பெரும் மதங்களில் (593, 5th Cen. B.C) ஒன்றாகத் திகழ்கின்றது. இது ஒரு நாத்தீகச் சிந்தனையுடைய (Nastika-Non-orthodox—கடவுள் மறுப்பு) கொள்கைக் கொண்ட, இயற்கையோடு ஒட்டிய மனிதனின் வாழ்வில், கல், மண், உலோகங்களுக்கும், அனைத்து ஜீவராசிகள் போல, உயிருண்டென்றும், அவற்றிற்கு ஆன்மா உள்ளதென்றும் தீர்க்கமாக நம்புகின்றது. வாழ்க்கையில் ஏற்படும் இன்பதுன்பங்கள் அனைத்திற்கும் மனிதனே பொறுப்பு என்றும், தனிப்பட்ட கடவுள், சடங்குகள், வேள்விகள் இவற்றில் நம்பிக்கையில்லை என்றும் ஆழமாகக் கூறுகின்றது. ஆகவே, தனி மனிதனின் விடுதலை/விடியல் என்பது (Liberation is the State of Natural Perfection) அவரின் தனிப்பட்ட முயற்சியால் தன்னுடைய சுய ஆவலின் மூலம் எழும் ஆன்மீகச்சக்தியால் (Cherished Soul Force through Love force to Attain Liberation) அடையும் விடியலே ஆகும். இத்தகைய விடியலைப் பெறுவதற்கு, வர்த்தமான மகாவீரர் அவர்கள், மூன்று முக்கிய இரத்தினங்களின் அவசியத்தைக் கூறுமித்து,

*சரியான நம்பிக்கை (Right Faith), **சரியான அறிவு (Right Knowledge),***சரியான நடத்தை (Right Conduct)- என்பவை வாழ்வின் முக்கியத் தேவைகளாகும்.

மேலும, சமணத்தின் முழுத்தத்துவமும் அகிம்சை மற்றும் கொல்லாமையையே (Ahimsa and Non-Violence) அடிப்படையாகக் கொண்டது. பிரகாசமான 24- இதழ்களையுடைய தாமரைப் பூவானது, இந்திய தத்துவக் கோட்பாட்டின்படி புருசார்த்தா (Purusarthas) எனும், Dharma, Artha, Kama and Moksha-ஆகியவை ஒவ்வொரு ஆண், பெண் சமணர்களுக்கும், அவர்களது தம் முக்தி பேறை அடைவதற்கு அவசியம் கடை பிடிக்கக்கூடிய கடமைகளாகும். இவ்வாறே, கதிர் வீசும் சூரியனும், சுத்தத் தங்கம் பிந்துவும், சமண தத்துவத்தின்

மாந்தர் தம் விடுதலையை (His Final Goal of Moksha or Liberation or Nirvana) அடைய நினைவு படுத்தும் சின்னங்களாக விளங்குகின்றன. மகாவீரரின் போதனைப்படி, ஒவ்வொரு மனிதனும் அவனவன் துன்பங்களை அவனவனே சுமந்திடல் வேண்டுமென்றும், அவனுக்காக அவனது நண்பர்களோ, மகன்களோ, உறவினர்களோ அதில் பங்கேற்க முடியாது. ஏனெனில், அவர் தம் செயலின் பலன் அவரை மட்டுமே சாரும். சமணத்தின் முறைப்படி, அறியும் நிலையிலும், வகையிலும், மனிதனுக்கு மனிதன் வேறுபடுவதால், அவரவர் முந்திய கால நல்ல மற்றும் தீய செயல்களின் கரும வினைகளின் (Due to One's Past Karma) அடிப்படையில் தனது சுய விழிப்புணர்ச்சியால் தன் விடியலை, கீழ்க்காணும் ஐந்து,

1) கொல்லாமை-Ahimsa, 2) உண்மை பேசுதல்-Sathya, 3) திருடாமை-Asteya, 4) பால் வர்வத் துறத்தல் – Brahmachariya (Celibacy-Abstinence) மற்றும் 5) பற்றற்று இருத்தல்- (Aparigraha-(Non-Prossession).

ஆகிய அக சூத்திரங்களின் உறுதி மொழிகளால், அரசன் முதல் ஆண்டி வரை அவரவர் துன்பம், வலி, பேராசை நீக்கி ஞானம் எனும் 'கைவல்யா' (Kaivalya) நிலையை அடைய, முகத்தோடு முகம் கண்டு மகிழ்ந்துவாழ மாதிரி தீர்த்தங்கர்களாக (Living Models of Tirtankaras) இவ்வையகத்தில், சரியான அறிவு, நம்பிக்கை மற்றும் நடத்தையுடனும், எல்லாவற்றையும் அறிந்த (Omnicience) அனைத்து சக்தியும் வாய்ந்த (Omnipotent) வாழ்வின் கொள்கைகளாகவே (Ideals of Life) கடவுளினிடத்தில் அமர்ந்தவர்களாகின்றனர்.

ஆகவே, 24-வது தீர்த்தங்கரான வர்த்தமான மகாவீரரின் – சமணம் (Jainism) தன்னக ஒடுக்கம் (Asceticism), கொல்லாமை (Non-Violence), மூன்று இரத்தினங்கள், ஐந்து உறுதி மொழிகள், கல், மண், உலோகம் எல்லாவற்றிற்கும் உயிர் உண்டென்றும், உயிர் உள்ள அனைத்து ஜீவராசிகளுக்கும் ஆன்மா உண்டென்றும், தீர்த்தங்கரர்களே எல்லாவற்றையும் அறிந்த (Omnicience) அனைத்து சக்தியும் வாய்ந்த (Omnipotent) இறைவனுக்கு நிகரானவர்கள்என்று எடுத்துக்கூறி, ஒருநாத்தீகச்சிந்தனையுடைய (Nastika-Non-Orthodox) கடவுள் மறுப்பு கொள்கைக் கொண்டு, பதினெட்டு வகையான குறைகளை எவனொருவன் நீக்கி தர்மாவின் (Dharma)அவசியத்தை கண்டடைகின்றானோ, அவனே

Apdhan—God-என்று இறைவனுக்கே விளக்கம் கொடுத்து, மனிதனையே முழுவதுமாய் முன்னிறுத்திநிற்கும் இச்சமணம், உலகம் உருவான வித்தை விளக்காது, இயற்கையோடு இயற்கையாகவே நின்று, இயற்கையாகவே மனிதன்தன் இச்சைகளை விளக்கி, அன்பால்தன் ஆன்மீகச் சக்தியை வளர்த்து, கடந்தகால கர்மத்தின் வினைகள் (Karma or Pudukala) நீக்கி, விடுதலையை – விடியலை அடைவதாக இப்பக்தி மார்க்கம் கூறுகின்றது. எனவே, (The Problem of One in Many or Many in One – பன்மையில் ஒருமை அல்லது ஒருமையில் பன்மையின் அடிப்படையிலான இப்படைப்பின், 'விடியலின் முழுமையை நோக்கி' என்ற ஆய்வுக்கு உதவாது, இச்சமணம் தன் சிறப்பை இழக்கின்றது.

9.5.3. நபிகள்நாயகம் அவர்களின் போதனையால், சவுதி அரபியாவின் மெக்காவிலிருந்து உருவான இஸ்லாம் (Islamism), சுமார் 1,423 ஆண்டுகள் (600 A.D. 6th Cen.) பழமையான ஒன்றாகும். அளவற்ற அருளாலும், நிகரற்ற கொடை வள்ளலுமாகிய ஒரே இறைவனான அல்லாவின் திருப்பெயரால் அகில உலகிற்கும் அருட்கொடையாளராக அனுப்பப்பட்ட இறைதூதர்தான், இந்த நபிகள் நாயகம். இவரது வாழ்க்கை வரலாற்றை அறிய விழையுமிடத்து, திருமறை குரான் (Quran) மூலமாகவும், அதிகாரபூர்வமாகக் கருதப்படும் பூகாரி, முஸ்லிம், திருநிதி மற்றும் அகமது போன்ற அதீஸ்கிரமங்களின் தொகுப்பாலும் அறியலாம். இவர் பழங்கால அரபு மக்களின், திருமண சீர்கேடுகளையும், அவர்களின் மூடப்பழக்கவழக்கங்களான, குலப்பெருமைப் பாராட்டுதல், அடுத்தவரின் பாரம்பரியத்தைக் குறை கூறுதல், கிரகங்களினால் மழை பொழியுமென நம்புதல், மது அருந்தி திளைத்தல் மற்றும் ஒப்பாரிவைத்து அழுதல் போன்றவற்றை கண்டித்தார். இந்த நபிகள் நாயகம் அவர்களின் சிறப்பாக (முஸ்லிம்-4-175)-ல் "மறுமை நாளில், ஆதாமின் மக்கள் அனைவருக்கும் தலைவன் நானே. முதன் முதலில் மன்னரை இழந்து உயிர்த்தெழுதலும் நானே. முதன் முதலில் பரிந்துரைக்கப் படுபவனும் நானே. முதன் முதலில் பரிந்துரையை ஏற்கப்படுகிறவனும் நானே." – எனக் கூறப்படுவதைக் காணும் பொழுது, நபிகள் நாயகம் அவர்களிடம் இறைவன் அல்லாவின் பிரசன்னம் வீற்றிருப்பதைக் காணமுடிகின்றது.

பின்னர் 630 A.D.-யில் சைனாவில் நபிகளின் தூதர் அபிபக்காஷ் மூலமாகவும், இந்தியாவில் வியாபாரம் செய்வதற்காக மெக்காவிலிருந்து கேரளா வந்த சில நபிகள் நாயகத்தின் இஸ்லாத்து

சகோதரர்கள் மூலமாகவும், அப்போது அங்கு ஆண்ட சேர மன்னரின் ஆதரவோடும், அவர்தம்தாமே இஸ்லாத்தைத் தழுவியதாலும், இஸ்லாம் அதன் அறவழி நின்று பரப்பப்பட்டது. எனவே, இஸ்லாத்து மொகலாய மன்னர்கள் காலமான 11-17-ஆம் நூற்றாண்டுகளில் அவர்கள்தம் கொடுங்கோன்மையால், இந்தியாவில் பரவியது என்பது தவறாக புனையப்பட்டதும், இஸ்லாமியர்கள் இந்துக்களின் கோவில்களை இடித்து அதில் இந்துக்களால் சேர்த்து வைக்கப்பட்ட தங்க நகைகள், வைடூரியங்கள் அனைத்தையும் மன்னர் கஜினி முகமது அவர்கள் 18-முறை (இந்திய குறுநில மன்னர்களால், அவர்கள் தம் ஒற்றுமையின்மையால் வருந்தி மாறிமாறி அழைக்கப்பட்டு) போர் தொடுத்து கொள்ளையடித்ததால் தான் இஸ்லாம் இந்தியாவில் பரவியது என்பதும், சரித்திர உண்மைக்குப் புறம்பாகப் புனையப்பட்டதாகும்.

ஆனால், உண்மையில் மொகலாய மன்னர்கள் காலமான 11-17-ஆம் நூற்றாண்டுகளில்தான், இந்தியாவில், மொகமட்கொளரி (Mohammad Ghori), சுல்தான்ஸ் ஆப்ஹல்ஜி (Sultans of Khilji), துக்ளக் அரசர்கள் (Kings of Tuglag), லோடி அரசர்கள் (Kings of Lodi) மற்றும் மொகல்ஸ் (Moghals), ஆகியோரால் இஸ்லாமியக் கல்வியானது படிப்படியாக அறிவிக்கப்பட்டது. மன்னர்பெரோஸ் துக்ளக் (Feroz Tuglag)- அவர்களின் காலத்தில்தான், நம் நாட்டின் தலை நகராம் டெல்லியிலும், அஜ்மீரிலும்-30 கல்லூரிகள் நிறுவப்பட்டன. பொதுவாக, Makthab-Tk, Madarasas-கள் Mosque-க்கு அருகிலேயே அமைக்கப்பட்டு, "இஸ்லாமியர்கள் தம் பள்ளிக் கூடங்களாக" நடத்தப்பட்டு, Mosque-ல் ஊழியம் செய்யும் குருமார்களால், Writing,Reading and Counting (3R's)- என்ற முறையில், Unani (மருத்துவம்), Astrology (ஜோதிடம்), Literature (இலக்கியம்)- ஆகியவை உருது, பெர்சியன் மற்றும் அரேபிய மொழிகளில் கற்பிக்கப்பட்டது. மொகலாய மன்னர்கள் பள்ளிகளுக்கு 'Aids' உதவி அளித்து, நாள்தோறும் பள்ளிகல்லூரிகளுக்கு வரும் பழக்கத்தை, பெண்களை தவிர்த்து மற்ற எல்லா இஸ்லாத்து ஆண்மகவுகளுக்கும் வெகுவாக நல்கினார்கள், என்பதை இவண் மறுக்க இயலாது.

ஆகவே, நபிகள் நாயகம் அவர்கள் ஒரே இறைவனான அல்லாவின் திருப்பெயரால் அகில உலகிற்கும் அருட் கொடையாளராக அனுப்பப்பட்ட இறை தூதராய் இருந்து, தனது இஸ்லாத்தின்கொள்கைகளை தானும்

கடை பிடித்து, தன்னிடம் இறைவன் அல்லாவின் திருப்பெயரால் அனுப்பப்பட்ட எல்லா மனிதர்களையும் 'ஒன்றே குலம்' என்று தன் இறைதூதர் பணியை இனிதே நிறைவேற்றி உலகளாவிய மதமாக இஸ்லாத்தைப் பரப்பியது, ஒரு படிக்காத மாமனிதரின் அரியதோர் தலைமைப் பண்பாக விளங்குகின்றது. அடுத்து, இஸ்லாத்தின் முக்கிய கொள்கையான சகோதரம் (சக+உதரம்-Fraternity)-சகோதரத்துவம்- அவருடைய காலத்தில் இருந்த சாதி, மொழி, இனம், குலம், பண்பாடு, கலாச்சாரம் மற்றும் கோத்தரங்களையெல்லாம் கண்டித்ததால், இன்று இஸ்லாத்து, அதன் சிறப்பான கொள்கைகளான சகோதரத்துவம், சமத்துவம், சமநீதி இவைகளை உள்ளடக்கி மற்ற இரு நாத்தீக சமயங்களான பௌத்தத்தையும், சமணத்தையும் கடந்து, கிறிஸ்துவத்தின்- வேதாகம வழி நின்று, உலகத்தின் தோன்றலில் ஆதாமின் வழியில், மனிதத்துவத்தின் சிறப்பை உலகிற்கு எடுத்தியம்பிய வகையில் கிரேக்க தத்துவமேதை பிளேட்டோவை ஒட்டி நின்று, (The Problem of One in Many or Many in One – பன்மையில் ஒருமை அல்லது ஒருமையில் பன்மை) 'விடியலின் முழுமையை நோக்கி' என்ற இப்படைப்பின் ஆய்வுக்கு, உகந்ததோர் சமயமாய் இஸ்லாம் இவ் 21-22ஆம் நூற்றாண்டுகளில் திகழ்வதைக்காணலாம்.

9.5.4. இந்திய தத்துவ ரீதியில் ஆதி சங்கராவின்—(கேரளா-காலாடி—788-820 A.D. 8th Cen. i.e.; 1203 ஆண்டுகளுக்கு முன்), ஆத்தீக அத்வைத வேதாந்தம் (Advaita Vedanta) உருவாகி விளங்குகின்றது. இதற்கு முன்பாக (6th Cen. B.C. முதல் 2nd Cen A.D. வரை) இதே ஆத்தீக வகை, Nyaya, Vaisesika, Sankhya, Yoga, Mimamsa மற்றும் Vedanta-வும் மற்றும், Ajivika. Carvaka, Buddhism மற்றும் Jainism- ஆகிய கடவுள் இல்லை என்ற நாத்தீகக் கொள்கைகளைக் (15th Cen. B.C. முதல் 6th Cen. A.D. வரையில்) கொண்டவைகளும் இன்னும் சில (Buddhism in Christianity) பௌத்தத்தின் கிறிஸ்துவம் 'ஏகத்திருத்துவம் – Holy Trinity' –ஒட்டிய, பெரிய சக்கரம் (Mahayana)- வழியில் (புத்தரையே திருயேக தேவனாய் ஏற்றுக் கொண்டு)-வந்த Dharma Gaya. SwagaGaya மற்றும் Nirmana Gaya-என்ற பிரிவுகளும், இவ்வாறே, சமணமும் (Jainism in Christianity) புனித தோமாவின் கிறிஸ்துவத்தை ஏற்றுக் கொண்டவர்களை, Swathamparargal- என்றும் அதனை ஏற்காதோரை Thegamparargal—என்றும், ஆத்தீக மற்றும் நாத்தீகக் கோட்பாடுகளைக்

கொண்ட இந்திய தத்துவங்கள் நம்முடைய கவனத்தைச் சற்று ஆழ்ந்து சிந்திக்கத் தூண்டும் இவ்வேளையில், ஆதிசங்கராின் ஆத்தீக அத்வைத வேதாந்தத்தின் தனிப்பட்ட சிறப்பு, உலகளாவிய வகையில் பரவும் சிறப்புவாய்ந்ததாய் அமைவதைக் காணலாம்.

இவ்வாறே, மேலை நாடுகளிலிருந்து நம் நாட்டிற்குப் பரவிய ஆத்தீகக் கோட்பாடு கொண்ட, பிளேட்டோவின்-கிரேக்கத் தத்துவமானது (4th Cen. B.C. i.e., 2,400 ஆண்டுகளுக்கு முன்பு) சுமார், 3,300 BCE- i.e. 33 Cen. B.C. – பைபிளின் பழைய ஏற்பாடு எழுதிய நாள் முதல் (எழுதும் ஆற்றலைப் பெற்று – இன்று வரையிலான வழியில் உருவான) கிறிஸ்துவமும், இதனையே ஓரளவிற்கு தழுவிநிற்கும், Judaism மற்றும் Islamism-மும், உலகளாவிய வகையில் இன்றும் பரவும் சிறப்பு வாய்ந்ததாய் ஆத்தீகக்கோட்பாடுகள் கொண்டிருப்பதைக் காணலாம். மேலும் இந்தியாவில், கி.பி.49-ல் புனித தோமையார் (St. Thomas) வழி தோன்றிய கிறிஸ்துவத்தைத் தழுவிதான், சைவமும், வைணவமும் (Saivism and Vainavism)- மலர்ந்தது என்று 'இந்திய வேதங்களில் இயேசு – Jesus in the Indian Vedas' –என்ற Brother S. Thayappan, அவர்களின் ஆய்வின் வழி கண்ட இந்து-கிறிஸ்துவ ஒன்றுபட்ட வழிபாட்டு முறைகளை, Eternal Faith Ministry – என்ற நிறுவனம் தனது V.C.D. மூலம், சைவம், வைணவம் (5th Cen. B.C. ஐரோப்பிய கிறிஸ்துவத்தால்) இவற்றின் அடிப்படை கிறிஸ்துவமே என்றும், கிறிஸ்து பிறந்ததும் ஆசியாவில் தான் என்றும், கிறிஸ்து இயேசுவும் நம் கீழை நாட்டைச்சார்ந்தவர் தான் எனக்கூறி, நம்முடைய சைவர்கள் மற்றும் வைணவர்கள் அவர்கள்தம் வழிபாட்டில் கிறிஸ்துவக் கோட்பாடுகளை நம் இந்திய கலாச்சார முறைப்படி உருவகப்படுத்தி வணங்குகின்றனர் என்று சமய வரலாற்று ஆசிரியர்கள் இயம்புவதை விபரமாக எடுத்தியம்பியுள்ளார், என்பதை தங்களின் மேலான கவனத்திற்கு தாழ்மையுடன் இவண் சமர்ப்பிக்கின்றேன்.

ஆகவேதான், அத்வைத வேதாந்தமும், பிளேட்டோவின் கிரேக்கத்தத்துவமும் அவற்றின் கொள்கைகளும், எவ்வித மேலை மற்றும் கீழை நாடுகள் என்ற பாகு பாடும், பழமை, மத்திய, நவீன, பின்நவீன மற்றும் புதிய மில்லீனிய மனிதத்துவ வகைபாடுகளுமின்றி, The Problem of One in Many or Many in One –பன்மையில் ஒருமை அல்லது ஒருமையில் பன்மை—என்னும் கோட்பாடு, எவ்விதமான

மாறுபாடும் மற்றும் வேறுபாடுமின்றி, மனிதகுலத்தின் ஒற்றுமைக்கும், ஒருங்கிணைப்பிற்கும், ஒருமைப்பாட்டிற்கும் இதன் வழியில், ஏகோபித்த சமத்துவத்திற்கு, இப்படைப்பின் ‘விடியலின் முழுமையை நோக்கி’ உதவியால், சகோதரத்துவம், சமநீதி நம்மில் பெருக்கி, மாந்தர்கள் யாவரும் சுதந்திரமாய் புதியதோர் இந்தியாவில் இன்னும் மேலாய் நிம்மதியாய் வாழ, உகந்ததோர் திருநாடாய் மாற்றி, உலக மாந்தர்கள் யாவரும் ஒன்றுபட்டு வாழ்ந்து அவர்கள் தம் முழு விடியலை அடையவேண்டி, பின்வரும் ‘அத்வைத வேதாந்தமும், பிளேட்டோவின் கிரேக்கத் தத்துவமும்’ –என்ற சிறப்பாய்வு, உண்மை என்பது ஒன்றே, ஆனால் அதனை தபசிகள் பல பெயரிட்டு அழைக்கின்றனர், (Truth of Reality is One, but Seers Call it in Different Names – According to Our Indian Culture) எனும் உண்மையிலும் உண்மை, நம் அனைவரின் கவனத்திற்கு எடுத்தாளப்பட்டு அதன்மெய்ப்பணம் நோக்கி இவண் நம்மை ஈர்க்கின்றது.

10

உலகளாவியத் தத்துவ ஒருமைப்பாட்டிற்கான ஒரு மெய்ப்பணம்

10.1. பன்மையில்ஒருமைஅல்லதுஒருமையில்பன்மை - The Problem of One in Many or Many in One.

உலகளாவிய நிலையில், கிரேக்க மற்றும் இந்திய தத்துவங்களிலெல்லாம் மேலோங்கி நிற்கும் இரு பெரும் தலையாய ஆராய்ச்சிக்குரிய கோட்பாடுகளான;

1. உலகில் பன்மையை உருவாக்கும் இறுதியான கோட்பாடு எது? – What is the Ultimate Principle which Gives Rise to Many? 2. உலகில் அனைத்து மாற்றங்களையும் ஏற்படுத்தும் இறுதியான செயல்பாட்டு கோட்பாடு எது? – What is the Ultimate Principle of Activity that Makes All Changes in the World? இதற்கு உறுதுணையாய்நிற்பது அனைத்து உலகளாவிய தத்துவங்களின், நிறைவானதும், முழுமையானதுமாய் விளங்கத்தக்க, நிகரற்ற கொள்கையாக எடுத்தாளப்பட்டு உறுதி செய்யப்படுவது யாதெனில், 'Being is Only One', and thus 'God is Only One.'

10.2. ஆதிசங்கரரின் கூற்றுப்படி உலகத்தின் பரிமாணம் (Evolution of the World According to Sankara)

நம் ஐம்புலன்களால் அறியக்கூடிய இவ்வுலகப் பொருட்கள் அனைத்தும், ஆதிசங்கராவின் கூற்றுப்படி பிரம்மாவினால் உருவாகியதை, மாயாவின் மூலம் (Arise Out of Brahman Through Maya) அறிகிறோம் என்கின்றார். இப்பொருட்கள், ஈத்தர் (Ether-akasa), காற்று

(Air-vayu), நெருப்பு (Fire-agni), நீர் (Water-ap) மற்றும் பூமி (Earth-ksiti) – ஆகிய ஐம்பூதங்களின் (Pancikarana) கூட்டாகும். இதை, "நாம் தெளிவான முறையில் அறிய, முதன்முதலாக ஆத்மன் அல்லது பிரம்மனால் உருவாக்கப்பட்ட ஐந்து நுட்கூறுகள் (Subtle Elements); ஆகாயம் (Ether-akasa), காற்று (Air-vayu), நெருப்பு (Fire-agni), நீர் (Water-ap) மற்றும் பூமி (Earth-ksiti)-களாகும். இந்த ஐந்து நுட்கூறுகளும் மறுபடியும் ஒன்றோடொன்று ஐந்து விதமான மாறுபட்ட முறைகளில் கலந்து, உருவானதே, இந்த ஐந்து அடிப்படை கூறுகளின் பெயர்களாகும். மேலும், ஐம்புலன்களால் அறியக்கூடிய இவ்வுலகப் பொருட்கள் அனைத்தும் பரிமாணமானதை அறிய, ஆதிசங்கரரின் கொள்கைளான விவர்த்த வாதாவின் (Vivartavada – adhyasa) தெளிவினால் மட்டுமே முடிந்த தென்றும, i.e;-ஒரு காரணம் மாற்றம் பெற்று, அதன் விளைவை அடைதல் (The Cause in to the Effect) எனும் நிலை மாயா-வால் (Maya-Illusion) அறியக்கூடியது என்றும் கூறுகின்றார்.

ஆகவே, நம் ஐம்புலன்களால் அறியக்கூடிய இவ்வுலகப் பொருட்கள் அனைத்திலும் அவைகளின் ஊடே மறைந்திருக்கும் ஓர் அடிப்படையான நிரந்தர நிலையாளா-னாக இருப்பவர் (Brahman Himself) பிரம்மன் அவர்தாமே. இந்த நிரந்தர நிலையிலானது (Pure-Existence) பொய்யானதோ (Unreal) அல்லது ஒருவரின் சாதாரண உள்ளார்ந்த கருத்தோ (A mere Subjective Idea) அல்ல, மாறாக இந்த நிரந்தர நிலையானது ஒருவர் தம் சுயமாக உணருகின்ற சாராம்சம் அல்லது இருத்தல் (A Pure Consciousness Essence – Existence)-பிரம்மன் ஒருவரன்றி (Brahman Alone) வேறல்ல என்பதாகும். ஆகையால், இந்த நிரந்தர நிலையானது, பௌத்த மதத்தின் கோட்பாடுகளான, உலகம் பொய்யானது என்று கூறும் சூனியவாதமோ (Madhyamika-Ilusary World is Unreal) அல்லது அம்மதத்தின், உலகத்தில் உள்ள பொருட்கள்யாவும் மனிதனில் உண்டான கருத்துகளன்றி வேறில்லை என்ற விஞ்ஞானவாதமோ (Yogacara-Representationism-Subjective Idealism) அல்ல. இதற்கு ஆதிசங்கரர் அவர்களே, கீழ்க்கண்டவாறு தனது கோட்பாட்டை உறுதி செய்யும் முகமாக; 'வெளியுலகில் இருத்தலைக் குறிப்பதும் உண்மையல்ல, மேலும் உள்ளார இல்லாமையைக் குறிப்பதும் உண்மையல்ல, மாறாக, அது பொய்மையில்லாத நிலையில் இருப்பதே, நிரந்தர நிலைக்குரிய தகுதியாகும்.' –Objectivity does not imply reality, nor does unreality imply subjectivity but it is, to be not real, in the sense in which pure-existence.

ஆதலால், அத்வைதர், சாதாரண உண்மையாளர்களை (Ordinary Realists) விட, மிக உண்மையாளர்கள் (More Realistic). எனவே தான், அத்வைதர்களின் 'வெளியுலகில் இருத்தலைக் குறிப்பதும் உண்மையல்ல, மேலும் உள்ளார இல்லாமையைக் குறிப்பதும் உண்மையல்ல' என்ற கோட்பாடானது, தற்கால நவீன அமெரிக்க உண்மையாளர்கள் சிலரின் குறிப்பாக கால்ட்டு (Holt) அவர்களின் ஒப்புதலைப் பெற்றுள்ளது. இதனிலும் மாறுபட்டவிதமாக, மேற்கண்ட விவாதங்களின் பலமுடன், ஒவ்வொரு பொருளும் அதன்தனித்துவம் மற்றும் மாற்றம் பெறும் தன்மையால், எதிர்மறையான இயல்பைக் (Contradictory Nature) கொண்டுள்ள தென்றும் கூறி, 'அது பொய்மையில்லாத நிலையில் இருப்பதே, நிரந்தர நிலைக்குரிய தகுதியாகும்.-என உறுதி அளிக்கின்றனர் அத்வைதர்கள்.

10.2.1. பிரம்மனின் தாழ்வு நிலையிருத்தல் – Saguna Brahman (Brahman in the Lower Stand Point):

ஆனால், இந்த தாழ்வுநிலையிருத்தலின் சாதாரணமான அனுபவ பார்வையில், இந்த உலகமானது உண்மையானது என நம்பப்படுகிறது. ஆதலால், பிரம்மன் இந்த உலகத்தைப் படைக்கவும், பராமரிக்கவும் மற்றும் அழிக்கவும் காரணமானவராக இருந்து, அவர் எல்லாசக்தியும், அனைத்தும் அறியக்கூடியவராகவும் இவ்வுலகின் படைப்பானது கருதப்படலாம் என்பதால், பிரம்மனின் தாழ்வு நிலையிருத்தல் நமக்குத் தெளிவு பெறுகின்றது. இந்நிலையில், இவ்வுலகின் படைப்பானது இறைவனின் சாராம்சமல்ல (Svarupa-Laksana-God's Essence)-மாறாக, இது ஒரு தற்செயலான (Tatastha-laksana-merely-accidental) விளக்கமாக இருந்து, இறைவனின் சாராம்சத்தை (His Essence) தொடாமல் நிற்கின்றது. ஆதலால்தான் நாம் இவ்வுலகத்தை அதன் அனைத்து குணங்களுடன் அறிவது என்பது, பிரம்மனின் தாழ்வுநிலையிருத்தல் – Saguna Brahman- அளவிலேயே இருப்பதால், இறைவனின் சாராம்சம் (Brahman's Essence) இந்நிலையில் வெளிப்படவே இல்லை.

பிரம்மனின், தாழ்வுநிலையிருத்தல் வாயிலாக, வழிபடும் பொருளாகவும், இவ்வுலகைச் சார்ந்த அனைத்து குணாதிசயங்களைச்

கொண்டவராகவும் இருப்பதால், இவ்வுலகம் உண்மையானதாகத் தோன்றுகின்றது. மாறாக, இவ்வுலகமானது பிரம்மனின் தாழ்வு நிலையிருத்தல் வாயிலாக வழிபடும் சொரூபமாகநின்று, பிரம்மனின் ஆழ்நிலை (Immanence – Visvamaya) மற்றும் அனைத்தையும் கடந்து (Transcentance – Visvottirna) நிற்கும் நிலையினைக் கண்டுணரச்செய்து, உயர்வு நிலையிலிருக்கும் (HigherStand Point – Nirguna Brahman) – பிரம்மனை அடைய வழிவகை செய்கின்றது. ஆகவே, இந்த பக்திமார்க்கம் இல்லாது (Path of Devotion-Saguna Brahman), கண்டிப்பாக ஞானமார்க்கத்தை (Path of Knowledge – Nirguna Brahman – Parabrahman – Paramesvara) அடைவதென்பது இயலாத ஒன்றாகும்.

10.2.2. பிரம்மனின் உயர்வு நிலையிருத்தல் – Nirguna Brahman – Transcendental View:

இந்த உயர்வு நிலையிலிருக்கும், இறைவன் தாமே, ஒருவர் சுயமாக உள்ளார உணருவதில் உண்மையின் (God is Real Consciousness) முடியாத ஒரே ஒரு விளக்கமாக உள்ள சாராம்சமாக (Svarupa Essence) இருப்பது, சத்தியம், ஞானம் மற்றும் ஆனந்தம் (Satyam, Jnanam, Anantam)-ஆகும். இங்கு தான் ஆதிசங்கர் அவர்கள் பிரம்மனின் ஆழ்நிலை (Immanence)யையும், அனைத்தையும் கடந்து (Transcentance) நிற்கும் நிலையையும், சமரசம் செய்ய முற்படுகின்றார். இந்நிலையில், பிரம்மன் தாமே இம்மண்ணுலகிலும், இவ்வுலகைக்கடந்தும், ஒருசேரப்பட்ட நிலையிலிருப்பதை, இருட்டில் கயிறை பாம்பாக, கற்பனை செய்யும்போது, கயிறானது எவ்வித மாயா-வான குணங்களுக்கும் (Illusory Character) பாதிக்கப்படாதது போலவும், மேடையில் அரசனாக நடிக்கும் ஒருவனது அரசவை வீழ்வதிலோ, உயர்வதிலோ, அவனது நிஜவாழ்வில் எவ்விதப்பட்ட பாதிப்பும் அடையாதது போலவும், உள்ளதென தெளிவாக ஆதிசங்கர் அவர்கள் பிரம்மனின் தாழ்வுநிலையிருத்தலையும் (Saguna Brahman) உயர்வு நிலையிருத்தலையும் (Nirguna Brahman)- அழகாக விளக்குகின்றார்.

ஆதலால், ஆதிசங்கரர் அவர்கள் இம்மண்ணுலகை முழுமையாக மறுக்கவில்லை. மாறாக, பரிசுத்தமாய் என்றும் நிலையாய் இருத்தலை (Pure-Existence) மட்டுமே அழுத்தமாக கூறுவதின் காரணம், உயர்வு நிலையிலிருக்கும் –Nirguna Brahman- என்பவர்,

எதிர்மறையானவருமில்லை, எதிர்மறையாக்கப் படக்கூடியவருமில்லை (Neither Contradicted Nor Contradictable). ஏனெனில், அவரே-நிகரற்ற, நிரந்தர, நிலையுடையவராயும் – Paramarthica Satta – Absolute Existence, அதிமிகப்பிரபு – Supreme Lord – எங்கும் நிறைந்திருக்கும் பரம் பொருளான ஈஸ்வரா (Paramesvara)- அதிமிகநல்லது (Summum bonum)- “All This is the Essence of Him” என்று, ஒருமித்த இந்தியத்தத்துவக் கோட்பாடுகளின் கோர்வையாக விளங்குவதான-சத்தியம் (Satyam), ஞானம் (Jnanam), ஆனந்தம் (Anantam) – Sat, Citt, Anandam; Satyam,Sivam,Sundaram – மற்றும் ஓம் (Aum) என்பவை, மூன்றுவித உலகமான மண்ணுலகத்திலும் (Terretrial), ஆவிக்குரிய உலகத்திலும் (Astral) மற்றும் விண்ணுலகத்திலும் (Celestial) நிலையாய் இருப்பதை எடுத்தியம்பியுள்ளார்.

10.3. கிரேக்கத் தத்துவஞானி பிளேட்டோவின் கூற்றுப்படி உலகத்தின் பரிமாணம் - Evolution of the World According to the Greek Philosopher, Plato.

இவ்வாறே, ஆத்தீகக் கோட்பாடு கொண்ட, பிளேட்டோவின்-கிரேக்கத் தத்துவமானது, (4th Cen. B.C. i.e., 2,400 ஆண்டுகளுக்கு முன்பாக) சுமார், 3,300, BCE – i.e., 33 Cen. B.C.- பைபிளின் பழைய ஏற்பாட்டை எழுத்தால் எழுதும் ஆற்றலைப் பெற்று உருவானதும், மேலும் இதற்கு முன்பான பெரும் ஜெரிக்கோ நாட்டின் சிறப்பைக்கூறும் வகையில் (19-ஆம் நூற்றாண்டின் அகழ்வாராய்ச்சிகளின் மூலம்) கி.பி.6000- BCE, i.e. 60th Cen. B.C. என்றும் தெளிவாகும். மேலும் இவைகள் எல்லாம் இன்று வரையிலான உலகின் அனுபவத்தில், வளர்முகமாக தனது அன்பின் – சேவையைத் தொடர்ந்து ஆற்றிவரும் கிறிஸ்துவத்தைத் தழுவியதாகும்.

இத்தகைய, பிளேட்டோவின் கூற்றுப்படி, இவ்வுலக புலன்வழி அறியக்கூடிய உண்மையாகத் தோன்றும் ஒவ்வொரு பொருளும், அவைகளின் தம் இயல்பிலேயே மாற்றமும் அழிவும் உடையவை. அவைகள் அனைத்தும் ஏறக்குறைவான முழுமையும், அழகும் மற்றும் நன்மையும் கொண்டமையால், அவைகள்அனைத்தும் ஏறக்குறைவாக அன்பு செலுத்தற்குரியது யாதெனில், அவைகள் குறைப்பாடுடனும், நிறைவற்றும், குறையுடையதாகவும் இருப்பதால், அவைகள்

அனைத்தும் உண்மையின் முழுநிலையில் உள்ளவையல்ல. ஆதலால் பிளேட்டோ அப்பொருட்களின் இருத்தலை மறுக்கவில்லை, மேலும் அப்பொருட்களின் மாயா- நிலையை (Illusory) ஆதி சங்கரர் போல் உறுதி செய்யவும் இல்லை. மாறாக, பிளேட்டோ, அப்பொருட்கள் யாவும் மிகச்சிறியனவாகவும், வஞ்சகமானதாகவும், நிழலுக்கெல்லாம் நிழலாக திரையின் பின்பக்கமுள்ள ஒளியால் நகர்ந்து செல்லும் பிம்பமாக இருப்பதாகவும், அப்புலன் வழி அறியக் கூடிய இம்மண்ணுலகிலுள்ள பொருட்கள்யாவும், பாதியாகவோ அல்லது முழுமையாகவோ நிறைவானதல்ல என்கிறார்.

மேற்கூறிய பிளேட்டோவின் விளக்கமானது, பின்வருமாறு அவரது நூலான Timaeus-யில் நன்கு அறியலாம், 'பிரபஞ்சத்தின் பிறப்புக் கோட்பாடுகள் (Cosmogony) மற்றும் பிரபஞ்சத்தின் பிறப்பு மற்றும் அமைப்புகள் பற்றிய ஆய்வு (Cosmology) ஆகியவற்றிலும் சிரமங்களைச் சரி செய்து (Bridge the Gap) அவர்தாமே தனது பௌதீகக் கோட்பாட்டால், நம்புலன்வழி அறியக்கூடிய இவ்வுலகிலுள்ள பொருட்களின் மாற்றத்தையும், மற்றும் என்றும் மாறாத, நீங்கா-நிலையிலுள்ள (Immutable Eternal)-ஓர் நிரந்தர தன்மைப் பற்றியும் விளக்கியுள்ளார். எனவே, பிளேட்டோவின் பௌதீக ரீதியிலான அடிப்படைக் கருத்து (Idea)-யாதெனில், அவரது விளக்கத்தின்படி, இந்த பிரபஞ்சத்தை படைத்தவர், ஒரு அறிவார்ந்த வல்லுநர் (The Notion of Reason as the DEMIURGE)—என்றறியலாம். இந்த அறிவார்ந்த சிந்தனை, மற்றொரு இவருக்கு முந்திய கிரேக்கத் தத்துவஞானி அனஸ்ககோரஸ் (Anaxagoras) 'NOUS'-இன் எதிரொலியாய் இருப்பினும், அனஸ்ககோரஸ்-நோயூஸ்-ஆனது, உலகப் பொருட்கள் அனைத்தையும் உருவாக்கும் அடிப்படை கூறுக்கு ஓர் உந்து விசையாக மட்டுமே இருக்குமென்றும், ஆனால் பிளேட்டோவின்—DEMIURGE-என்பது, இந்த பிரபஞ்சத்தை படைத்தவர் என்றும், அப்படைப்பானது ஒன்றும் இல்லாமையில் இருந்து அல்ல (Not from Nothing) மாறாக, அதன் தந்தையாம் இறைவனாலேயே (It's Father Himself) படைக்கப்பட்டதென மிகவாக விளக்கியுள்ளார்.'

அனஸ்ககோரஸ்சின் நோயூஸ் ஓர் தலை சிறந்த அறிவுத் திறனறி (Supreme Intellect) யன்றி, வேறில்லை. இவர்தான், மேலைநாட்டுத் தத்துவங்களுக்கு ஓர் உயர்வான ஒருங்கிணைப்புடன் கூடிய வகைப்பாட்டை உருவாக்கித் திசை திருப்பியவர். இவருடைய

பிரசித்தமான கோட்பாடு, "எல்லாமும் எல்லாவற்றிலும் இருப்பதால், இப்படி எல்லாமும் எல்லாவற்றிலும் இல்லாதிருந்தால், சில வகைகள் வெறுமையிலிருந்து வருவதென்பது இயலாதொன்றாகும். –As Everything Where in Everything, Not if, something Could Come from Nothing which is impossible." ஆதலால், எல்லாப் பொருட்களுக்கும் அடிப்படையாகவுள்ள அவைகளின் சாராம்சம் (The Basic Substance) இயற்கையோடு கலந்த குணாதிசயங்களின் கூட்டாகுமென உறுதி கூறுகின்றார். எனவே, இவ்வுலகத்தினின்று வேறுபட்ட மற்றொரு உலகில், எல்லாவற்றிலும் முழுமையுடன், நிறைவுவாய்ந்த, கருத்துத்கோர்வைகளின் வரைவுகள் (Where Perfections or Ideas of Forms Exist in a Fullness and Universality) இருப்பதால், அதிலே தான் இவ்வுலகத்தில். நாம் கண்ணாரக்காணும் தனிப்பட்ட, தன்னிலையிலான (The Concrete, Particular and Individual Things) பொருட்கள்யாவும் அதனதன் பங்கை பெற்றுள்ளன என்கின்றனர் இவ்விருகிரேக்க தத்துவ ஞானிகள்.

மேலும், பிளேட்டோ இவ்வுலகில் நிழல்களான பொருட்கள் இருக்கும்போது, இவைகளின் முழுமையுடன், நிறைவு வாய்ந்த, கருத்துக்கோர்வைகளின் வரைவுகள் ஏன் இருக்க இயலாது?- என்று தன் வினாவை எழுப்பி, நம் ஐம்புலன்களுக்கும் அப்பாற்பட்ட (A Supra Sensible World) பெரும் மாதிரிகள் உள்ளதென்பதைக் (ARCHETYPES or EXEMPLARS) கூறுகின்றார். இப்பெரும் மாதிரிகள் (Truth.Goodness and Beauty) எல்லாவற்றிலும் முழுமையுடன், நிறைவு வாய்ந்த, கருத்துக் கோர்வைகளின் வரைவுகளுக்குரிய சாராம்சமாகவும் இருப்பதால், இவ்வுலகிலுள்ள, நாம்கண்ணாரக்காணும் தனிப்பட்ட, தன்னிலையிலான பொருட்களின் வகைகள் அனைத்திற்கும் பொதுவாக உள்ளது. ஆதலால் இந்தப் பொதுப்படையான கருத்துக்கள் (Universal Thoughts) வெறும் சிந்தனையின் வெளிப்பாடல்ல, மாறாக தங்களுக்குத்தாமே உரித்தான சாரம்சத்தின் (Substancial Thoughts) வெளிப்பாடாகும். இப்பெரும் மாதிரிகள் சுயமானதாகவும், நிரந்தரமானதாகவும், மாற்றமில்லாததாகவும் மற்றும் அனைத்தையும் கடந்ததாகவும் இருந்து, இவ்வுலகப் பொருட்களுக்கு எல்லாம் அப்பாற்பட்டதாயும், முற்பட்டதாயும்- (Existing Apart from them and Prior to Them) விளங்குகின்றன என்கின்றார் பிளேட்டோ.

எனவே, பிளேட்டோவின் இவ்வுலக படைப்பு பற்றிய, இப்பிரபஞ்சத்தின் படைப்பானது பிளேட்டோவின் டிமாயியூஸ் (Timaeus)-யின் கூற்றுப்படி ஒரு கலப்படமான செயலாகும். பிளேட்டோவின்- DEMIURGE- என்பவர்தான், இவ்வுலகத்திலுள்ள ஆன்மா மற்றும் பொருட்களையெல்லாம், கருத்துக்கள் மற்றும் பிளேட்டோவின் மேட்டருடன் (A Mixture of Idea and Martter) கூடிய கலவையால் செய்து, உலகெங்கும் பரவச்செய்து நாம் காணும் அண்டத்தை (Universe) அமைத்துள்ளார். இந்த கலவையானது நெருப்பு, காற்று, நீர் மற்றும் பூமி ஆகிய நான்கு கூறுகளைக் கொண்டது. இவைகளை DEMIURGE- என்பவர் சுழற்சி முறையில் அமைத்து, அதனதன் சுழற்சிப் பாதையில் சுழலும்படி வகுத்தமைத்து, மிகவும் அழகான வடிவத்தைக் கொடுத்து, நவக் கிரகங்களின் சுழற்சிப் பாதையையும், விண்ணக நட்சத்திரங்களுக்கெல்லாம் உரிய பாதைகளையும், அவையவைகளின் ஒன்றுபட்ட சுயசுழற்சி முறையில் அதனதன் கணக்கீட்டின்படி அளவையும், பங்கையும் சரிசெய்து கொடுத்து, நிரந்தரமாய் செயலாற்றச் செய்துள்ளார். ஆகவே, கடவுளின் பராமரிப்பால், இப்பிரபஞ்சமானது ஓர் உயிருள்ள அண்டமாகவும், அறிவின் கூடாரமாகவும் படைக்கப்பட்டதைப் பற்றி தெளிவு படுத்தியுள்ளார்.

ஆதலால், பிளேட்டோவின் கூற்றுப்படி நம் ஐம்புலன்களால் அறிகின்ற தனிப்பட்டதும் தனிமையானதுமான பொருட்களெல்லாம், நிரந்தரமான பெரும்மாதிரிகளின் முழுமை பெறாத நகல்களாகவும், பிரதிபலிப்பாகவும் இருக்கும் பிம்பமேயாகும். தனிப்பட்டப் பொருள் வருவதும் போவதுமாய் இருக்கும். ஆனால், பெரும்மாதிரிகளோ என்றும் நிரந்தரமானதாகும்- (Particulars may come and go but the ldeas or Forms go on Forever). இந்நிலையற்ற உலகில் அனேக பொருட்கள் அல்லது நகல்கள் உள்ளன. ஆனால், நிரந்தரமான நிலையான மறுவுலகில், ஒவ்வொருவகையிலான இவ்வுலகப் பொருட்களுக்கும், ஒருவகைக்கு ஒரேவொரு கருத்து அல்லது வடிவு (Only One Idea or Form) மட்டுமே உள்ளது (Verbegracia) –பல மனிதர்கள் (Many Men) ஆனால் ஒரே ஒரு தனிப்பட்ட மனிதனைக் குறிப்பது (One Individual Idea – ‘Man’). அவ்வாறே, பலமேஜைகள் ஆனால் ஒரே ஒரு மேஜைத்தன்மை – ‘Uni-Tableness’ இவைகளை எல்லாம் வைத்து பார்க்கின்றபொழுது, தேவன் ஒருவரே

படைப்பாளராய் இருந்து, தன்படைப்பிற்கு அழியும்தன்மையையும், அதன் ஊடே, தேவனின் அழியா ஆன்மாவின் சிறப்புக்களையும் அளவுடன் கொடுத்து (Immortal Principle of the Soul), அதனைச் சுற்றி அழியக்கூடிய சரீரத்தை அமைத்துக் கொண்டுள்ளன, என்கின்றார், பிளேட்டோ.

10.4. இணையானதும், பொதுவானதுவுமான வடிவுகள் - The Identical Universal Forms.

இவ்வுலகிலுள்ள பொருட்கள்யாவும் ஒழுங்காக வகைப்படுத்தப்படாமல் கலைந்து (Disorganised in a Chaotic Fashion) இருக்கையில், அண்டம் மட்டும் அறிவானதொன்றாக அழகாக வகைப்படுத்தப்பட்டுள்து (A Well Ordered World with a Rational Cosmos-Rational One). இவ்அறிவார்ந்த வடிவுகள் (The Ideal Forms) அனைத்தும், ஒன்றோடொன்று இணைந்தவையாக, ஒன்றுபட்டஇயற்கையான கரிமமாக, உயர்ந்த கருத்துக்களோடு கலந்து (One Organic Unity. subsumed Under the Highest Idea)- உண்மை, நன்மை மற்றும் அழகு – i.e. The idea of Truth. Goodness and Beauty) – என்றும் நிலையானதாகநிற்கின்றது. இவையனைத்தும், ஒன்றோடொன்று இணையானதுமாய், எல்லாவகையான சரிபார்த்தலுக் கெல்லாம் ஆதாரத்தை அளிக்கக் கூடியவைகளுமாய், காலத்தைக் கடந்தவைகளுமாய் மற்றும் எல்லையை கடந்தவைகளுமாய் இருக்கின்றது. மேலும், இவைகள் தக்க முறையில் ஒன்றோடொன்று இணைந்தனவாயும் மற்றும் அவற்றின் தரம் சார்ந்து (Hierarchy) அமைப்பில், உயர்வானது தாழ்வானதுடனும் மற்றும் மிகவும் உயர்வானது மற்றைய எல்லாவற்றுடனும் தொடர்பு உள்ளனவாகவும் அமைந்துள்ளது (The Higher Communicable with the Lower and the Highest with All).

ஆதாரமுறைப்படியான, இயற்கைக் கோட்பாடுகளின் (Theory) பெரும் மாதிரிகள், உண்டுபண்ணப் பட்டவையல்ல. மாறாக, நிரந்தரமானதாகவும், மாற்றமில்லாததாகவும் உள்ளது. இந்த பெரும் மாதிரிகளுக்கும் மற்றும் இதர பொருட்களுக்கும் இடையேயுள்ள உறவானது, கட்டுப்பாடுடையதும் (Limitation-Mimesis) பங்கேற்பதும் (Participation-Metexis or Koinonia) மற்றும் இருத்தலும் (Presence=Parousia) ஆகிய மூன்று விதங்களாகும். எல்லாவற்றிற்கும் மேலாக,

இத்தருணத்தில் நம்கவனத்தை ஈர்க்கும் ஒரு கேள்வி, 'எவ்வாறு ஒரு சில முழுமையடைந்த மற்றும் மாற்றமில்லாத ஆதாரக்கருத்துக்கள், படைப்பு என்ற மாற்றத்தால், இவ்வுலகத்தின் முழுமையடையாத நகல்களாக மாற இயலும்? –How can the Fewer perfect and Changeless Pinciples or Ideas, Because of Changing, Imperfect Copies? இதற்கு தகுந்த பதிலளிக்க, பிளேட்டோ, தன்பெரும் மாதிரிகளுக்கு எதிர்மாறான இன்னொரு ஆதாரத்தைக்கூறி, அதன்வழி நின்றுதான் நாம் கண்கூடாகக்காணும் இவ்வுலக முழுமைப்பெறாத பொருட்கள் அனைத்தும் வாழ்கின்றன என்றும், அதுவே பிளேட்டோவின் புவியுலக ஆதாரம் (Platonic Matter) என்றும் விளக்குகின்றார்.

10.5. ஒன்றிலிருந்து, பல (அதனதன்) உருவான விதம் - Multiplication of Things

மேற்கண்ட பிளேட்டோவின் பொருள் (Platonic Matter)-தான் இந்த புலன்வழியறியும் உலகிற்கு அடிப்படையாகும். இப்பிளேட்டோவின் பொருள் மீதுதான் மேற்கூறப்பட்ட நிரந்தரமானதும், மாற்றமில்லாததுமான இப்பொருளானது ஒருவகையில் உயிரற்ற ஆதாரமாகும். இப்பொருள் ஒருவகையான வெற்றிடம் நிரப்பும் கூட்டாக (Mass)-இருந்து, ஒன்றுமில்லா நிலையிலில்லாமலும் (Nothing) மற்றும் மாயா-வான (Illusion) நிலையிலில்லாமலும் இருக்கின்றது. இது ஒன்றுமில்லாத நிலையிலில்லாமலும் இருப்பது எவ்வாறு உறுதியாகின்றது என்றால், ஒன்றுமில்லாத நிலையிலிருந்து, அது இருப்பதற்கான (Principles of Existence)-ஆதாரமாக விளங்க இயலாது. ஆதலால், இந்த பொருளியல் உலகமானது, அறிவார்ந்த உலகிற்கும் மற்றும் பிளேட்டோவின் பொருளுக்கும் இடைப்பட்டதாய் இருக்கின்றது. எனவே, நிரந்தரமானதும், மாற்றமில்லாததுமான வடிவுகள் (Ideas or Forms) பிளேட்டோவின் பொருளின் ஊடே ஊடுருவி பல்வகையிலான பொருட்களை அவையவைகளின் பதிவிற்கேற்ப, எவ்வாறு சூரிய ஒளியின் ஒரு கதிரானது, பிரிசம் (Prism)- வழியாக ஊடுருவி செல்லும்போது பல்வகை கதிர்களை உருவாக்குகின்றதோ, அவ்வாறே உருவாக்குகின்றது.

மேலும், பிளேட்டோ இந்த பொருளியல் உலக உற்பத்திக்கு, ஒரு கட்டுக்கதையைக் கொண்டுவந்து, ஒரு DEMIURGE- என்னும்

நடுநிலையாளரை முன்னிறுத்தி, அவர்தாமே படைப்பாளருமாய், இவ்வுலக ஆன்மாவாகவும் (Para-madma) – இருந்து, இவ்வுலகை, அறிவார்ந்த உலகின் வடிவுகளுக்கொப்ப பிளேட்டோவின் பொருளில் பதித்து உண்டாக்கினார் என்று பிளேட்டோ இல்வுலகில் ஒன்றிலிருந்து, பல (அதனதன் வகைப்படி) உருவான விதத்தைப் பற்றிய தனது விளக்கத்தைக் கூறியுள்ளார்.

10.6. பிளேட்டோ மற்றும் ஆதிசங்கரரின் கொள்கைகள் - The Doctrines of Sankara and Plato.

ஆதிசங்கரர், மாயா (Maya) என்னும் பொதுவான அறியாமையை, கடவுளின் படைக்கும் சக்தியாக நிரந்திரமான குணமாக கையாளாமல், நிபந்தனையற்ற மனதுடன் (Out of a Free Will) எவ்வாறு மந்திரவாதி அறிவிலியை மட்டுமே ஏமாற்றி, தன்னைத்தானே ஏமாற்றிக் கொள்வதில்லையோ, அதுபோல, தனது கடவுள் ஒருவரே என்ற கோட்பாட்டை நிலை நிறுத்துகின்றார். இது நவீன உளவியலில் ஒரு சிந்தனையின் நீட்சியாக (As a Projection) ஒத்துக் கொள்ளப்பட்டுள்ளது. ஏனெனில், எல்லா மாயா – (Illusion – Mayas) செயல்களிலும் இச்சிந்தனையின் நீட்சி உண்டென்பது, இக்கடவுளின் படைப்பில், எவ்வாறு கயிறானது சர்ப்பமாக நீட்சி பெற்றதோ, அதுபோல இம்மண்ணுலகம் கடவுள்மேல் நீட்சி பெற்றுள்ளது – (As the serpent is Projected on the Rope and so the World in Projected on Brahman). ஆனால், பிளேட்டோ ஒரு கட்டுக்கதையில் DEMIURGE – என்னும் நடுநிலையாளரை முன்னிறுத்தி, அனைத்தையும் கடந்த, ஒப்பில்லா ஒன்றாக இருக்கும் “ஜீவன் ஒன்றே – Being is One – Only one Being” – என்ற அவரது கோட்பாட்டை நிலைநிறுத்துகின்றார்.

10.7. ஏன் மற்றும் எப்படி இவ்வுலகம் உண்டானது? - The Problem of Why and How.

மேற்கண்ட அனைத்து விளக்கங்களும், நாம் மேற்கொண்ட இருபெரும் அடிப்படையிலான கேள்விகளுக்கு “உலகில் அனைத்து மாற்றங்களையும் ஏற்படுத்தும் இறுதியான செயல்பாட்டுக் கோட்பாடு எது? மற்றும் உலகில் பன்மையை உருவாக்கும் இறுதியானக் கோட்பாடு எது? – சரியான மிகவும் தெளிவான விடையாக மேற்கண்டவாறு அமையும் இவ்வேளையில், மூன்றாவதாக தனிப்பட்டச் சிறப்புடன்

நிற்கும், ஏன் மற்றும் எப்படி இவ்வுலகம் உண்டானது? என்ற கேள்விக்கு ஆதிசங்கரர், தத்துவ ரீதியில் பிரம்மனின் தாழ்வு நிலையிருத்தல் வாயிலாக, சரியானதோர் விளக்கம் அளித்துள்ளார். ஆனால் மற்ற தத்துவ ஞானியர்கள் யாவரும் அவர்கள் தத்தம் கட்டுக்கதைகள் மற்றும் தர்க்க வாதங்கள் வழியாய்ச் சரியாக எல்லோராலும் ஏற்றுக் கொள்ளத்தக்க விளக்கம் அளிக்க இயலாது போனதால், அவர்கள் யாவரும், 'ஏன் மற்றும் எப்படி'. என்ற கேள்விக்குத் தத்துவத்தினால் மட்டு விளக்கம் அளிக்க இயலாதென்று கூறி, இறையியலின் (Theology) அவசியத்தை இவண் ஈர்க்கின்றனர்."

பிளேட்டோவின் கட்டுக்கதைகள் வாயிலாய் கொடுக்கப்பட்ட விளக்கமானது கிரேக்கக் கலாச்சாரத்திற்கு பொருத்தமானதாக அமைந்தது. மேலும், பிளேட்டோவின் - DEMIURGE - என்பது இந்த பிரபஞ்சத்தைப் படைத்தவர் என்றும், அப்படைப்பு ஒன்றுமில்லாமையிலிருந்து அல்ல (Not from Nothing) மாறாக, அதன் தந்தையாம் இறைவனாலேயே (It's Father Himself) எனவும் மிகவும் விளக்கமாகக் கூறியுள்ளார். இவைகளின் உறவுபற்றி அறிவதென்பது, பழங்காலத்தோர்க்கு மிகவும் கடினமானதாகவும் குழப்பமானதாகவும் தெரிந்தது. பிளேட்டோவின்-DEMIURGE-கடவுளாகக் கருதப்படுவதென்பது, பழங்கால கிரேக்கச் சிந்தனைக்கு முழுவதுமாய் வேறுபட்டதாய்நின்று, வெறுமையிலிருந்து இவ்வுலகம் படைக்கப்பட்டதை (பிளேட்டோவின்- DEMIURGE- is Nothing but God) ஏற்க முடியாமல், ஜுடேயிசமும், கிறிஸ்தவமும் பிளேட்டோவின் கொள்கையைத் தழுவி அளித்த உறுதியான ஆக்கத்தினால், கடவுள் ஒருவரே (Monotheistic) என்கின்ற கோட்பாட்டை பின்வரும் காலங்களில் ஏகமனதாக ஏற்றுக்கொள்ள வேண்டியதாயிற்று.

இவ்வாறிருக்கையில், உலகமானது எந்த முறையில் படைக்கப்பட்டு இருந்தாலும், நம் அதிமுக்கியக் குறிக்கோளானது, நம்முடைய அறியாமையானது விலகி, நிகரற்ற, அனைத்தையும் கடந்த (Supreme, Absolute Being) பரம்பொருளாம் இறைவனே இவ்வுலகப் பொருட்களுக்கெல்லாம் ஆதாரம் எனக்கண்டடைவதே யாகும். ஆதலால், ஆதிசங்கரரின், பிரம்மனின் உயர்வு நிலையிருத்தல் (Nirguna Brahman), பிளேட்டோவின்- காலத்தை மற்றும் எல்லையைக் கடந்தவைகளுமாய் இருக்கின்ற வடிவு அல்லது கருத்து (Transcendental

Form or Idea) மற்றும் இதர கீழமை மற்றும் மேலமை நாட்டுதத்துவ ஞானிகளைத் தொடர்ந்த பலரின் ஈடுபாடுகளெல்லாம், ஒரே ஒரு நிகரற்றப்பரம்பொருளை (Only One Absolute Being)- கடவுளைப் பற்றியதோர் தேடலேயாகும். இதனையே, எம்.கே.காந்தி அவர்களின் அனைத்து மத சமன்பாடு (Sarvadharma Samanatva – Equality of All Religions) அனைத்து மத சமநோக்கு(Sarvadharma Samabhava – Equal Repect for All Religions)- ஆகியவை, மெய்யியலைக் கடந்த ஆய்வின் (Meta-Physical Analysis)- வழியில் நிற்கும் உண்மை, நன்மை மற்றும் அழகு (Truth. Good and Beauty) ஆகிய கோட்பாடுகளோடு ஒருங்கிணைவதைக் காணலாம். இதையே தான், நம் இந்தியாவின் பழமை வாய்ந்த கலாச்சாரமும் (ரிக்-வேதம்) மிகவும் தெளிவாக, 'நிஜமான உண்மை என்பது ஒன்றே தான், ஆனால் அதையே ஞானிகள் பல பெயர்களிட்டு அழைக்கின்றனர்'('Truth of Reality is the One, but Seers Call it in Different Names' – 'Ekam Sad Vibra Bahudha Vedanti') - என மிகவும் உறுதியுடன் எடுத்துக் கூறுகின்றது.

10.8. A Futurological Pursuit - The Panoramic Vision - ஒரு எதிர்கால ஆக்கச் செயல்பாடு ஒரு பரந்த பாகுபாடற்றக் கண்ணோட்டம்.

நம் இந்தியத் திருநாட்டின் மக்களாகிய நாம், உண்மையிலேயே ஒரு நெடிய அழகு வாய்ந்த சரித்திரத்தையும், நன்கு பாதுகாக்கப்பட்ட எல்லையமைப்பையும் மற்றும் பொதுவானப் பொருளாதார வாழ்வையும் கொண்டுள்ளோம். ஆனால், நாம் ஒரு பொதுவான மொழியையோ, ஒரு பொதுவான கலாச்சாரத்தையோ மற்றும் ஒரு பொதுவான உளவியல் மேம்பாடோவின்றி இருக்கின்றோம். குறிப்பாக, நம் இந்தியத் திருநாட்டிலுள்ள மாநிலங்கள் அதனதன் அமைப்பில் மேற்கண்ட குணாதிசியங்களை தன்னகத்துக் கொண்டுள்ளது. ஆதலால், இவையனைத்தும் வெவ்வேறான நாடுகளின் தன்மையை அதனதன் அகத்தே ஒன்றிய- இந்தியா (Indian-Union) - என்றச் சிறப்பால் கொண்டுள்ளன. இவ்வொன்றிய இந்தியாவில் 29 மாநிலங்களும், 7- ஒன்றிய பிரதேசங்களும் அதனதன் அமைப்பில் மேற்கண்ட குணாதிசயங்களை தன்னகத்தேக் கொண்டடுள்ளனவாய் இருப்பினும், தத்துவம், மதம், கலாச்சாரம், சமுதாயம் மற்றும் குடியரசு (Philosophico-religious, Culturo- Socio- Republic) - போன்ற, இதரபல ஜனநாயகச் சிறப்புக்களின் வாயிலாக, ஓர் உயர்வான ஒற்றுமையைப் பெற்றுள்ளது.

ஆதலால்தான், நம் இந்தியாவின் ஒற்றுமையானது, எண்ணற்ற வேறுபாடுகளான குருதி (A+, A-. B+, B-, AB+. AB-, O+, O-, etc), நிறம், இடம், மதம், மொழி, உடை, நடை, குணம், பாவனை, பாலினம், திறன், வகுப்பு, இனம், சாதி, சமயம், கலாச்சாரம், பண்பாடு, தொண்டுள்ளம் மற்றும் பல்வேறு வகைபாடுகளைக் கடந்து, தலைச்சிறந்து நிற்கின்றது. எனவே, நம் இந்திய நாடு, ஒரு தேசமாக அதன் பரந்த சிந்தனையான, பன்முகத்தன்மை அல்லது வேறுபாட்டில் ஒற்றுமை, "UNITY IN DIVERSITY"என்ற கோட்பாடானது, பன்மையில் ஒருமை அல்லது ஒருமையில் பன்மை – 'One in Many' or 'Many in One' எனும் உலகளாவிய தத்துவ நெறியால் நிரூபணமான, 'Being is Only One', - 'God is Only One.' – எனும் கோட்பாட்டை இவண் யாம் கண்டுணரும் வேளையில், "வேற்றுமையில் ஒற்றுமை" (அல்லது) "ஒற்றுமையில் வேற்றுமை" – என்னும் தாரக மந்திரம் இந்தியன் என்னும் ஒருமைப்பாட்டில் உள்ளார- ஒன்றுபட்டு, ஒன்றியமாய் – உள்ளடங்கிய நூற்றுக்கணக்கான தேசிய இனங்களும், மொழிகளும் மற்றும் பலமதங்களின் தாய்வீடாய் இன்றளவும் சிறப்புடன் விளங்குகின்றது, இந்த அதிசயபூமி, நம் தேசிய அன்னை, இந்திய உப கண்டம் தானன்றோ, இவ்வுலகத்தில்.

ஆகவே, நம் இந்திய நாடு ஒரு தேசமாக இருப்பதால், அதன் அனைத்து மாநிலங்களிடையே ஒருமைப்பாடு அவசியமாகி, அதன் நிர்வாகத்திற்கும் மற்றும் அதன் முன்னேற்றத்திற்கும் வழிவகை செய்து அதன் அனைத்து மக்களின் நலனுக்காக (Welfare of All the People – Sarvodaya) செயலாற்றுகின்றது. எனவே தான், நமது அரசியல் சாசனத்தின் முகவுரையில் Sovereign, Socialistic, Secularistic, Republic and Democratic – என்ற ஒன்றிய மற்றும் மாநிலங்களின் உறவுகளை எடுத்தியம்பி, பன்முகத்தன்மை அல்லது வேறுபாட்டில் ஒற்றுமை "UNITY IN DIVERSITY" என்ற கோட்பாட்டின் வழிநின்று, நம் இந்திய நாட்டு அனைத்து மக்களின் சமூக ஒற்றுமை, ஒருமைப்பாடு மற்றும் அவர்கள்தம் அடிமைத்தனத்திலிருந்து விடியல்/விடுதலை (Solidarity, Integration and Emancipation)-யை, அளித்து அமைதியின்வழி நின்று நல்வாழ்வு பெற பாடுபடுகின்றது. இந்த அமைதியின் வழிநின்று நல்வாழ்வு பெறுவது உண்மையானால், மேலை நாட்டு சமூக ஆர்வலர்களின், 'தேசத்தின் உணர்வானது தேசத்தை உருவாக்குகின்றது' அவ்வாறே 'தேசம் என்பது அத்தேசத்தின்

உணர்வாகிறது'- The Consciousness of Nationality Makes a Nation and the Nation is the Consciousness of Nationality – Franz Oppenheimer'. மேலும், 'ஒரு தேசம் என்பது எவ்வாறு தேசமாகின்றதெனில், அதன் மக்கள் அனைவரும்விருப்பமுடன் ஒருமனப்பட்டு அவ்வாறே தேசமென நம்புவதேயாகும்.' – 'A Nation is a nation Because its Members Passionately and Unanimously Believe To Be So' – எனும் Ram Say Muir's- யின் கூற்று உண்மையாக்கப்பட்டு நம் தேச மக்கள் அனைவரும், அவர்கள் தம் அனைத்து அடிமைத்தனத்திலிருந்தும் விடியலை அவசியம் பெறுதல் வேண்டும்.

10.9. அனைத்து மதங்களின் ஒருங்கிணைந்த ஆய்வின் மூலம் 'கடவுள் ஒரே ஒருவர்' தானென்று அறுதியிட்டுக் கூறுதல் - An Eclectic Inter - Religious Analysis to ascertain the Reality of ONLY ONE GOD.

உலகளாவிய தத்துவ நெறிகளால் நிரூபணமான, நிஜமான உண்மை என்பது ஒன்றே தான், ஆனால் அதையே ஞானிகள் பல பெயர்களிட்டு அழைக்கின்றனர். 'Truth of Reality is the One, but Seers Call it in Different Names' – மற்றும் – 'Beign is Only One' –'God is Only One'. எனும் கோட்பாடுகளின் வழி அனைத்து மதங்களின் ஒருங்கிணைந்த ஆய்வின்மூலம் 'கடவுள் ஒரே ஒருவர்' தானென்று அறுதியிட்டுக் கூறும் வேளையில் மதங்களின் ஆரம்பம், பல தெய்வக்கொள்கை (Polytheism—Many Gods) எல்லாமே கடவுள் (Pantheism- All is God),பலரில் ஒரு சிறப்பு வாய்ந்த (Henotheism – One Among the Many Superiors), ஒரே கடவுள் (Monotheism – God is One) மற்றும் ஒரே ஒரு கடவுள் (Monism- Only One God) வரை வளர்ந்து, ஒரே ஒரு தொடக்கப் பொருளாய் மையம் கொண்டு, அனைத்தையும் ஒருங்கிணைக்கும் பொதுக் கொள்கையாய் நிற்கும் நிரந்தரநிலையானது ஒருவர்தாம் சுயமாக உணருகின்ற சாராம்சம் அல்லது இருத்தல் என்பது (A Pure Consciousness of Essence—Existence)- பிரம்மன் ஒருவரன்றி (Brahman Alone) வேறல்ல என்ற ஆதிசங்கரரின் மெய்ப்பணம், அதே அளவுக்கு பிளேட்டோவின் – DEMIURGE- Nothing but God – என்ற அனைத்தையும் ஒருங்கிணைக்கும் பொதுக்கொள்கையாய் நிற்கும் நிரந்தரமான – நிலையானது இவண் ஒப்பிட்டறியப்படுகின்றது. இங்கு கடவுள் மனித அறிவுக்கு மேற்பட்டதும் அல்லது நுண்ணறிவால் உணரக்கூடியதுமான (A Supramental (or) Intelligible Reality) எல்லாச் சக்தியையும் மற்றும் அனைத்துலக அறிவின் நிறைவையும் (Omnipotent and Omniscience) கொண்ட ஒருவரே, இவ்வுலகத்தைப் படைத்து, காத்து மற்றும் ஆண்டுவருகின்றார் என்பதுதான். நாம் இங்கு பொருத்தமாக நினைவு கூறவேண்டிய உண்மையாகும். எனவே, கடவுள் என்கின்ற அரியதோர்க் கருத்தானது, நவீன, பின்-நவீன காலங்களைவிட இன்றைய இம்மில்லீனியத்தில் சமயம், மதம்,கடவுள் பற்றிய ஆழ்ந்த ஆய்வு அவசியமானதோர் வடிவாகத்திகழ்கின்றது.

எனவே, மதங்களின் ஆரம்பகாலத்தில் கடவுள் என்கின்ற கருத்துக்கே இடமில்லாதிருந்ததென்பதை குறிப்பாக, இயற்கையின் அனைத்துப் பொருட்களுக்கும் ஆன்மா உண்டென்பது, Animism (E.B.Tylor), அறிவுக் கொவ்வாத மரியாதை தருவது – Fetishims, மலைவாசிகள் ஓர் அடையாளத்தை (Totem) மூடநம்பிக்கையுடன் ஏற்பது, குறிப்பாக வட அமெரிக்காவின் வடமேற்கில் வாழும் இந்தியர்கள் Totemism, ஜெகோவா (Jehovah) – Judaism, அல்லா – Islamism மற்றும் மூவொரு இறைவன் – Holy Trinity-Christianity எனும் கோட்பாடுகளின் மூலம் அறியலாம். Monotheism (God is One) மற்றும் (Monism) (Only One God) என்ற கோட்பாடுகளுக்குமிடையே மேற்கொள்ளும் ஆய்வானது, God or Paramarthica Satta (Absolute Existance), God or Paramesvara (Supreme Lord) God or Parabrahman/Nirguna Brahman (The Path of Knowledge) 'கடவுள் ஒரே ஒருவர்' – ONLY ONE GOD – தானென்று அறுதியிட்டுக் கூறுகின்றது. ஆகவே, 'கடவுள் ஒன்று' – 'God is One' என்பது 'apriori' - காரணம் – விளைவு (Cause to Effect) – தர்க்க – முறையிலும், 'ONLY ONE GOD' என்பது 'aposteriori' விளைவு-காரணம் (Effect to Cause) தர்க்க-முறையிலும், ஒரே ஒரு அனாதியான அதிமிகு தேவனைப்பற்றியதே ஆகும்.

ஆதலால்தான், அண்ணல் காந்தியடிகள், நிகரில்லா ஒருமையிலேயேயுள்ள (Absolute Oneness of God) இறைவன் மீது நம்பிக்கை வைத்து, அவ்வாறே ஒன்றுபட்ட ஒரே மனித நேயத்தை நோக்கி நம் இந்திய நாட்டை வழி நடத்தலானார். மேலும் அவர், 'கடவுள் கண்டிப்பாக ஒருவரே. அவருக்கு இரண்டாமாவது ஒன்றுமில்லை. இத்தகைய கடவுள் அளவிட முடியாதவர், தெரிந்து கொள்ள முடியாதவர்மற்றும் அனேகமான மக்கள் அவரைப்பற்றி அறியாதவர்கள். அவர் எங்கும் வியாபித்திருப்பவர். அவர் கண்ணில்லாமல் காண்பவர், காதுகளில்லாமல் கேட்பவர், உருவம்/வடிவம் இல்லாது பகுக்க/பிரிக்க

முடியாதவர். அவர் உண்டாக்கப்பட்டவரல்லர் ஆதலால் அவருக்கு தந்தையோ, தாயோ, மனைவியோ மற்றும் மகவுகளோ கிடையாது. அவர் தன்னை வணங்க, மக்களை இயற்கையிலுள்ள கற்கள் மற்றும் அனைத்துப் பொருட்களையும் அனுமதித்து அவைகளில் எதுவாயினும் தாமாக இல்லாதவர். அவர் மிகவும் நழுவிப்பரவக்கூடியவர் (Most Elusive). நாம் விரும்பினால் மிகவும் அருகில் இருப்பவர் ஆனால் அதன் உண்மையை அறிந்தவர். அதேசமயம், அவரை நாம் கண்டுகொள்ள விரும்பவில்லையெனில் அவர் நமக்கு வெகுதொலைவிலிருப்பார். அவர் எங்கும் நீக்கமற நிறைந்திருப்பவர் (Omnipresent). நம் வேதங்களில் பல கடவுள்கள் உள்ளன. மற்றைய மத நூல்கள் அவற்றை தேவதைகள் (Angels) என்றழைக்கின்றன. ஆனால், வேதங்கள்பாடுவதோ, "ஒரே ஒரு கடவுள்" தான் "ONLY ONE GOD" – என்கின்றார்.

10.10. பிளவுபட்ட அனைத்தும் நயமுடன் நாளடைவில் ஒருங்கிணைக்கப்பட்டு முழுமையான விடியலின் பயன்களை நாம் அடையும் வழி முறைகள்:

ஆகவே, Truth of Reality is One – 'Being is Only One' – 'God is Only One', - ஒருமையில் பன்மை – 'One in Many' (அல்லது) பன்மையில் ஒருமை – 'Many in One' – என்ற தத்துவக்கோட்பாடுகளையும், பன்முகத்தன்மை – Multi-faceted (அல்லது) தற்போது புதிதாக இந்துத்துவம் கொண்டாளும் மாறுபாட்டில் ஒற்றுமை – Uniformity in Difference – by Vertical Unity (அல்லது) நாம் நம் அரசியல் சாசனத்தில் கண்டவாறு இதுவரையில் முழங்கிவரும் வேற்றுமையில் ஒற்றுமை "Unity in Diversity" – மற்றும் ஒரு தேசத்தைப் பற்றிய உணர்வு பூர்வமே தேசமாகும் – The Consciousness of Nationality makes a Nation – என்ற Psycho-Socio-Cultural- கோட்பாடுகள் அனைத்தையும், சீர் தூக்கிப் பார்த்து நம் வாழ்வில் நம் இந்திய தேசத்து மக்கள் அனைவரும் எப்பேதமுமின்றி அவர்கள்தம் பல்வேறு வகையிலான அடிமைத்தனத்திலிருந்தும் முழுமையாய் விடியலைப்/ விடுதலையைப் பெற்றிட, எவையெவை சிறந்ததோர் கோட்பாடுகளென அவசியம் இவண் கண்டடைதல் வேண்டும். இத்தகைய விடியல் நம் சமூக, உளவியல், சமய, கலாச்சாரம், பொருளாதர அரசியல் மற்றும் ஒழுக்கமுடன் கூடிய கட்டுப்பாடுகள் கொண்டதேசப்பக்தி (Pycho-Social, Religio-Cultural, Politico-Economics and Ethico-Disciplined Patriotism)-யுடன் கூடிய ஆழ்ந்த குறிக்கோள்களால் மட்டும்தான் கண்டடைய

முடியும். இதன் வழியாக மட்டுமே, நம் அடிப்படைத் தேவையாக இருக்கும் சமுதாய- மாற்றத்தை வளர்த்து, அதன்வழி நம் தேசிய ஒருமைப்பாட்டைக் கண்டடையச்செய்து, நாம் அடைய விழையும் அனைத்து வகையிலும் சிறப்பான விடியலைப் பெறச் செய்ய இயலும். இதனால் மட்டுமே, பிளவுபட்ட அனைத்தும் நயமுடன் நாளடைவில் தத்துவ-உளவியல் ரீதியில் இளைஞர்கள் மூலம் ஒருங்கிணைக்கப்பட்டு, சமுதாயத்தின் நடையுடை பாவனைகளை (Social Ethos) மாற்றி, முழுமையான விடியலின்பயன்களை நாம் அடைவோம் என உறுதியேற்போம்.

இவ்வாறு, பிளவுபட்ட அனைத்தும் நயமுடன் நாளடைவில் ஒருங்கிணைக்கப்பட, இப்படைப்பின் "விடியலின் முழுமையை நோக்கி" பிறிதொரு ஆய்வாளரான, தமிழாசிரியை திருமதி. இரஞ்சித் ஜான் அவர்களின் ஆய்வறிக்கையின்படி, மனித வாழ்வில் மறுமலர்ச்சி எவ்வாறு இன்றியமையாதது என்பதனை, திருவாளர். மணி சங்கர் அய்யர் அவர்களின் கூற்றுக்கொப்ப, இவண் காண்போம். ஆதியில், சமணசமயத்தை Jainism நிறுவிய மகாவீரர் (593 5th Cen.B.C.) 'அகிம்சை Ahimsa' என்பதை அறிமுகப்படுத்தினார். ஆனால், இந்து சமயத்தில் அகிம்சை – என்பது கிடையாது. உயிர்களிடத்தில் அன்பு காட்டும் மனித குணத்தையே மக்கள் மிகவும் வரவேற்றனர். இதனால் சமண சமயம் பரவியது. இந்து சமயமோ தேய்ந்தது. பின்னர் அகிம்சை – கொள்கையை இந்து சமயம் ஏற்றுக்கொண்டது என்பதும் ஒரு கண்கூடு.

பிறகு கௌதமபுத்தர் (563 5th Cen.B.C) பிறந்தார். அவர் 'கருணை-Mercy' என்ற கொள்கையைப் பரப்பினார். இக்காலத்தில், பலபோர்க் களங்களில் மக்கள் கொன்று குவிக்கப்பட்டதையும், பிணங்கள் மலையாகக் குவிந்து, இரத்தம் ஆறாக ஓடி, கை, கால் இழந்து மக்கள் முடமானதையும் கண்கூடாகப்பார்த்த, அரசன் அசோகர், புத்தசமயத்தைத் (பௌத்தம்-Buddhism) தழுவினார். மேலும் அரசன் – அசோகரோ, கருணையைக் கற்பிக்கலானார். இரத்தவெள்ளத்தையே பார்த்து பார்த்து பயந்து போன மக்கள் இக்கருணையை ஏற்றுக்கொண்டு புத்த சமயத்தைத் தழுவத் தொடங்கினார்கள். இதனால், இந்து சமயம் அழியத் தொடங்கியது. ஏனெனில், அப்பொழுது இந்து சமயத்தில் கருணை கிடையாது. அவ்வாறு புத்த சமயம் வேகமாகப் பரவத்தொடங்கியதும், தன்னை அழிவிலிருந்து காப்பாற்றிக் கொள்ள

அந்த கருணை என்ற கொள்கையை இந்துசமயம் ஏற்றுக் கெண்டது என்பதும் ஒரு கண்கூடு.

இந்து சமயத்தில் பிராமணர் உயர்ந்தவர் என்றும், சூத்திரர் தாழ்த்தப்பட்டவரென்றும் சொல்லப்பட்டது. கோயிலுக்குள் செல்ல முடியாது சூத்திரர். கோயிலில் சமஸ்கிருதம் மட்டுமே. அங்கே தமிழுக்கே இடமில்லை. இறைவனிடம் யாராவது முறையிட வேண்டுமென்றால், அதை அவர் பிராமணரிடம் சொல்ல வேண்டும். பிராமணர் அதை கடவுளிடம் தெரிவிப்பார். ஏன் இந்த ஏற்றத்தாழ்வு என்று கேட்டால் அதை 'கர்மம்- Karma' – என்று இந்து சமயம் கூறுமிடத்து, அது போன பிறவியில் செய்த பாவ – புண்ணியத்தின் பலன் என்று விளக்கம் சொல்லுகின்றது.

இந்நிலையில்தான், இந்தியாவுக்கு 'இஸ்லாம் – Islamism (600 A.D. 6th Cen.)'- சமயம் வந்தது. இஸ்லாமியத்தின் முக்கியக் கொள்கை 'சமத்துவம்' – அதாவது அரசன் முதல் ஆண்டி வரை சமம். எல்லோரும் பள்ளிவாசலுக்குச் செல்லலாம். இறைவனைத் தொழலாம். மேலும் இதைத் தழுவி இந்து சமயத்தில் தங்களின் தாய்மொழியிலேயே மக்கள் நேரடியாக இறைவனுடன் பேசலாம் என்ற சமத்துவத்தை இராமானுசர் தொடங்கிவைத்தார் என்றாலும், இன்றும் கூட இச்சமத்துவக் கொள்கையை இந்து சமயம் முழுமையாக ஏற்றுக்கொண்டதாகத் தெரியவில்லை. அதனால்தான், இஸ்லாமிய சமயம் தோன்றிய பல மேலை நாடுகளைவிட, இந்தியாவில் அதிக முஸ்லீம்கள் வாழ்கின்றார்கள் என்பதும் ஒரு கண்கூடு.

ஆகவே, இவ்வாறு தான் இந்து சமயம், அகிம்சை (அன்பு), கருணை (இரக்கம், ஈகை), சமத்துவம் மற்றும் மன்னிப்பு (மனிதனை தெய்வமாக்கும் மந்திரம் – திரு. சாலமன் பாப்பையா) – என்ற கொள்கைகளை எடுத்துக் கொண்டுதான், இந்து சமயம் மெல்லமெல்ல ஒரு 'மதம்' என மறுமலர்ச்சிப் பெற்றுக்கொண்டு வருகின்றது. இதையே தான், அண்ணல் காந்தியார் பெருமையாகச் சொல்வார், "நான் ஒரு இந்து," 'பகவத் கீதை' தான் எனக்கு மோட்சம். ஆனால் பைபிளைப்படித்த பின்பு தான், என்னால் பகவத்கீதையை முழுமையாக புரிந்துகொள்ள முடிந்தது" என்று கூறுமிடத்து, 'கிறித்துவ சமயத்தின் –கொள்கைகளைப் படித்துதான் இந்து சமயத்தைப் புரிந்து கொள்ள

முடிந்தது என்றும், அதுமட்டுமல்லாது பெயர் எதுவாக இருந்தாலும், 'இறைவன் ஒன்றே'- என்றும் கூறுவார். ஆதலால்தான், "ஈசுவர அல்லா தேரே நாம்" ஈசுவரனும் அல்லாவும் தெய்வத்தின் பெயர்கள் என்ற பாடலைப்பாடிய பின்புதான் எந்தக் கூட்டத்தையும் தொடங்கும் வழக்கத்தைக் காந்தியார் அவர்கள் கடைபிடித்தார் தன் வாழ்நாள் முழுவதும் என்பதும் ஒரு கண்கூடு.

இவ்வாறு, இந்து சமயம், அகிம்சையை (அன்பை), சமணசமயத்திலிருந்தும் – Jainism, கருணையை (இரக்கம், ஈகை) புத்தம் அல்லது பௌத்த சமயத்திலிருந்தும் – Buddhism. சமத்துவத்தை, இஸ்லாம் சமயத்திலிருந்தும் – Islamism மற்றும் மன்னிப்பை கிறிஸ்துவ சமயத்திலிருந்தும் எடுத்துக்கொண்டுதான், ஒருமதமாக வளர்ந்து வருகின்றது என்பதனை, நம் தஞ்சை மாவட்டத்தைச் சார்ந்த அருட்தந்தை. இரமணமகரிஷி அவர்களின், பேத்தியார் சகோதரி. மோகினி அவர்களின் தன்னிலை அறியும் ஆன்மீக சொற்பொழிவின் மூலம் அறிவது யாதெனில், அவருடைய தேடலில், மன்னிப்பு (Forgiveness of Sins) என்ற பாவ-மன்னிப்பு என்னும்கோட்பாடானது, குருகிரன்சாகிப்பின் சீக்கியச்சமயத்திலோ – Sikhism, சமண சமயத்திலோ- Jainism, பௌத்த சமயத்திலோ – Buddhism, இஸ்லாம் சமயத்திலோ- Islamism, காணப்பெறாது, இறுதியாக, காந்தியடிகளின் கூற்றுக்கொப்ப, இவரும் பைபிளில் தான் மன்னிப்பு என்ற மகத்துவமான அரியதோர் கோட்பாட்டை கண்டடைந்ததாகக் கூறுகின்றார்.

மேலும், ரிக்வேதத்தில் (Rig-Veda) இயேசுவைப்பற்றி குறிப்பிடப்பட்டு இருப்பதையும், அவரே விளக்குமிடத்து, பிரச்சாப்பதி (Prajapathi)- என்னும் சொல் இயேசுவை குறிப்பதாய் அமைய, ஹோமம் பண்ணுகின்ற எந்த பிராமணரும் பிரச்சாபதியை கூப்பிடாமல் ஹோமமே செய்ய முடியாது என்றும், இவர்கள் ஹோமத்தின் இறுதியில் கொடுக்கின்ற பூர்ணாஹூதியும் (Poor-naguthi) பிரச்சாப்பதி (Prajapathi)-க்கே படைக்கப் படுவதாகவும் சொல்லுமிடத்து, இந்த பிரச்சாப்பதி – பூர்ணாஹூதி சடங்கில் ஏன் சிகப்பு நிறப்பட்டுத் துணியில் தான் படைக்கப்படுகின்றது என்றால், இயேசு கிறிஸ்து நாதர் சிலுவையில் அறைப்பட்ட காட்சியை நினைவுப்படுத்துதலே ஆகும் என்றும்,தனது மனமாற்றமே கிறிஸ்துவத்தை தழுவ வைத்ததாகவும்,

எந்த வகையிலும் மதமாற்றமானதாக் கருதப்பட வேண்டியதில்லை என்று அவர்தாமே சாட்சியம் அளிக்கின்ற விதமும் ஒரு கண்கூடு.

இதனினும் மேலாக, அதே தஞ்சை மாவட்டத்தின் மாயவரம் என்னும் ஊரைச் சார்ந்த சினிமாத்துறை இயக்குநரும் தலைச்சிறந்த நடிகருமான திருவாளர். டி.ஆர்.இராஜேந்திரன் அவர்கள் தனது தனிப்பட்ட மதநல்லிணக்க உணர்வுடன் புல்லரிக்கும் விதமாக கிறிஸ்து நாதரின் மன்னிப்பு என்னும் தனிப்பட்ட அருங்குணத்தை, "இறைவனுக்கே புகழ்!" கர்த்தராகிய கிறித்து என்ற இரட்சகர் மாமேதை ஒருமகான் ஒரு தேவகுமாரன் பூமியில் இருக்க முடியுமா? மன்னிக்கும் குணத்தில் ஒரு கன்னத்தில் அறைந்தால் இன்னொரு கன்னத்தை காட்டு என்று சொல்வது சுலபம் வாழ்வது கடினம் அப்படி வாழ்க்கையை வாழ்ந்துகாட்டியவர் அவர். எப்படி? சிலுவையிலே அறைகிறார்கள். ஆணி கொண்டு அடிக்கிறார்கள். முள் கிரீடத்தைத் தரிக்கிறார்கள். இத்தனையும் சிந்தியது இரத்தம், இரத்தத்தைச் சிந்தினாலும் கூட அவர்களை சபிக்கவில்லை அவருடையச் சித்தம். அவர்கள்மீது காணவில்லைக் குற்றம். மாறாக இவர்கள் பாவம் செய்கிறார்கள் அப்பாவிகள் இவர்களை மன்னியுங்கள் என்று மன்னிக்கும் குணம் படைத்த ஒரு படைப்பு, ஒரு தேவக்குமாரர், ஒரு இராஜக்குமாரர், பிதாவும் அவரே, மகனும் அவரே. அந்த பிதாவின் அருள்பெற்ற அருள்மகன், தேவமகன், ஒரேமகன், ஒருதச்சர்க்குடும்பத்தில் பிறந்தவர். மரத்திலே ஆணி கொண்டு அடிக்கக்கூடிய அந்த தச்சர்க் குடும்பத்திலே பிறந்தவர் மரத்திலே ஆணி அடிக்கின்றபோதே கையிலேதைத்து விட்டால் மனிதனுக்கு வலிக்கிறது. ஆனால் மரத்திலே ஆணி அடிப்பதைப் போல அந்த தேவகுமாரனின் உடலிலே ஆணி கொண்டு அடிக்கிறார்கள். ஆணிகொண்டு அடித்தாலும் அவர் ஆணித்தரமாக இவர்களை மன்னியும், இவர்களை மன்னியும் என்று மன்னிக்கப் பிறந்தவன் தான் நான் என்று, உலகத்திலே மனிதன் பாவங்களைச் சுமக்கின்றான், என்று மனிதனின் பாவங்களை மன்னிக்கப் பிறந்தபிதா, மன்னிக்கப்பிறந்தகர்த்தர், மன்னிக்கப்பிறந்த இரட்சகர். மெழுகுவர்த்தி ஏற்றப்படுகின்றது. உலகத்திலே தியாகத்தின் அடையாளமாக ஏன் மெழுகுவர்த்தியைச் சொல்லுகின்றார்கள்? மெழுகு மட்டும் தான் தன்னை உருக்கிக் கொண்டு ஒளியைத் தருகின்றது. அதைப்போல, இந்த தேவகுமாரன், இராஜக்குமாரன் மட்டும்தான்

தன்னை வருத்திக்கொண்டு அடுத்தவர்களைத் திருத்தவேண்டுமென்று, ஒருதேவ ஒளியைக் கொடுத்தவர் அந்த தேவஒளி இந்த மண்ணெங்கும் பரவட்டும். மனிதர்கள் மனமெங்கும் நிறையட்டும் மதங்களுக்கெல்லாம் அப்பாற்பட்டு எல்லோரும் மதநல்லிணக்கத்துடன் வாழவேண்டும். இப்பூவுலகம் செழிக்க வேண்டும். இப்பொன்னுலகம் செழிக்க வேண்டும் என்று எல்லாம் வல்ல இறைவனிடம் பிரார்த்திக்கின்றேன். இறைவனுக்கே புகழ்! வாழ்த்துக்கள் என்று மிகவும் அழகாக இலட்சோப இலட்ச மக்களின் மனதைத்தொட்டு கரையவைக்கும் விதமாக தேவமகன் இயேசுநாதரின் மன்னிப்பின் மகத்துவத்தை எடுத்தியம்பும் நிலையே ஒரு கண்கூடு.

ஆதலால்தான், நம் இந்தியாவின் பழமை வாய்ந்த கலாச்சாரமும் (ரிக் வேதம்) மிகவும் தெளிவாக, 'நிஜமான உண்மை என்பது ஒன்றேதான், ஆனால் அதையே ஞானிகள் பலபெயர்களிட்டு அழைக்கின்றனர்' – (Truth of Reality is the One, but Seers Call it in Different Names' – 'Ekam Sad Vibra Bahudha Vedanti') - என மிகவும் உறுதியுடன் எடுத்துக் கூறுகின்றது என்பதும் ஒரு கண்கூடு. எனவே, இன்றைய இந்து சமயத்தை ஒரு தனிப்பட்ட சமயமென்று கூறஇயலாது. மாறாக இந்து சமயம், மதம்,கடவுள் என மறுமலர்ச்சிப் பெற்றுவரும் இந்நன்னாளில், அம்மதத்தின் மாண்பை சிறிதளவும் இழிவுபடுத்தும் வகையில் நடக்காதிருப்பது, நம் தாய்திருநாடாம் இந்தியாவின் மீது நாம் கொண்டுள்ள பிணைப்பையும், பாசத்தையும் மற்றும் பற்றுதலுடன்கூடிய விசுவாசத்தையும் உறுதி செய்வதாய் அமையும் வேளையில், இந்திய நாட்டிலேயே உதித்தஇந்து சமயத்திற்கு நாம் ஆற்றும் பிறிதொரு கடமையாய் அமையுமென்பதில் சற்றேனும் ஐயமில்லை. ஆகவே, வளரும் பச்சிளம் குழந்தையாம், 'இந்து மதத்தை' பிஞ்சிலேயே கொன்று எச்சமய-மத கோட்பாடுகளுக்கும் பொருந்தாத "சிசுக்கொலை" செய்வதை மறுமலர்ச்சியின் சுவை அறிந்து, மிகத்தெளிந்த எவரும், இந்த 21-22ஆம் நூற்றாண்டுகளில் ஒத்துக்கொள்ளமாட்டார்கள். எனவே மனித வாழ்வில், மறுமலர்ச்சி என்பது இன்றியமையாத ஒன்றாய் அமைவதைக் காணலாம். இவண் மனிதன், சாதி, மதம், மொழி, இனம், வண்ணம், வகை, குணம் மற்றும் கோத்திரம் போன்ற பேதங்களால் உழன்று நின்று, தெளிவடைந்து நாளொரு மேனியும் பொழுதொரு வண்ணமுமாக மெல்ல மெல்ல நகர்ந்துயர்ந்துவரும், இந்நாகரீக-

நவீன புது மில்லீனியம் ஆண்டு பண்பாட்டுலகில், மறுமலர்ச்சி (Renaissance) என்பது நம் இந்திய நாட்டிற்கு மட்டுமின்றி, உலகளாவிய அகராதிகளிலெல்லாம் நிரந்தரமாய் இடம் பெறவேண்டியதாய் நின்று 'இறைவன் இயற்கையோடு இருக்கின்றார்' –என்ற உண்மையை யாம் கண்டடைவதும் ஒரு கண்கூடு.

எனவே. இத்தனை உண்மைகளையும் கண்கூடாகக் கண்ட நாம், இனியாகிலும் மனிதர்களாகிய நம்மை மகிழ்விக்க நம் உள்ளக்கிடக்கையிலிருந்தெழும் ரிங்காரம் (சத், சித், ஆனந்தா) மனமலர்ச்சியை (Solace of Soul) பொங்கியெழச் செய்து, மனிதனை முழுமைக்கு மாற்ற முழுமுதற் காரணமாய் நிற்பது மதமே. ஆகவே, சமயங்கள் தான் மதங்களாக மறுவுரு பெற்று, மாக்களை மனிதர்களாக மாற்றுகின்றது. ஆகவே, ஒன்றுபட்ட இந்தியாவை மாண்புடன் மலரச் செய்ய ஒற்றுமையுடன் உழைக்க, கீழ்க்கண்ட கல்வியியல் மற்றும் சமுதாய சீர்திருத்த நோக்கங்களின் மூலம் கண்டடையும் வழிகளைச் செவ்வனே இவண் காண்வோம்.

பாகம் - 2

11

கல்வியியல் மற்றும் சமுதாய சீர் திருத்த நோக்கங்களின் வழியே முழுமையான விடியலை அடைதல்.

11.1. மக்களின் நடையுடை பாவனைகளை கட்டியமைப்பது - Character Building of the people:-

தேசிய ஒருமைப்பாட்டிற்கு அடித்தளமாக அமைவது தனிமனிதனின் எண்ணம், சொல் மற்றும் செயல்களில் ஒன்றுபட்ட ஒருங்கிணைப்பே ஆகும். இத்தகைய ஒன்றுபட்ட ஒருங்கிணைப்பானது தேசத்தின் கட்டமைப்பிற்கு ஏற்றதோர் கல்வியியல் கொள்கைகளால் மட்டுமே கண்டடைய முடியும். இதையே டாக்டர் அம்பேத்கர் கூறுவார், "கல்வி ஒன்றினால் மட்டுமே மறுமலர்ச்சியின் புதிய சகாப்தத்தை உருவாக்க முடியும்." இம் மறுமலர்ச்சியின் புதிய சகாப்தத்தை உருவாக்க விரும்பும் நாம், நம் தேசத்தின் அரசியல் ஒருங்கிணைப்பு, நன்கு பாதுகாக்கப்பட்ட எல்லையமைப்பு, பொதுவான பொருளாதார வாழ்க்கை மற்றும் மாநிலங்களுடன் கூடிய தேசிய மக்களை கொண்டதாக இருப்பினும்;

1. பொது உளவியல் மேம்பாட்டின் அவசியம் – The Need of a Common Psychological Make-Up.

2. பொதுவான கலப்படக் கலாச்சாரம் அல்லது ஒன்றிணையப்பட்ட கலாச்சாரத்தின் அவசியம் – The Need of the Common by Composite Culture or Linkage.

3. பொதுவான பேச்சு வழி இணையும் ஒரு மொழியின் அவசியம் – The Need of a Common Oral Communicative Language.

4. சமூக-உணர்வு அல்லது உளவியல்-சமூக ஒருமைப்பாட்டின் அவசியம் – The Need of the Socio-Emotional or Psycho-Social Integration. மற்றும்

5. நவீனத்துவ கலாச்சாரத்தின் வழியே தேசத்தின் ஒருமைப்பாட்டைக்காணும் அவசியம் – The Need of the Cultural Innovations for National Integration.

ஆகிய இந்த உளவியல், கலாச்சாரம், சமுதாயம், மொழிவழி ஒருங்கிணைப்பு மற்றும் வாழ்வியல் முறை (Existencial Nature)-என்னும் ஐந்து வகையான சமுதாய சீர்திருத்த நோக்கங்களைக் கடைபிடித்து மனித நேயத்துடன் வாழ்ந்து, நம் இந்திய மக்கள் யாவரும் அவர்கள் தம், முழுமையான விடியலை அடைதல் வேண்டும்.

11.2. தனி மனிதனின் ஆளுமை மேம்பாடு - Development of the Personality:-

மேற்கண்ட ஐந்து வகையான சமுதாய சீர்திருத்த நோக்கங்களைக் கடைபிடிக்க அடித்தளமாக அமைவது, தனிஒரு மனிதனின் ஆளுமை மேம்பாடாகும். தனி மனிதன் வாழ்வதே, அவர் தம்மில் செயலாற்றவும், அவ்வாறு செயலாற்றுவது, மற்றவர்களுடன் இணைந்து வாழ்வதற்கே. ஏனெனில், மனிதன் ஒரு சமூக-விலங்கு. இதைத்தான், மேல்நாட்டு வாழ்வியல் தத்துவர், சார்த் (Sartre) அவர்கள், "இருக்க வேண்டுமானால் செயலாற்ற வேண்டும், அவ்வாறு செயலாற்றவில்லையெனில், இருப்பதென்பதே இயலாததாகும்" "To be is to act, and to cease to act is to cease to be" – என்றும், இவ்வாறு செயலாற்றுவதும் அவர்தம் சுயவாழ்வுக்குகந்ததாய் இணைந்து வாழ்வதற்கு அவசியமானதேயாகும் என்பதை, "To be is to unite, and to cease to unite is to cease to be"என, மனிதனின் சமூக பார்வையை அவனது ஆளுமை மேம்பாட்டினால் அறிகின்றோம். இவ்வாறு, மனிதன் தம் சுய வாழ்வு நிறைவு பெறமற்றவர்களோடு இணைந்து வாழுதலேசிறந்ததென செயலாற்றும் இடத்து, மனித குலம் தனது சிறப்பான சமூதாய நிலைப்பாட்டாலும் மற்றும் அனைவரின் ஒருமித்த கருத்தொற்றுமையாலும் (for Social self-realization with excellence through consensual validation)- "மனிதம் என்பதே, மனித இனத்தின் மீட்புக்கு/விடியலுக்கு செயலாற்றுவதாகும் அவ்வாறு

மனித இனத்தின் மீட்புக்கு/விடியலுக்கு செயலாற்றவில்லையெனில், மனிதம் என்பதே இல்லாமல் இருப்பதாகும்" – "To be as human is to practise human solidarity, and to cease to practise human solidarity is to cease to be as human" என்னும் மனித குலத்து மேம்பாட்டின் சிறப்பம்சமாக தனிமனிதனின் ஆளுமைத்திறன் அமைவது இவ்நூலாசிரியரின் ஆய்வின் ஒரு கண்கூடு.

11.3. தனி மனிதனின் அறிவார்ந்த சமூக - செயல்பாடுகளும் மற்றும் அவர் தம் நிலைப்பாடுகளும் - Knowledge of Social Roles and Status of a man:-

தனிமனிதனின் சமுதாய ஒன்றுபட்ட அமைதியான வாழ்வுக்கு, ஜாதி, மதம், வகுப்பு, நிறம், பால், பகுதி, மொழி, கலாச்சாரம், நாகரீகம், பண்பாடு மற்றும் வகைப்பாடு போன்ற பாகுபாடின்றி செயலாற்றக்கூடிய உன்னதமான நற்கூறு (Virtue) அனைத்து மாந்தர்களின் ஒருமைப்பாடு எனும் பொதுவான சகோதரத்துவத்திற்கு (Universal Brotherhood) அடையாளமாக திகழ்வதாம். இவ்வமைதியான வாழ்வு, சொத்து சுதந்திரத்தாலோ அதிகாரபிரத்தியோகத்தினாலோ, வருவதல்ல, மாறாக காந்தீய கொள்கைகளான 1. அன்பு 2. பரிவு (Sympathy) 3.கூட்டுறவு 4. இருதர-உதவி 5. எல்லோரின் ஒற்றுமை 6.இரக்கம் (Mercy) 7. தன்ஒடுக்கம் (Self-restraint) 8. சுயக் கட்டுப்பாடு (Self-control) 9. தன்னிலைபாடு (Self-reliance) 10. தன்னிறைவு (Self-sufficiency) 11. தன்னம்பிக்கை (Self- confidence) 12. தன்னிலை முதிர்ச்சி/ முக்தி (Self-realization) 13. அனைத்து மாந்தரின் விடியல் (Sarvodaya) 14. அறவழிப்போராட்டம் (satyagraha – சத்தியாகிரகா) 15. அனைத்து மத-சமன்பாடு (Sarvadharma Samanatva – Equlity of all Religions) 16. அனைத்து மத சம-மதிப்பீடு (Sarvadharma Samabhava – Equal Respect for all Religions) 17. அனைத்து மத-நல்லிணக்கம் (Sarvadharma Satbhava – Equal 'GOOD-WILL' among all Religions) 18. கடைசி மனிதனின் மீட்பு/விடுதலை/விடியல் (Anthyodhaya) 19. அகிம்ஷா (Ahimsa- கொல்லாமை- Non-killing+ அன்பு – Love) 20. உண்மை (Satya-பொய்யாமை) 21. சுருங்க வாழ்ந்து பெருக சிந்தித்தல் (Simple Living and High Thinking) மற்றும், விடியல்தரும், சமத்துவ-சமுதாய- மறுசீரமைப்பு – ஜனநாயக (Liberalised- Socialistic-re-constructive – Democracy) கோட்பாடுகளான; i. புதியதோர் சமுதாய வடிவமைப்பு – (New Social Order) ii. அதிகாரபகிர்ந்தளிப்பு (Decentralisation)

iii. தேசீயப்பற்று (Spirit of Nationalism) iv. தொழிலின்மேன்மை (Dignity of Labour) v. தன்னிலைபாடு (Self-reliance) vi. தன்னிறைவு (Self-sufficiency) vii. தன்னம்பிக்கை (Self-confidence) viii. தன்னிலை முதிர்ச்சி/முக்தி (Self-realization) ix. அறிவொளி (Literacy) x. எண்ணறிதல் (Numeracy) xi. வேலையில்லாமை இல்லையென செய்தல் (Removal of Unemployment) xii. ஆதரவற்றோர் இல்லையென செய்தல் (Removal of Destitution) xiii. வேலையின்-அனுபவம் (Work-Experience) xiv. கிராமம் மற்றும் புறநகர மேம்பாடு (Rural and Urban Development) xv. வயது முதிர்ந்தோர் செயலாற்றும் திறனுடைக் கல்வியளித்தல் (Adult Functional Literacy) xvi. அனைத்துக் குழந்தைகளுக்கும் தொடக்கப் பள்ளிக்கல்வி அளித்தல் (Universalisation of Elementary Education) xvii. கலை, ஓவியநுண்கலை மற்றும் கலாச்சார மேம்பாடு (Development of Arts, Fine Arts and Culture).

xviii. மாநில, தேசிய மற்றும் தேசங்களுக்கிடையிலான திறமை-அடிப்படையில் விளையாட்டு வீரர்களை தேர்வு செய்தல் (Developing Inter-State, National and Inter-National Sports and Games by Talent – based Selection orientation) xix. கிராமம், புறநகரம் மற்றும் நகரம் இவற்றிற்கு இடையான வேறுபாடுகளை களைய முற்படுதல் (Attempting to Remove the Dis-Parity Between Rural, Urban and City Areas) xx. சாதீயமுறையை ஒழிப்பதற்கு எதிராக, எந்த சமயத்து நூல்களிலும் ஆதாரம் இல்லை என்பதை, காந்தியடிகள் மற்றும் விவேகானந்தரின் கூற்றுகள் படி எடுத்தியம்புதல் (Eradication of the Caste-System by explaining the Absence of Scriptural Evidences for their Social Sanction as Gandhi and Vivekananda advocated) xxi. தீண்டாமையின் வேரை அடியோடு ஒழித்திடுதலின் அவசியத்தை எடுத்தியம்புதல் (Showing the Importance of Eradicating the Practice of Untouchability) xxi. மரபு நிலையைவிட, சூழ்நிலையானது குழந்தையின் வளர்ச்சியில் அதிக பங்கு வகிக்கின்றது என்பதை கல்வி எனும் கிரியா ஊக்கியின் செயல்பாட்டால் உறுதி செய்யப்படுகின்றது என்பதில் தெளிவுப் பெறுதல் (The Clarity in Understanding the Environmental (Nurture) effect is more than the Heridity (Nature) in the Determination of the development of a Child's personality by the Catalytic Functions of Education.)

xxii. மேலே கூறப்பட்டது போன்று சமயங்கள் ரீதியான – தத்துவ கொள்கையான பன்முகத்தன்மை அல்லது வேறுபாட்டில் ஒற்றுமை-யின் அவசியத்தை மக்களிடம் எடுத்தியம்புதல் (Showing the Necessity of the Philosophico- Religious Doctrine, 'Unity and Diversity') xxiii. ஒலி மற்றும் ஒளி ஆகிய சமூக பரப்புதலில், சரியான வழிகளையும், அவற்றின் சிறப்புக்களையும் மற்றும் அவைகளின் அவசியத்தையும் விளக்குதல் (To explain the Prompt and Appropriate Means and methods of using the Mass Media – Radio, Television, Press, Transports, WhatsApp, Face-book, Mail, Google, Paypal, phonepe, Couriers, Logistics, Videos, Flash-Back and other Devices) xxiv. இந்திய சமுதாயத்தின் மறு-கட்டமைப்பு மற்றும் மறு-உருவாக்கம் ஆகியவற்றை நவீன-அறிவியலான ஜீனியியலின் தெளிவுகளான- The artificial insemination, genetic-engineering or surgery, chemical Muta–genic agents, parthenogenesis and social selection instead of natural selection – Darwinism மூலம் நம் சமுதாய மாற்றத்திற்கும், கூட்டுக்கும், மறுமலர்ச்சிக்கும் ஒருங்கிணைப்பிற்கும், சகோதரத்துவத்திற்கும், விடுதலைக்கும் மற்றும் அதன் தன்னிகரற்றச் சிறப்பிற்குமான அவசியத்தை எடுத்துக்கூறி, - These constructive – social – Regeneration through the Scientific Understanding of the Modern Eugenic Studies for social change cohesion, renaissance, integration solidarity, Emancipation and excellence be postered – மக்களை ஆட்படுத்துதல். xxv. இவ் 21-22-ஆம் நூற்றாண்டுகளின் பல்வேறு தேவைகளை அடைய, மாறுபட்ட வாழ்க்கை முறைகளையுடையஇந்திய மக்களுக்கு பொருத்தமான கல்வியியல் தத்துவத்தை வடிவமைப்பதின் அவசியத்தை எடுத்தியம்புதல் வேண்டும். To necessaciate the importance of framing a suitable philosophy of Education for 21-22nd Centuries with Proper Educational Structure and it's Suitable Content for fitting the psycho-social, culturo-political, ethico- economic needs of people with multi lingual, multi-racial, multi-religious, multi-regional, multi-ethical and multi-ethnical groups.

11.4. தனிமனிதனின் தொழில் அடிப்படையிலான கல்வியின் அவசியமும் அதன் சமுதாய ஆக்கமும் மற்றும் ஊக்கமும் (The Importane of Vocational Education and it's Efficiency and Encouragements)

உலகளாவிய மக்கள் அவர்கள் தம்பிறப்பின் அடிப்படை உரிமையாகக் கருதப்படுவது கல்வியேயாகும். அத்தகைய கல்வியானது, வளர்ந்த நாடுகளில் அவர்கள் தம்-மக்களின் விருப்பத்திற்கேற்ப அனைவருக்கும் தங்குதடையின்றி அளிக்கப்படுகின்றது. ஆனால் வளர்ந்து வரும் நாடுகளின் பட்டியலில் நம் இந்தியா இன்றும் உழன்றுக் கொண்டு இருப்பதால், நம் அரசியல் சாசன முகப்புரையில் கூறுவது போல

படிப்பறிவின்மை, ஏழ்மை மற்றும் நோய்கள் (Illiteracy, Poverty and Diseases) ஆகிய மூன்று சமூகக் கேடுகளால் அலைக்கழிக்கப்பட்டுக்கொண்டு இருக்கின்றது. ஆகவே, ஏழ்மையிலிருந்து விடுபட அறிவியலின் உதவியுடன் நோய் நீங்கி வளமையான வாழ்வு பெறவும், கல்வியானது தனிமனிதனுக்குரிய அடித்தளமாய் அமைவதால்தான், அதுமனிதன், தன் பிறப்பின் அடிப்படை உரிமையாகக்கருதப்படுகின்றது. இத்தகைய வளம் செழிக்கச் செய்யும் கல்வியானது பகுத்தறிவூட்டும்ஏட்டறிவோடு நின்றிடாமல், இதனுடன் தொழிற்கல்வியின் இன்றியமையா அவசியத்தையும் (The Importance of Vocational Education) இவண் எடுத்தியம்புகின்றது. எனவே தொழிற்கல்வியின் அவசியத்தை, நம் இந்திய நாட்டின் கல்வி முறைகள் பழங்காலந் தொட்டு ஆக்கம்மிகு ஊக்கச் செயற்பாட்டுகளுடன் வளர்த்துவந்ததை தற்போதைய தொழில்மயமாக்கப்பட்டக் கல்வியுடன் சேர்ந்தறிவது நலம்பயக்கு மென்று எண்ணுகின்றேன்.

12

நம் இந்திய கல்வியின் சரித்திரத்தில் ஆக்கமிகு தொழில்மயமாக்கப்பட்டக் கோட்பாடுகள் அதிகமாய் இருந்தும் நம் தேவைகள் சரிவர முழுமையாய்க் கண்டடையப்படாமை

12.1. நம் நாட்டின் எதிர்காலப்பாதுகாப்பிற்குகந்த மனித நேயமாண்புகளைக் காக்க, பல்வகையான சிக்கல்களுக்கெல்லாம் கொடுமுடியாக விளங்கும் பொருளாதார குறைபாட்டை முழுமையாக நீக்க, நம் நாட்டின் விடுதலைக்கு முன்பும், பின்பும் ஏன் இன்றளவும் முடியவில்லை என்பதன் சீராய்வு.

12.1.1. பண்டயக்கால கல்விமுறை.

பண்டைய, Manava Dharma Shastra – வின் காலமான, கி.பி.1-ஆம் நூற்றாண்டில் (அனைத்து கீழை நாட்டு அரசு முறைகளான Dandaniti (or) அர்த்தசாஸ்திரா (Arthsastra),yasnavalkya Smrthi, Mahabharata and Sukraniti, அனைத்து பழங்கால இந்திய state crafts மற்றும் மேலை நாட்டு அரசு வரையறைகளுக்கு (Treatises) பழமையானதும், ஆனால் இவைகளின் பெரும்பகுதி கி.மு.7-ஆம் நூற்றாண்டின், ஏன் அதற்கு முன்பானதுமான, மகாபாரதத்தின் சாந்திபர்வதத்தில் காணப்பட்டு, அரசியலியலின் தோற்றப்புள்ளியாக நின்று) நம் இந்தியாவிலிருந்த சமுதாயத்தை, பிராமணர்கள், சத்திரியர்கள், வைசியர்கள் மற்றும் சூத்திரர்கள் என 'சனாதன-வருண தர்மம்'- பிரித்து, அவர்கள்தம் அறிவுத்திறமைகளுக்கேற்ப தொழில்களை பாரம்பரிய முறையில் சமூக நலச்சேவையாகச் செய்து, 'சிறிதாய் வாழ்ந்து, பெரிதான குறிக்கோள்களாகக் கொண்டு- Simple Living and High Thinking' அவரவர் சமுதாய, நம்பிக்கை, பழக்கவழக்கம், நடைமுறை மற்றும் மூடநம்பிக்கைகளின் அடிப்படையில் தொழில்கள் செய்து சமூகத்திற்கு உதவி செய்தனர். மேலும், இந்த மக்கள் அனைவரின் உரிமைகள் இயல்பானவையாகவும், பொதுவானவையாகவும், பிரிக்க முடியாதவையாகவும் இருக்க, சமயக்கோட்பாடுகள் குறிப்பாக இந்துசமயத்தின்-சனாதன தர்மம் என்பது, இம்மனிதரின் கடமைகளைப் (Duty- Purushartha- Dharma, Artha, Kama and Moksha) பற்றிப் பேசுகின்றதே தவிர, அவர்களின் உரிமைகளைப் பற்றிப் பேசுவதே இல்லை. குறிப்பாக இம்மனிதர்கள் தம்கடமை/தர்மம் என்பது, அவரவர் வயது, பால், குடும்பம், பிறப்பு, பிறப்பிடம், மரபு என்ற பல நிலைகளுக்கேற்ப மாறுபடுகின்றது என்கின்றது. இதுவே தான் இந்து தர்மம் என்கின்றது. எனவேதான், சமஸ்கிருதவழி, ஆஸ்ரமம்-Ashramas (Gurukula- Primary Education), சாரணாஸ்- Charanas (Secondary Education) மற்றும் பாரீஸ் சத் – Parishads (Higher and Researches) இவர்களின் கல்வி முறையாக இருந்து, தொழிற்கல்விக்கு முழுவதுமாக பாடத்திட்டத்தில் இடமில்லை.

12.1.2. அயலாரின் மத-அடிப்படையிலான கல்விக்கே முன்னுரிமை

593 5th Cen.B.C. – முதல் இந்தியாவின் பழம்பெரும் மதங்களில் ஒன்றாகத்திகழ்கின்ற சமண மதத்தின் 24-வது தீர்த்தங்கரான, வர்த்தமான

மகாவீரரின்- சமணமும், 563 5th Cen.B.C.யில் கௌதமபுத்தர் – முன்னாள் இந்தியா இன்றைய நேப்பாள் – ருங்கினியில் உதயமான பௌத்தமும், கி.பி.630-தில் இந்தியாவில் வியாபாரம் செய்வதற்காக மெக்காவிலிருந்து கேரளா வந்த சில நபிகள்நாயகத்தின் சகோதரர்கள் மூலமாக இந்தியாவில் பரவிய இஸ்லாத்தும், ஆதிசங்கரர், கேரளா-காலாடி- 788–820 A.D. 8th Cen. –யில் உருவான அத்வைத வேதாந்தமும், மேலும் இந்தியாவில் கி.பி.49-தில் புனித தோமையார் (St. Thomas) வழிதோன்றிய கிறிஸ்துவமும், அவரவர்தம், பிராந்திய ஆட்சியாளர்கள், தத்தம் மத அடிப்படையிலான கல்வியையே முதன்மையாகக் கருதி, தொழிற்கல்வியை இரண்டாமிடத்திற்கு தள்ளியமையால், சமுதாய பாரம்பரிய அடிப்படையிலான தொழில்களையே செய்வது மென்மேலும் உறுதியானது. அதனால் தான் சாதீயம் நம் இந்திய மண்ணில் அதிகம் அதிகமாய் வேரூன்றி தழைக்கலாயிற்று என்பதை யாரும் மறுக்கவோ, மறைக்கவோ இயலாது.

12.1.3. நம் அயலாரின் ஆட்சியில் தொழிலியற்கல்வி கொடாமை.

கிழக்கிந்திய- கம்பெனி, மராத்தியர் மற்றும் பிரிட்டீஷ் (1526A.D. to 1947A.D.) ஆட்சியாளர்கள் தொழிற்கல்விக்கு எந்தவகையிலும் அவர்கள் தம் கல்வி முறையில் இடம்அளிக்கவில்லை என்பதற்கு எடுத்துக் காட்டாக, 1835 A.D. ஆண்டு உருவான மெக்காளேமினிட்ஸ் (Lord Macaulay), 'உதிரத்திலும், நிறத்திலும் இந்தியராகவும், உணர்விலும், எண்ணம்-சொல்-செயல்களில் ஆங்கிலேயராகவும் – Indians in blood and colour and British in Taste and Manners' இருப்பவர்களுக்கே ஆங்கிலேயர்கள் தம் கல்வியானது அவர்களின் அலுவலக மற்றும் அறிவியல்-இலக்கியம் (மேலைநாட்டு) பற்றியதாகவே இருப்பதிலிருந்து தொழிற்கல்வி அளிக்கப்படவில்லை என்பதைக் காணலாம்,

12.1.4. அவலநிலை கண்டு அயலார் தாமே முன் வந்து அளித்த தொழிற்கல்வி மற்றும் அதன் சீராய்வு.

இதை நன்கு உணர்ந்த பின்பு தான், i. 1854-கில் உருவான Woods Despatch (Charles Wood) என்னும் நடுநிலைப்பள்ளி மாணாக்கர்களின் தேவைகளுக்கேற்ப, முதன்முதலாக சில தொழிற்கல்விகளை அதன் அவசியம் குறித்து எடுத்தியம்பி, ஆங்கிலேயயர்களே நடைமுறைப்படுத்தினர்.

ii. 1882-டில் இந்தியகல்வி குழுமம் அல்லது ஹண்டர் (Hunter) குழுமம், மிகவும் குறிப்பிடும் வகையில், உயர்நிலைப்பள்ளியில் பல்கலை படிப்பிற்கான நுழைவுத் தேர்வுக்குரிய பிரிவும், இளைஞர்களுக்கான பாடமுறையல்லாத செய்முறை வழியிலான தொழிற்கல்வி மட்டுமே உடைய பிரிவாக, மற்றொன்றுமாக இரண்டாவது முறையாக தொழிற்கல்வியின் அவசியம் அறிந்து ஆங்கிலேயர்களே நடைமுறைப்படுத்தினர். மேலும், உள்ளூர் ஆட்சி அமைப்புக்களின் வாயிலாக, இந்திய மொழிகளில் தொழிற்கல்வியையும் அளிக்கலாம் என்றும் இக்குழுமம் பரிந்துரை செய்தது.

மேலும், தமிழக பா.ஜ.துணை தலைவர் பேராசிரியர் ப. கனகசபாபதி அவர்கள் ‘சனாதனமே அனைவருக்கும் கல்விதந்தது’ என்ற தலைப்பின் செப்டம்பர் 19-ஆம் நாள் தினமலர் நாளிதழில் கூறுவதுபோல், சனாதனம், சமூகத்தில் அனைவருக்கும் கல்வி கொடுத்ததா அல்லது ஒரு சில ஜாதியினருக்கு மட்டுமே கல்வி அனுமதித்ததா, என்பதற்கு பேராசிரியர் அவர்களின், மதராஸ் மாகாணம் பற்றிய ஆய்வில் கூறுவது போல, பிராமணர் மற்றும் பிராமணர் அல்லாத மாணாக்கர்களின் விகிதாச்சாரம் பிராமணர் அல்லாத மாணவர்கள் 78 முதல் 90% வரையிலும், பிராமணர் அல்லாத, உயர் ஜாதி போக, பிறஜாதிமணவர்கள் 70 முதல் 84% வரையிலும், முஸ்லிம் மாணவர்கள் 2.40 முதல் 10% வரையிலும், பிராமணமாணவர்கள் 8.60 முதல் 22% வரையிலும், இதன் சராசரி 13% எனவும் மனுதர்மத்தில், சூத்திரர், பிராமணர் ஆவதும், பிராமணர், சூத்திரர் ஆவதும், இதுபோல சத்திரியர் மற்றும் வைசியர் ஆவதும், அவரவர்தம் நடத்தையால் மட்டுமே என்ற, சனாதன-கோட்பாடு இருந்த காலத்தில் இவ்வாறு இருந்திருக்கலாம், ஆனால் அதுவே, பின்வருங்காலங்களில் ஒவ்வொரு வருக்கும் அவரவர் நடையுடை பாவனைகளைக் கணக்கிட்டு அளவிட இயலாமையால், இந்து மதத்தின் ரிக்வேதத்தில், அக்காலவேத வியாக்கியர்களால் பிறப்பின் அடிப்படையில் அவரவர் தம் ஜாதியை நிர்ணயம் செய்வதாய் திருத்தப்பட்ட (புருஷ-சுக்தா-ரிக்வேதா- 10.90.12) காலத்திற்குபிறகு, குறிப்பாக பேராசிரியர் அவர்களின் கூற்றுக்கொப்ப, நம் இந்திய நாடு ‘சர்ச் ஆப் இங்கிலாந்து’ கட்டுப்பாட்டில் இருந்தபோதே (17 மற்றும் 18 ஆம் நூற்றாண்டுகளில்) தொழில் ரீதியான கல்வி அனைத்தும் குலக்கல்விக்கு ஒத்தமுறையில், ஒவ்வொரு தொழிலும் ஒவ்வொரு சங்கத்தால் நிர்வகிக்கப்பட்டு, ஒரு

தொழிலைக்கற்க, அந்த தொழில் சார்ந்தவரின் வாரிசாகவோ அல்லது குறிப்பிட்ட ஆண்டுகள் அத்தொழிலில் நிமுனத்துவம் பெற்ற ஒருவரிடம் சம்பளமின்றி பணியாற்றிய அனுபவமோ அவசியமாக்கப்பட்டது என்றும் காண்பதால், ஜாதிய வரையறைகள் கல்விக்கூடங்களிலும் அவரவர் தம் பிறப்பால் புகுத்தப்பட்டதால், சனாதன-பொதுமுறைக்கல்வி மறைந்து, குலக்கல்விமுறை அனுசரிக்கப்பட்டதால், எல்லோருக்கும் உரித்தானக் கல்வியின் சதவிகிதம் கிடைக்காமல் போகவே, சனாதனம் பெரும்பாலான மக்களுக்கு கல்வியை மறுக்க வேண்டிய சூழல் உருவாகவே, குறிப்பாக 18-ஆம் நூற்றாண்டின் பிற்பகுதியிலிருந்து படிப்படியாக பெரும் மதிப்பிற்குரிய, தற்போதைய தமிழ்நாட்டு சபாநாயகர் மாண்புமிகு திருவாளர் அப்பாவு அவர்களின், 'கிறிஸ்துவ பாதிரியார்கள் தான், கல்வியை அனைவருக்குமாக ஆக்கினர்'.... 'கிறிஸ்துவ பாதிரியார்கள்'தான், சமத்துவத்தைக்கொண்டு வந்தனர்.... தமிழகத்திற்கான அடித்தளம் அவர்களால் தான் போடப்பட்டது. கத்தோலிக்க பாதிரியார்கள் இல்லாமல் இருந்திருந்தால், தமிழகம் பிஹார் மாதிரி ஆகிப்போயிருக்கும்' - என்ற அவர்தம் கூற்று இன்றளவும் மெய்ப்பணமாகின்றது. இதே கிறிஸ்துவ பாதிரியார்களான இராபர்ட் கால்டுவெல், இராபெர்ட்டி நோபிலி, கான்ஸ்டான்டின் ஜோசப் பெஸ்கி (வீரமா முனிவர்), ஜான் டி பிரிட்டோ (அருளானந்தர்), சீகன்பால்கு, எல்லீஸ்துரை, இரேனியூஸ் மற்றும் ஜி.யு.போப் போன்றோர், மதுரை- கீழடியின் தற்போதய தொல்பொருள் அகழாய்வின் உறுதிப்பாட்டிற்கேற்ப, தமிழ்மொழிதான் திராவிட மொழிகளின்தாய் என்று உலகிற்கு உணர்த்தி அதனை இன்றளவும் பெருமையுடன் நம்முடன் வளர்த்து, அதனுடனே நாம் வாழ்வதும் இவர்களன்றி வேறு யாரால் நடக்கக்கூடும் என்பதை இவண் அறிதல் வேண்டும்.

iii. 1905-1921-ஆண்டுகளில், நம் தேசிய அளவிலான கல்விசார்ந்த இயக்கமானது, தேசியகல்விக் கொள்கையை முன்வைத்து, அதனை அனைவரும் ஒரு மனதாக ஆதரித்து, அக்கல்வியின் அவசியம் அறிந்து, இந்திய-அன்னையின்- மண்ணின் மீது அன்பை ஊட்டவும், வெறும் ஆங்கிலேய பின்பற்றுதலால் உதிரத்திலும், நிறத்திலும் இந்தியராக இருந்து, ஆங்கிலமே எங்கும் கோலோச்சுவதை நிறுத்திடவும் முதன் முறையாக தொழிற்கல்வியின் அவசியத்தை நம் இந்தியர்களே உணர்ந்து நம் தேசத்தை வழிநடத்த உறுதி பூண்டனர்.

iv. 1929-தில் ஹார்டாக் (Hartog Committee) குழுமத்தின், பிறிதொரு வகை-பாடத்திட்டத் (Diversified Curricula)-தின்படி நடுநிலைப்பள்ளி முடித்த வெகுவான மாணாக்கர்களை, தொழிற்சார்ந்த மற்றும் வியாபர நோக்கமுடைய, அதற்கே உரித்தான கைவினையியல் மற்றும் தொழிலியல் (Technical and Industrial) பள்ளிகளில் பயின்றிட வழிவகை செய்தது.

v. 1934-கில்சப்ரு குழுவானது (Sapru Committee) தொழிற்கல்வியின் அவசியமறிந்து, இந்திய நாடெங்கும் பழைய 11-ஆம் வகுப்பு முடித்தவுடன், வெகுவான மாணாக்கர்களின் வேலையில்லா திண்டாட்டத்தை ஒழிப்பதற்கான வழிகளை அறிவுறுத்தியது.

vi. 1937-ழில் காந்தியடிகளால் முன்வைக்கப்பட்டும், முனைவர் ஷாகீர் உசைன் அவர்களால் செயல்படுத்தப் பட்டதுமான, அடிப்படை அல்லது ஆதாரக்கல்வி (Basic System of Education) இந்திய கல்வியரங்கில் ஒரு மறுமலர்ச்சியை உருவாக்கியது என்று சொன்னால் அது மிகையாகாது. ஆதலால்தான், நவீன இந்தியாவின், தொழில்மயமாக்கப்பட்டக் கல்வியின் கோட்பாடுகள் (Modern Vocationalised System of Education) தனியொரு மனிதனின் மற்றும் நாட்டின் ஒருமைப்பாட்டிற்கும், விடியலுக்கும், சமூக-சமய-சமுதாய அடிப்படையிலான சமநீதியுடன் கூடிய சமத்துவ-சகோதரத்துவத்தை வழங்கும் ஓர் நங்கூரமாக விளங்கலாயிற்று.

vii. 1936-37-ழில் அப்பாட் உட்குழுவின் அறிக்கை (Abbot- Wood Report) பொதுக்கல்வி முறைக்கு பொருத்தமான, தொழிற்கல்விக்கு மட்டுமேயுரிய, பிறிதொரு நிறுவனங்களின் பட்டியலை எடுத்தியம்பியது.

viii. 1944-கில், சார்ஜென்டு அறிக்கை (Sargent Repot) அல்லது போருக்குப் பிந்திய இந்தியக்கல்வியின் முன்னேற்ற அறிக்கை, தொழில்நுட்பவியல், வியாபாரயியல் மற்றும் கலையியல் (Technical, Commercial and Art Education) கல்வியின் அவசியம் அறிந்து முழு நேர, பகுதி நேரமாணாக்கர்களுக்கு போதுமான அளவுக்கு அதனதற்கு ஏற்றாற்போல் தகுந்த - பாடங்கள் கற்பிக்கப்பட வேண்டுமென்று முன்வைக்கின்றது.

12.2 நம் நாட்டின் விடுதலைக்குப்பின் தொழிற்கல்வி/ தொழில்மயமாக்கப்பட்டக் கல்வியின் நிலைப்பாடு.

ix. 1948-49 ஆம் ஆண்டில், பல்கலைக்கழகக்கல்வி குழுமம் அதாவது முனைவர் எஸ். இராதாகிருஷ்ணன் குழுமமானது, பத்தாம் வகுப்பு முடித்த மாணவர்களுக்கு இடைநிலை கல்லூரிகளைத் திறந்து அதன் வழிபொதுநிலைக்கல்வி முறையில் பயிலும், ஆரம்ப மற்றும் நடுநிலைப்பள்ளி மாணாக்கர்களுக்கு மட்டுமின்றி பல்கலைக்கழக மாணவர்களுக்கும் தொழில் அடிப்படையிலான கல்வித்திறனை அளித்திட அழைக்கின்றது.

x. 1952-53-ஆம் ஆண்டில், நடுநிலைப்பள்ளி கல்விக் குழுமம் அதாவது இலெட்சுமணசாமி முதலியார் குழுமம், பள்ளிகளில் பாடம் நடத்தும் முறையில், மாணவர்களின் உள்ளத்தில் உழைப்பின்பால் ஆழ்ந்த ஈடுபாட்டை ஏற்படுத்தி அதன் வழியாய் திறமையுடனும், நேர்மையுடனும், அவர்களால் இயன்ற அளவுக்குத்தங்கு தடையின்றிச் செயலாற்றிட, பயிற்சித் தரவேண்டும் என்று அறிவுறுத்துகின்றது.

xi. 1958-ஆம் ஆண்டில், இந்திய அறிவியல் சட்ட தீர்மானத்தின்படி (Science Policy Resolution of India), இந்திய தேசத்தின் வளமும் அதன் முன்னேற்றமும் மனிதம் மற்றும் இதரப் பொருட்களின் ஆதாரங்கள் தொழில்மயமாக்குதலின் பொருட்டே அமைந்துள்ளது. ஆனால் மனிதனின் திறமைகளை தொழில்மயமாக்குதலுக்கு பயன்படுத்த அவனது அறிவியலுடன் கூடிய கலைவழித்திறன் பட்டயப்பயிற்சி அவசியமாதலால் தொழிற்சாலைகள் தனிமனித அதீத நிறைவை அடையும் வழியாகவும் இருப்பதால், இந்நவீன உலகில் நம் இந்திய நாட்டின் செல்வமாகக் கருதப்படுவது, நம் அதிகமான மக்களின் ஆற்றலை, அவர்கள் தம் தக்கப்பயிற்சியுடன் கூடிய கல்வியால் உருவாக்குவதாகும்.

xii. 1959-தில், தேசிய பெண்கள் கல்விக்குழுமம் இளம் பெண்களுக்கு தக்கதோர் கைவினைப்பயிற்சியுடன் கூடிய கல்வியினை வகுப்பறை முறையிலேயே அளித்து, வெகுவாரியானப் பெண்கள் தொழில்வழி வணிகர்களாகச் செய்திடல் வேண்டும்.

Xiii. 1964-66-ஆம் ஆண்டுகளில், கல்வியியல் குழுமம் என்று அழைக்கப்படும், D.S.கோத்தாரி குழுமமானது மிகவும் உறுதியான அடிப்படைக்கல்விச்சார்ந்த கோட்பாடுகளின் (Principles of Basic Education) வழியில் அனைத்து வகுப்புகளிலும் அவசியம் செயல்படுத்தி, பல்கலைக்கழக பட்டங்களுக்குப் பதிலாக மேல்நிலைப் பள்ளிவரையில் படித்து தொழிற்கல்வியில் நன்கு பயிற்சி பெற்றபட்டயதாரிகள் மூலம் வெகுவாரியான வேலைகளில் நடுத்தரப்பட்ட மாணாக்கர்கள் தொழில் அனுபவம் பெறுவதும் மற்றும் சமூக வேலை செய்வதும் (Work Experience and Social Service) ஆகிய குறிக்கோளுடன்கூடிய நம்கல்விக்கு அவசியமானதாகும். மேலும் இந்த குழுமம்தான் கல்வியை பொதுப்பட்டியலில் (Concurrent List) வைத்து, ஒன்றிய மற்றும் மாநில அரசுகள் இணைந்து நம் இந்திய தேசத்தின் நலன் கருதி செயலாற்றுவதின் அவசியம் குறித்து பரிந்துரை செய்தது. மேலும், D.S.Kothari- கல்விக்குழுமம் +2 (proposed 10+2+2+3 pattern) தொழிற்கல்வியின் பிரிவின் மூலம் மட்டும் 1984-ஆம் ஆண்டுக்குள் (20-ஆண்டுகளில்) 50% மாணாக்கர்களை உருவாக்கிடுதல் வேண்டுமென்று உறுதியேற்கச்செய்தது.

xiv. 1967-ழில், ஒன்றுபட்ட ஆலோசனை கல்விக்குழு (Central Advisory Board of Education) சுயதொழில் மூலம் தன்னிலைப் பெற்று, அதன்வழி அரசாங்க வேலை ஒன்றையே நம்பியில்லாமல், ஆண்களைப் போலவே பெண்களும் சமமாகப் பள்ளியில் சேர்ந்து, பெண்களுக்கே உரிய தொழிற்படிப்பு மற்றும் பலகலை நுட்பங்களில் (I.T.I. and Polytechnics) தேர்ச்சி பெற்று, சுயதொழில் செய்ய வழிவகை செய்தல் வேண்டுமென்று அறிவுறுத்தியது.

xv. 1968-டில், தேசியக்கல்விக் கொள்கையானது (National Policy on Education) தொழில் மயமாக்கப்பட்டக் கல்வியின்அவசியம் அறிந்து, உயர்நிலைப்பள்ளி அளவிலேயே தொழிற்கல்வியையும், சேர்த்து, பொருளாதாரம் மற்றும் வேலைவாய்ப்பையும், உருவாக்கிட, தொழிற்படிப்பு மற்றும் பலகலை நுட்பங்களில் (I.T.I. and Polytechnics) பொருத்தமானதும் பல்வகைப்பட்டதுமான, விவசாயம், தொழிற்கலை, வணிகம் மற்றும் வர்த்தகம் (Trade and Commerce), மருத்துவம் மற்றும் பொதுநலம், இல்லத்து-மேலாண்மை, கலை மற்றும் கைவினை,செயலாற்றும் திறன் பயிற்சி மற்றும் இதர பலவகையான

இடத்திற்கேற்ற வகையில் பரந்த வகைப்பாடுகளுடன் கூடிய தொழிற்கல்வி அளித்தல் வேண்டுமென்று வலியுறுத்துகின்றது.

xvi. 1973-றில், 10+2+3 கல்விமுறைகுழுமம் அறிக்கையில் தொழில் மயமாக்கப்பட்டக் கல்வியின் அவசியத்தை முன்மொழிந்து, புதிதாக உருவாக்கப்பட்டு இருக்கும், 9 மற்றும் 12-ஆம் வகுப்புகளில், பாடவகை (Academic) மற்றும் தொழில் முறை (Vocational) வழியில் தனித்தனியே செயற்படுத்தி குறிப்பாக தொழில்முறைக் (Vocational) கல்விப்பிரிவானது, மாணாக்கர்களின் வேலை வாய்ப்புக்குத்தக்கவாறு மிகவும் கவனமாகத் தேர்வுச் செய்யப்பட்டு, அதன் அவசியமறிந்து 1 முதல் 3- ஆண்டுகள் வரை மேல்நிலைப்பள்ளிகளிலேயே அதனதன் இருப்பிடம் சார்ந்த தொழில் வளங்களுக்கேற்றவாறு, நம் இந்திய நாட்டின் சமூக- பொருளாதார வளர்ச்சியைக் கருத்தில் கொண்டு, மாநிலங்களின் உள்ளடங்கிய இடங்களுக்குத் தகுந்தாற்போலவும், தொழிற் கல்வியின் பல்வகையான பாடத்திட்டமானது, ஒவ்வொரு குறிப்பிட்ட தொழிற்கல்விக்கும் பொருத்தமான கோட்பாடு சார்ந்த பாடங்களை, அதனதனுக்கு நிகரான அக்கேடமிக் பாடங்களுடன் அமைத்திடல் வேண்டும். அவ்வாறு அமைக்கும் போது, அதிகமான பாடச்சுமையில்லாது செய்வதோடு தொழிற்கல்விப்பிரிவின் வெற்றியானது ஒவ்வொருநிறுவனத்தின் தங்கு தடையற்ற தனித்தனி தொழிற் கல்விப்பிரிவிற்கு சமமந்தப்பட்ட, பாடத்திட்டம், விரிவுரையாற்றல், செய்முறைப்பயிற்சி மற்றும் இடைநிலை-வேலைப்பயிற்சி ஆகியவை அந்தந்த நிறுவனத்திற்கு ஏற்றாற்போல் செயலாற்றிட, தொழில் மயமாக்கப்பட்டக் கல்வியின் அவசியத்தை கருத்தில் கொண்டு மேல்நிலைப்பள்ளிகளில் தொழிற்கல்விக்குரிய அனைத்து வகையான உதவிகளையும் செய்திடல் வேண்டும்.

xvii. 1976-றில், மேல்நிலைப் பள்ளி பாடத்திட்டக்குழு அறிக்கை, தொழில்மயமாக்கப்பட்டக் கல்வியின் கண்டுபிடிப்புகளாகக்கூறப்படுபவை: 1. பள்ளி இறுதி இரண்டாண்டு வகுப்புகள் இரண்டு பிரிவுகளாக்கப்பட்டது.

2. இதன் உயரிய நோக்கமானது மாணாக்கர்களை அக்கேடமிக் பிரிவை மட்டும் நம்பாது, அவர்களின் திறமைக்கும், ஆர்வத்திற்கும், மனநிலைக்கும் மற்றும் இயல்பான விருப்பத்திற்கும் ஏற்ற

தொழிற்கல்வியைப் பெற்று, நம்நாட்டில் வேலையில்லாமையை ஒழித்து, சமுதாயத்தில் திறமைமிக்க – கலை மற்றும் கைவினை ஆற்றலில் திறன்படைத்தோரை உருவாக்கும் வகையில் செயலாற்றச் செய்கின்றது.

3. இது (தொழில்மயமாக்கப்பட்டக் கல்வி) உற்பத்தியற்ற, குறிக்கோளற்ற அக்கேடமிக்கல்வி முறையில் நின்று வேறுபட்டு, அவர்களின் தவித்து நிற்கும் நிலையைக் குறைத்தும் ஏன் ஒழித்தும் செயல் படுகின்றது.

4, மாலட்ட அளவிலான கணக்கெடுபின்மூலம், ஒவ்வொரு மாவட்டத்திற்கும் ஏற்ற பொருளாதார மேம்பாட்டிற்கான செயல்களையும், அதற்கேற்ற திறமையுடன் கூடிய மனிதவளங்களை மாவட்டம் தோறும் சரியான வேலை வாய்ப்பை உருவாக்கும் தொழில் மயமாக்கப்பட்டக் கல்விதனை அளித்திடல் வேண்டும்.

5, மாணாக்கர்களுக்குத் தேவையான அனைத்து வாய்ப்புக்களும் அளிக்க அருகிலுள்ள மற்றைய தொழிற் கல்விநிறுவனங்களுடன் பகிர்ந்தும் பகுதி நேர வேலைவாய்ப்புக்கள் அளித்தும் அவர்கள் தம் தொழிற் கல்வியில் மென்மேலும் சிறப்பான தகுதி பெறத்தகுந்தோர் நிறுவனங்களை நம் நாட்டில் உருவாக்குதல் வேண்டும்.

6.தொழில் மயமாக்கப்பட்டக் கல்விதனை மதிப்பிடவும் அதனை அங்கீகாரம் செய்யவும் பொதுத் தேர்வு முறைதனை தவிர்த்து, அக்கல்விபுகட்டும் ஆசிரியர்களின் மூலமாகவே தொடர்வகை மதிப்பீட்டு முறையைக் கடைபிடித்து, மாணாக்கர்களுக்குரிய பயிற்சியானது அவரவர்க்குரிய இடத்திலுள்ள பண்ணைகள், மருத்துவமனைகள், தொழிற்சாலைகள், அலுவலகங்கள், வங்கிகள், கம்பெனிகள், விடுதிகள் மற்றும் இதர தொழிற்சார்ந்த நிறுவனங்களில் உரியதோர் பயிற்சி அளித்து, கிரேடு முறையில்திறனை குறித்திடல் வேண்டும்.

7. தேசியதொழிற்கல்வி குழுமமானது (National Council of Vocational Education, NCVE) பல்வேறு தொழிற்கல்வி நிறுவனங்களால் வழங்கப்படும் டிப்ளோமா மற்றும் சான்றிதழ்களைச் சமன் செய்து அவைகளுக்குத் தகுந்ததோர் மதிப்பினை அளித்திடல் வேண்டும்.

xviii. 1978-டில், 1.1978-டில், ஐஸ்வர்பாய் பட்டேல் குழு (Ishwarbhai Patel Committee) அறிக்கையின்படி, பள்ளிக்கல்வியின் பாடத்திட்டமானது சமுதாயத்திற்குகந்த அபிவிருத்திக் கொண்டவேலைகளில் (SUPW Socially Useful Productive Work) சரீர உழைப்பினால் வேலை செய்யும் அனுபவத்துடன் கூடிய ஏதேனும் ஒரு பொருளை உருவாக்கவும் அல்லது சமூகசேவை செய்யவும் உரித்தான பாடத்திட்டத்தை கல்வித்துறை அமைத்திடல் வேண்டும்.

அவ்வாறு அமையும் பாடத்திட்டமானது காந்தீயத்தத்துவத்தின் அடிப்படையிலான கல்விக் கொள்கையுடன் கூடிய அடிப்படைக்கல்வியை மையமாகக் கொண்டு, மாணாக்கர்கள் அனைத்து பாட அறிவாற்றலுடன் கூடிய சமுதாயத்திற்குகந்த அபிவிருத்திக்கொண்ட வேலைகளில் (SUPW- Socially Useful Productive Work) தங்களின் பாடத்திட்டத்தில் ஒதுக்கப்பட்ட நேரத்தைப் பயன்படுத்தி தங்கள் இடத்தில் கிடைக்கும் உபயோகமற்ற பொருட்களின் மூலம் அறிவியல் சார்ந்த மற்றும் விளையாட்டுப் பொருட்களைச் (Improvised Apparatus) செய்து, அரியதோர் சமுதாய மேம்பாட்டுச் செயல்களைச் செய்திட மாணாக்கர்களின் 20% பாடம் நடத்தும் வகுப்புகள் முறையாக ஒதுக்கப்பட்டு, CBSE-பாடத் திட்டத்தைத் தழுவி நடத்தப்படும் பள்ளிகளிலெல்லாம் நம்நாடு முழுவதும் இன்றளவும் கடைபிடிக்கப்படுகின்றது.

2. 1978-டில், தொழில் மயமாக்கப்பட்டக் கல்வியின் செயற்பாட்டுக்குழுவின் அறிக்கையில் (Mr.P. Sabanayagam Report), கிராமப்புற (Rural) பள்ளிகள் மட்டும் சிறப்புற- தனியாக இருபத்து இரண்டு (22) தொழிற்கல்வி வகைகளை, வழக்கமாய் நடக்கும் அக்கேடமிக் ஸ்டிரிமுடன் நடத்திடவும் மேலும் நகராட்சி (Urban and sub Urban) பள்ளிகளில் தொடர வேண்டிய தொழிற்கல்வி வகைகளையும் தனித்தனியே எடுத்தியம்பியுள்ளது.

3. 1978டில், தேசியமறு ஆய்வுக் குழுவில், தொழில்மயமாக்கப்பட்ட உயர்நிலைக்கல்வி மற்றும் +2 வகுப்புக் குழுவின்,Dr. S. Malcolm Adiseshiah – அவர்களின் அறிக்கை “Learning to do- Towards a Learning and Workiing Society” யானது, +2 பாடத்திட்டத்தின் மூன்று அவசியமான நிலைகளாக, 1, The Terminal Stage 2. The Bridge stage 3. The Transitional Stage –களை எடுத்துக்கூறி, இதோடு கூட, நம்பிக்கைத்தரும் ஆளுமைக்

கொண்ட முப்பெரும் கோட்பாடுகளாக, 1. The Principles of Continuity 2. The Principles of International Sharing 3. The Principles of Confirming to National Goals of Higher Secondary Education in India-வையும் எடுத்தியம்புகின்றது. இதில் நாம் குறிப்பாக கவனிக்க வேண்டியது யாதெனில் நம் தேசிய குறிக்கோள்களான இந்த உயர்நிலைப்பள்ளி பாடத்திட்டத்தின் வாயிலாக நம் இந்தியதேசம் ஒருங்கிணைந்து பெறவேண்டிய மிகவும் அவசியமான, 1. Removal of Untouchability 2. Removal of Destitution 3. Rural Development and 4. Adult Literacy ஆகிய தேவைகளை நன்குணர்ந்து இந்த உயர் நிலைப்பள்ளி பாடத்திட்டத்தின் அவசியத்தை இம்மில்லீனிய காலத்தின் கட்டாயம் கருதி பொது மற்றும் தொழில் மயமாக்கப்பட்ட தேசியமயமான இவ்வொன்றுபட்ட கொள்கைகளின் மூலம்நாம் அனைவரும் முழுமையை அடைய தீர்க்கமான வழிகளை அறிதல்வேண்டும்.

மேலும், இத்தேசிய மறுஆய்வுக்குழு (The National Review Committee – Dr. Malcolm S. Adiseshiah, 1978) கல்வி, தொழிற்கல்வி மற்றும் தொழில் மயமாக்கப்ட்டக் கல்வி ஆகியவற்றின் வித்தியாசத்தை கூறுமிடத்து, வெறும் பொதுக்கல்வியானது வேலைவாய்ப்பற்றதாயும், தொழிற்கல்வியானது ஒரு குறிப்பிட்ட தொழிலில் ஓரளவிற்கான பயிற்சியைப் பெற்ற, I.T.I., Technical High Schools and Politechnics – மூலம் Craftsmen. Technician and Extention Agents – களை உருவாக்குவதாயும் இருக்க, தொழில் மயமாக்கப்பட்டக் கல்வி, இந்த தொழில் மயமாக்கப்பட்ட +2-வின் தனியான வகுப்பு முறையால் நடத்தப்படும், Skills or a Range of Skills through practical works in farms, industries, etc in technologies and related sciences – வேலை வாய்ப்பை நல்கும்கல்வியாக, தனியொரு மனிதனை அவன் சொந்தக்காலில் நிற்க வைத்து, அவனையும், அவனைச்சார்ந்தோரையும் மற்றும் சமூதாயத்தையும் உயர்த்தக்கூடிய வகையில், வரும் 5-ஆண்டுகளில் (1978–1983) சுயதொழில் வளர்ச்சியால், விவசாயம் அதனைச் சார்ந்த இதரத் தொழில்களும் சிறப்படைவதால், சிறு, குறு மற்றும் குடிசைத் தொழில்கள் பல பெருகி, பல்வகையான தொழிற்களுக்கிடையிலான போட்டியுடன் கூடிய தன்நிறைவை அடையும் சமுதாயமாக நம் இந்தியா மாறிட, ஊக்கப்படுத்தியுள்ளார்.

இதற்கும் மேலாக, இத்தேசிய மறுஆய்வுக்குழுவும் (The National ReviewCommittee–Dr.MalcolmS.Adiseshiah,1978), உயர்நிலைப்பள்ளிகளில் பொதுவான பாடத்திட்ட முறையையும் அதற்கு மாறான தொழில் மயமாக்கப்பட்டப் பாடத்திட்டத்தையும் கொண்ட இருவகையான பிரிவுகளை உடையதாய் அமையுமிடத்து, தொழில்மயமாக்கப்பட்டப் பாடத்திட்டமானது, உலக அளவில் சிறப்புமிக்க, UNESCO வெளிப்படையாக, 'பொதுக்கல்வியுடனேயே அளிக்கப்படும் தொழிற்நுட்பம் வாய்ந்த கல்வியானது, அறிவியல் மற்றும் சமூக-பொருளாதார வாழ்வோடு ஒட்டிய திறமை மற்றும் நுட்பம் கொண்ட பல்நோக்கு தொழில் மேன்மைத் தருவதாய், தொழில்வழியில் தொடர்க் கல்வியாக பொதுக் கல்வியுடனேயே இணைந்து செயல்படுதல் என்பது சிறப்பு மிக்கதாகுமென்று பாராட்டுகின்றது –These aspects of the educational process involving, in addition to general education the study of technologies and related sciences and the acquisition of practical skills, aptitudes, understanding and knowledge relating to occupations in the various sectors of economic and social life'..... meant for the preparation of occupational field and an aspect of continuing education.

xix. 1985-தில் 1. NCERT – இன் ஆரம்ப மற்றும் இடைநிலை தேசியக்கல்வியின் பாடத்திட்ட (National Curriculum in Primary and Secondary Education) முன்வடிவில், இதன் வழிகாட்டுதலின்படி நாட்டில் அனைத்து நிறுவனங்களின்வடிவமைப்புக்களையும் அவ்வவ்வகைகளுக்கும் ஏற்றாற்போல், ஆராய்ச்சிகளுடன் கூடிய வளர்ச்சியையும் மற்றும் அவைகளின் பரவுதலையும் மேற்கொண்டு, வேலை-அனுபவம், SUPW, மற்றும் தொழிற்கல்வி ஆகியவற்றின் முக்கியத்துவத்தைஅறிந்து, பள்ளியில் அனைத்து வகுப்புகளிலும் குறிப்பாக மேல்-ஆரம்ப மற்றும் இடைநிலை வகுப்புகளில் கிராமம் மற்றும் ஆதிவாசிகளுடைய பிள்ளைகளின் ஆதார- ஊக்கமுடன் பொருளும் ஈட்ட வழிவகை செய்திடல் வேண்டுமென்று அறிவிக்கின்றது.

2. மேலும் NCERT-யானது தொழிற்கல்வியை மேற்குறிப்பிட்டவாறு சிறப்புடன் செயற்படுத்த, தேசிய தொழிற்கல்வி குழுமத்துடன் (Natilonal Council of Vocational Education) கூடவே, தனியான தொழிற்கல்வி இயக்குநரகத்தையும், (தனியான) மாவட்ட ஒருங்கிணைப்பு குழுக்களையும் மற்றும் ஒவ்வொரு நிறுவனத்திலும் அறிவுரைக்கும்

– குழுவை, வேலை-வழங்கும் அமைப்புடன் அந்நிறுவனத்தின் தலைமைக்கு உதவும் வகையில் அமைத்து, அந்தந்த இடங்களில் கிடைக்கும் பொருட்களைக் கொண்டு அந்தந்த இடங்களின் தேவைகளுக்கேற்ப பொருளாதாரத்தை ஈட்டும் வகையில், 'Practice School of Students' எனும் நிலையை உருவாக்குதல் இயலுமென்று அறிவிக்கின்றது.

xx. 1985-தில், தொழில் மயமாக்கப்பட்டக் கல்வியின் Vocationalisation of Education செயற்பாட்டுக்குழுவானது அண்ணாமலைப் பல்கலைக்கழகத்தின் அப்போதைய துணைவேந்தர் Dr. V.C.Kulandaisamy அவர்களின் தலைமையில் 16 உறுப்பினர்களைக் கொண்டதாகும். இக்குழுவின் முன்னேற்றப்பிணைப்பில் கல்வி, 'Linking Education withDevelopment' – எனும் நோக்கில், கல்வியின் +2 வகுப்பில் ஒரு பிரிவு மட்டும் உற்பத்தி செய்யும் நோக்கத்தில் இல்லாது, அனைத்து படிவங்களிலும், ஏன் அடிப்படை பட்டயப்படிப்புவரையிலும் விருப்பப்பாட முறையில் செயல்படுத்துதல் வேண்டும் என்று கூறி, தனது தொழில் மயமாக்கப்பட்டக் கல்வியின் 35- வகையான செயற்பாட்டு வழிமுறைகளை முன்வைக்கின்றது.

மேலும், 1964-1966- வருடங்களின் D.S.Kothari- அவர்களின் கல்வி குழுமம் +2 தொழிற்கல்வியின் பிரிவின் மூலம் மட்டும் 1984-ஆம் ஆண்டுக்குள் (20 ஆண்டுகளில்) 50% மாணாக்கர்களை உருவாக்கிடுதல் வேண்டுமென்று செயல்பட்ட நிலையில், 1983-84- ஆண்டுவரையில் வெறும் 2.7% அளவில் மட்டுமே பல்வேறு காரணகாரியங்களால் ஒன்றிய மற்றும் மாநில அரசுகளால் செயலாற்றிட முடிந்ததால், மேற்குறிப்பிட்ட தொழில் மயமாக்கப்பட்டக் கல்வியின் (Vocationalisation of Education) செயற்பாட்டுக்குழுவானது, தனது மேற்கூறப்பட்ட 35-வகையிலான செயற்பாட்டு வழிமுறைகளில் குறிப்பிடத்தக்கதான,

1) விருப்பப்பாட முறையில் முதற்பட்டப்படிப்பு வரை UGC-யின் விதிகளின்படி அமைத்தல்.

2) முழுமையான தொழிற்கல்விச் சார்ந்த பட்டப்டிப்புகளை வேலை வாய்ப்புள்ள வகையில் உருவாக்குதல்.

3) இத்தொழிற்கல்வியின் மேம்பாட்டிற்கு உகந்ததான 10+2+3- எனும் நம் தேசிய பொதுக்கல்வி முறையை அவசியமானதொன்றாக கருதிடல் வேண்டும்.

4) தொழில் மயமாக்கப்பட்டக் கல்வியின் (Vocationalisation of Education) மேல்நிலைப்பள்ளிகளின் கல்வியியல் மேல்நிலைப்பாடானது அதன் அதீத நிலையினை அடைதல் வேண்டும்.

5. இம்மாறுபட்ட கல்வி முறையானது, சமூக – மூடநம்பிக்கைகளையும், மாற்றத்திற்கு மீதான எதிர்ப்புகளையும், வேலை கிடைக்காமல் போகும் என்ற சாதகமற்ற மனநிலையையும் எதிர் கொள்ள, மாணாக்கர்களின் சமூக பொருளாதார வாழ்வியல் தேவைகளின் அடிப்படையில் அவர்கள் தேர்ந்தெடுக்கும் தொழிற்கல்வியானது போதிய அளவிற்கு திரும்பத்திரும்பச் செய்துபார்த்து கற்றுக்கொள்ளக்கூடியதாகவும், இந்திய சாசனகோட்பாட்டின்படி viii-ஆம் வகுப்பு வரையில் நிரந்தரமாக எல்லோருக்கும் கல்வியை வழங்க செயல்படும் ஒன்றிய மற்றும் மாநில அரசுகளின் சேவையை முழுமைப் பெறவைக்க, இவ்வகுப்புகளுக்கு வரயியலாதோர்க்கும் (Dropouts) பள்ளிசாராக் கல்வி முறையில் தொழிற்கல்வியினைக் கொண்டு சேர்த்து, நாட்டின் குறிக்கோளை நிறைவேற்றியும், NCERT போலவே, ஒன்றிய, மாநில மற்றும் மாவட்டஅளவிலான மறுசீரமைப்புக்களையும், அதிகார பங்களிப்புகளையும் அளித்து மேற்கண்ட அனைத்து கல்வியியல் சீர்திருத்தங்களையும் தொடர்ந்து செயலாற்றிட இச்செயற்பாட்டுக் குழுவானது நம்மை அழைக்கின்றது.

6) மேலும், இச்செயற்பாட்டுக் குழுவானது, தொழிற்கல்வியின் அகில இந்திய அமைப்பின் செயற்பாட்டை ஊக்குவிப்பதின் அவசியத்தை எடுத்துக்கூறி, ஒன்றிய அரசின் மந்திரிசபையின், தொழிற்கல்வித்துறைக்கென தனியொரு தொழிற்கல்வி குழுமத்தையும் (Bureau of Vocational Education – BE) அதன் கீழ் தொழிற்கல்விக்கே உரிய தனியொரு தொழிற்கல்வி செயலகத்தையும் (A secretariat for the Department of Vocational Education – DVE), ஐந்து அளவிலான கண்காணிப்பு (Five Level of Hierarchy – FLH) – i.e. a) National, b) Regional, c) State, d) District and e) Institutional – முறைகளையும் மற்றும் இவைகளைச் சார்ந்த அடிப்படைக்கூறுகளான, விதிமுறைகள் மற்றும்

ஒருங்கிணைந்து செயலாற்றுதல், ஆய்வு மற்றும் மேம்பாடுகள், ஆசிரியர்களைப் பயிற்சிவிக்கும் நிறுவனங்கள், மந்திரி சபைகளையும், இயக்குநரகங்களையும் ஒருசேர வழிநடத்துதல், நடு நிலை மற்றும் மேல்நிலை தேர்வு வாரியங்களின் செயற்பாடுகளையும், இதனைச் சார்ந்த வேலைவாய்ப்பு விதிமுறைகளில் மாற்றம் செய்து, ஒன்றிய மற்றும் மாநில அரசுகளின் அதோடு தனியார் மற்றும்பொது நிறுவனங்களின் தொழிற் கல்வி மற்றும் பயிற்சி அடிப்படையிலான வேலைகளில் சேர தகுதி வாய்ந்தவர்களாக ஆக்கம் பெற அனைத்து வசதிகளையும் செயல்படுத்திக்கொண்டு, 1964-1966ஆம் வருட D.S.Kothari கல்விக்குழு கண்டகனவான 50% (1984) 20 வருடங்களில் தொழிற்கல்வி மாணாக்கர்களை மேல்நிலைப்பள்ளிகளின் மூலம் உருவாக்கும் தேசியச் செயற்பாட்டில் பின்னடைவுகண்டதால், தொழிற்கல்விக்கென்று தனியாக வேண்டிய அளவிற்கு பொருளாதார வசதிகளை ஒதுக்கி, நம்நாட்டின் ஏழாவது ஐந்தாண்டு காலத்திட்டமான (1985-90)ஆம் ஆண்டிற்குள், 25% மேல்நிலைப்பள்ளி தொழிற்கல்வி மாணாக்கர்களை உருவாக்கிட உறுதியேற்போம் என்று இச்செயற்பாட்டுக் குழுவானது நம்மை ஆட்படுத்துகின்றது.

xxi. 1986றின், தேசியக்கல்விக் கொள்கை அல்லது புதியக்கல்விக் கொள்கையின் அறிவுரைகள்,, 1. சீரானதும், நன்கு-வடிமைக்கப்பட்டதும், அழகாகத் தொடர்ந்து செயல்படுத்தப்பட்டதுமான தொழிற்கல்வி பாடங்களின் அவசியம் அறிந்து நாம் எதிர்நோக்கும் கல்வியியலில் மாற்றங்கள் அமைதல் வேண்டும்.

2. மேற்கூறிய நோக்கங்கள் வேலைவாய்ப்புகளை அதிகரிப்பதோடு மட்டுமின்றி அதன் ஊடே, எவ்வித ஆர்வமும் நோக்கமுமற்ற, வெறும் உயர் கல்வியை மட்டும் பயின்று வாழ்க்கைக்குப் பொருத்தமற்ற பொதுக்கல்விக்குமாறான, பொருளாதார உற்பத்திக்கு சக்தி கொண்ட மனித ஆற்றலைப் பெருக்கக்கூடிய தொழிற்கல்வியை அதிகரித்தல் வேண்டும்.

3. தொழிற்கல்வியானது ஒரு தனிசிறப்புமிக்கதும் நம் மாணவச்செல்வங்களை குறிப்பிட்ட தொழிலில் பல்வேறுபட்டவிதத்தில் செயலாற்றக்கூடிய வகையில் திறமைப் படைத்தவர்களாகச் செய்வதில், வழக்கமாக உயர் நிலைக்குப் (10-வது) பின்பு ஈடுபடுத்துவதோடு

நின்றுவிடாமல், இதே வாய்ப்பு 8-ஆம் வகுப்பு முடித்தோருக்கும் இத்திட்டம் கிடைத்திடஅத்திட்டமானது வயப்பட்டு அவர்களையும் அரவணைத்துச் செல்லுதல் வேண்டும்.

4. இந்த ஒருங்கிணைந்த தொழிற்கல்வியின் செயற்பாடானது, மாணவர்களின் இயல்பை ஒட்டியும் அவர்களின் வேலைவாய்ப்புகளை அவர்களின் இருப்பிடம் தழுவிய தொழிற்சாலைகள், நிறுவனங்கள் மற்றும் அலுவலகங்களில் உறுதி செய்வதாய் அமைவதோடு, மாணவர்களின் திறமை, ஆர்வம் மற்றும் அறிவு பெருக்கத்தால் அவரவர் தம்திறமையின் வாயிலாய் அவரவர்களே தனித்தனியாய் தொழில் மேற்கொள்ள, அரசாங்கமும், தனியாரும் மற்றும் பொதுநிலையினரும் பொறுப்புடன் உதவிட வேண்டும்.

5. இதற்கும் மேலாக, அரசாங்கமானது தனிப்பட்ட சிறப்பான வகையில் பெண்கள், கிராமப்புற, ஆதிவாசிகள், மலைவாசிகள், கைவிடப்பட்டோர் மற்றும் மாற்றுத் திறனாளி மாணவர்களுக்கு தகுந்தாற்போல் அவரவர் தேவைக்கேற்றவாறு தொழில் வளம் பெற ஆவனச் செய்தல் வேண்டும்.

6. தொழிற்கல்வி பட்டதாரிகள் அவர்களின் தொழில் மேம்பாட்டிற்கு தகுந்தாற்போல் தொழில்வளம் பெற அவர்களுக்கென்றே அமைக்கப்பெற்ற தொழில் முறைகளை ஒட்டிய இடைநுழைவு (Lateral Entry)-டன் கூடிய பொதுவான, பொறியியல் மற்றும் தொழிலியல் கல்விதனை உரிய இணைப்பு வழிமுறையின் (Apporpriate Bridge-Courses)- மூலமாக அளித்திடல் வேண்டும்.

7. பள்ளிக்கல்வியைச் சாராததுமான, தளர்வுகளுடன் கூடிய – சூழ்நிலைக்கு ஏற்றதுவுமான மற்றும் அத்தியாவசிய அடிப்படையிலானதுமான தொழிற்கல்வியானது, புதிதாக – செயல்வழியில் கல்வி பயின்றோர்க்கும், ஆரம்பப்பள்ளி வரைப்பயின்ற இளைஞர்களுக்கும், பள்ளி இடைநின்றோர்க்கும், வேலையில் உழன்றோர்க்கும், வேலையின்றி அல்லது பகுதிநேர வேலையில் இருப்போர் குறிப்பாக பெண்களின் மேம்பாட்டிற்கும் மற்றும் பொதுப்பாட்த்திட்ட முறையில் +2 படித்து அதன் அடிப்படையில் பட்டம் பெற்ற இளைஞர்கள், தொழிற்கல்வி மேற்கொள்ள வாய்ப்பளிக்கும்

விதமாக கடைநிலை தொழிற்கல்வி வகுப்புகளும், அவரவர்களுக்கு உரியதான தொழிற்கல்வியினை முறையாக அளித்திடல் வேண்டும்.

8. மேற்கண்ட அனைத்து பிரிவுகளின் அடிப்படையிலும், மாற்றம் பெற்ற – மற்றும் மாற்றம் பெற்றுக் கொண்டிருக்கின்ற காலத்தின் தேவை மற்றும் அவசியம் அறிந்து விதவிதமான தொழிற்கல்விகளின் அதீத செயற்பாட்டால், தொழிற்கல்வியின் வரம்பு மற்றும் விரிவாக்கம் அதிகமானதின் அடிப்படையில் 1986ஆம் ஆண்டு தேசியக்கல்விக்கொள்கை அல்லது புதியக் கல்விக் கொள்கையானது, 1964-66-ஆம் ஆண்டுகளில் D.S.Kothari கல்விக்குழுமம் +2 தொழிற்கல்வியின் பிரிவின் மூலம் மட்டும் 1984-ஆம் ஆண்டுக்குள் (20-ஆண்டுகளில்) 50% மாணாக்கர்களை உருவாக்கிடுதல் வேண்டுமென்ற உறுதிப்பாட்டிற்கும், 1985-ஆம் ஆண்டு தொழில்மயமாக்கப்பட்டக் கல்வியின் (Vocationalisation of Education) செயற்பாட்டுக் குழு நிர்ணயித்த நம்நாட்டின் ஏழாவது ஐந்தாண்டு காலத்திட்டமான (1985-90)-ஆண்டுக்குள், 25% மேல்நிலைப்பள்ளி தொழிற்கல்வி மாணாக்கர்களை உருவாக்கிட உறுதியேற்றதிலிருந்தும், மாறுபட்டு, தொழிற்கல்வியின் மேற்கண்ட விபரங்களின்படி பரந்துவிரிந்த நிலைகளையெல்லாம் கருத்தில் கொண்டு, மேல்நிலைப் பள்ளி தொழிற்கல்வி பிரிவின் வாயிலாய் மட்டும் 1990-க்குள் 10%-மும், 1995-க்குள் 25%-மும், நிறைவடைதல் வேண்டுமென்று உறுதியேற்கவைத்தது.

ஆகவே, 1986-ஆம் ஆண்டு தேசியக்கல்விக் கொள்கை அல்லது புதியக் கல்விக் கொள்கையும் மற்றும் 1986ஆம் ஆண்டின் தொழில்மயமாக்கப்பட்ட கல்வியின் செயற்பாட்டுத் தொடரும் (POA) +2 வகுப்புகளில் ஒரு பிரிவினருக்கு தொழில்மயமாக்கப்பட்ட கல்வியின் அவசியத்தை மறுபடியும், 1948-1949-ஆம் ஆண்டின் பல்கலைக்கழக கல்விக்குழுமம் அதாவது முனைவர் எஸ். இராதாகிருஷ்ணன் குழுமம் போலவும், 1952-1953- ஆண்டின் நடுநிலைப்பள்ளிகல்விக் குழுமம் அதாவது இலெட்சுமணசாமி முதலியார் குழுமம் போலவும் மற்றும் 1968 – தேசியக்கல்விக்கொள்கையைப் (National Policy on Education) போலவும், அதிகதிகமாய் தொழிற் கல்வியின் அடிப்படை அவசியத்தையும், அதன் அடிப்படை ஆதாரமாக விளங்கும் காந்தீய கல்வியின் (Basic Education) கோட்பாடுகளையும் இந்திய கல்வி நிலையங்களில் எல்லா

பாடத்திட்டத்திலும் மற்றும் அனைத்து நிலைகளிலும் இரண்டறக் கலக்கச் செய்வது, நம்நாட்டின் முன்னேற்றத்திற்கு மிகவும் சாலச் சிறந்தது என்றழைத்து, நாம் எல்லோரும் ஒரு முகப்பட்டு அயராதுழைத்து ஆவன செய்திட, 1986-ஆம் ஆண்டு தேசியக்கல்விக் கொள்கையும் (Withlt's Fully Accepted 10+2+3+2 System of Education) அதன் தொழில் மயமாக்கப்பட்ட செயல்பாட்டைத் தொடரும்படி வேண்டிக் கேட்டுக்கொள்கின்றது.

மேற்கண்டபடி, 1995- வரையில் 25% அளவிற்கு மேல்நிலை தொழிற்கல்வி மாணவர்களை மட்டும் உருவாக்குதலுடன், அதன் ஊடே 1986-ஆம் ஆண்டின் விரிவாக்கப்பட்ட தொழிற்கல்விக் கொள்கையில் அனைத்துப் பிரிவினருக்குமுரிய அனைத்து நிலை மாணாக்கர்களுக்கும் பொருந்தும் விதமான பல்வேறு தொழிற்கல்விகளையும் அமல்படுத்த, நம் ஒன்றிய மாநில அரசுகளை போர்க்கால அடிப்படையில் செயலாற்றத்தூண்டியது.

xxii. 1990-ல், 1. வேலையின் - அனுபவம் மற்றும் சமூக சேவை (Work Experience and Social Service)- என்ற மிகவும் அடிப்படையான இரு பெரும் தொழிற்கல்வியின் கொள்கைகளை அடிப்படையாகக் கொண்ட 1964-66-ஆம் ஆண்டுகளின் D.S.Kothari-கல்விக்குழுமத்தையும் இதன்பயன்பாட்டில் 1978-ம் ஆண்டில் ஐஸ்வர்பாய் படேல் குழு (Ishwarbhai Patel Committee) அறிக்கையில் பள்ளிக்கல்வியின் பாடத்திட்டமானது சமுதாயத்திற்குகந்த அபிவிருத்திக் கொண்ட வேலைகளில் (SUPW-Socially Useful Productive Work) சரீர உழைப்பினால் வேலைச் செய்யும் அனுபவத்துடன் கூடிய ஏதேனும் ஒரு பொருளை உருவாக்கவோ - சமூகசேவை செய்யவோ உரித்தான பாடத்திட்டத்தை கல்வித்துறை அமைத்திடல் வேண்டுமென்ற நோக்கத்தையும்,

இவை இரண்டின் அடிப்படையில் கட்டமைக்கப்பட்ட நம் நாட்டின் 1985-ஆம் ஆண்டின், NCERTயின் ஆரம்ப மற்றும் இடைநிலை தேசியக்கல்வியின் பாடத்திட்ட (National Curriculum in Primary and Secondary Education) முன்வடிவில், அனைத்து நிறுவனங்களின் வடிவமைப்புகளையும் அவ்வவ்வகைகளுக்கு ஏற்றாற்போல் ஆராய்ச்சியுடன் கூடிய வளர்ச்சியையும் மற்றும் அவைகளின் பரவுதலையும் மேற்கொண்டு, வேலையின் அனுபவம், சமூக சேவை,

SUPW மற்றும் தொழிற்கல்வி ஆகியவற்றின் முக்கியத்துவத்தை அறிந்து, பள்ளிகளின் அனைத்து வகுப்புகளிலும் குறிப்பாக மேல் – ஆரம்ப மற்றும் இடைநிலை வகுப்புகளில் கிராம மற்றும் ஆதிவாசிகளுடைய பிள்ளைகளின் ஆதார – ஊக்கமுடன் பொருளும் ஈட்ட வழிவகை செய்திடல் வேண்டுமென்ற பாடத்திட்டத்தின் நோக்கத்தையும் ஒருங்கேகூட்டி,

அண்ணல் காந்தியடிகள் (Earning by Learning), தாகூர், ஜாகீர் உசேன் மற்றும் பல இந்தியக் – கல்வியாளர்களும் ஜான்டூவே (Learning by Doing – Pragmatism), ரூசோ, பெஸ்டலோசி, புரோபல் மற்றும் ஜான் ஸ்டூவர்டுமில் போன்ற வெளிநாட்டுக் கல்வியாளர்களும் வேலையின் அவசியத்தை எடுத்துக்கூறுமிடத்து, 1986–ஆம் ஆண்டு தேசியக்கல்விக் கொள்கை அல்லது புதியக்கல்விக் கொள்கை மற்றும் இதனைத் தழுவிய 1986–ஆம் ஆண்டின் தொழில்மயமாக்கப்ட்ட கல்வியின் செயற்பாட்டுத்தொடரும் (POA), இவண் SUPW- மனித மேம்பாட்டிற்கு உகந்ததோர் கல்வி முறையெனவும், இதுவே இந்திய வழிவகையில் (Endogenous) எல்லா கல்வி நிலைகளுக்கும் அதன் பல்வேறுபட்ட நிறுவனங்களுக்கும் தொடக்கக்கல்வி முதல் உயர்க்கல்வி வரையிலான அனைத்து பிரிவு மாணவச் செல்வங்களுக்கும் உகந்ததோர் தொழில்மயமாக்கப்பட்ட கல்வியானது, பெருவாரியான மக்களின் உற்பத்தியே (Production by Masses) இந்திய சமூக-பொருளாதார-சமபாடற்ற சமூதாயத்திற்கு, அதிக உற்பத்தியை மட்டுமே (Mass-Production) நோக்கமாகக் கொண்ட அயல்நாடு தழுவிய நவீனத்தொழில் நுட்பம் (Innovative Technology) மூலமாக அதாவது ஐரோப்பிய வழிவந்த நார்மல் குழந்தைகளுக்கு மட்டுமே உரித்தான – 3R's (Writing, Reading and Arithmeic) கல்வி முறையைவிட, ஜான்டூவே (An American) அவர்களே நம் அண்ணல் காந்தியடிகளின் (Earning by Learning) 3H's (Head. Heart and Hand) முறையிலான மாற்றுத் திறனாளி குழந்தைகளுக்கும்கூட, பயன்படக்கூடிய அடிப்படை – ஆதாரக்கல்வியே (Basic Education) மற்ற பல கல்விமுறைகளுக்கெல்லாம் ஒருபடி உயர்வானதாய் விளங்குவதாக முடிசூட்டி கூறுமிடத்து, இவைகளை யெல்லாம் தழுவியே 1990 ஆண்டின் ஆச்சாரிய இராமமூர்த்தி கமிட்டி, NPERC (A Review Committee on National Policy on Education, 1986) தனது அறிக்கையில் கை, தலை மற்றும் இதயத்தின் ஒன்றுபட்ட செயலாற்றத்தை SUPW- மூலம்

உருவாக்கி, அறிவுசார்ந்த பயன் தரும் வாழ்வைக்கட்டமைத்துக் கொள்ளுதலின் அவசியத்தை இக்கமிட்டியானது பறைசாற்றுகின்றது.

2. மேலும், 1990-ஆம் ஆண்டின், 1. ஆச்சாரிய இராமமூர்த்தி கமிட்டி, தொழிற்கல்வி மேம்பாட்டிற்கு மறுகட்டமைக்கப்பட்டதும் இதுகாறும் நிவர்த்தியடையாததுமான பொருளாதார தன்னிறைவைக்கண்டடைந்திட ix to xii-வகுப்புக்களில் பொது மற்றும் தொழிற்கல்விகளின் ஒன்றுபட்ட முழுவதுமான பாடத்திட்டத்தில், மாணவர்களின் விருப்பத்திற்கு ஏற்ப அக்காடமிக் மற்றும் தொழிற்கல்விகளின் பாடத்திட்டக் கலவைகளைக் கீழ்க்கண்டவாறு அமைத்திடல் வேண்டும். a) Academic – Vocational – Vocational – Vocational b) Academic-Vocational – Academic – Vocational c) Academic – Vocational – Academic – Academic.

3. தொழில்மயமாக்கப்பட்ட நடுநிலைப்பள்ளிகல்வி தான் நம் நாட்டின் கல்வியமைப்பை மாற்றியமைத்து, அவ்வப்போது மாணாக்கர்களின் தேவைக்கேற்ப மாறி, ஆதாயம் கூடிவர எந்தகாலத்திலும் சேரவும் மற்றும் வெளியே வரவும் வாய்ப்புள்ள தொழில்மயமாக்கப்பட்ட நடுநிலைப்பள்ளிகல்வியானது, தற்போதிருக்கும் 10+2 என்ற முறைக்குப் பதிலாக, 8+4 என்ற முறையை மேற்கொண்டு, நம்கல்வியின் அடிப்படையையே மாற்றி நம் நாட்டின் முன்னேற்றத்திற்கு வழிவகை செய்திடல் வேண்டுமென்றழைக்கின்றது.

4. பள்ளிசாராத் தொழிற்கல்வியின் அவசியத்தை புதிய-முறையில் பயின்றோருக்கும், பள்ளியில் இடைநின்றோருக்கும், முழு மற்றும் பகுதி நேர வேலை செய்வோருக்கும், ஆண், பெண், மற்றும் பாலின வகைச்சார்ந்த தொடர் தொழிலமைப்புமின்றி, அதிக வகையில் பல்வகையான தொழில்களை உள்ளடக்கியதாகவும், கல்வி மற்றும் வேலை இவையிரண்டின் உறவை மேம்படுத்த வேலை பெஞ்சுகள் (WORK BENCHES) மற்றும் செய்முறைபள்ளிகளை (PRACTICE SCHOOL).- வேலை செய்யும் தளங்களில் இயற்கையோடொட்டிய சமூக-நலன் பயக்கக்கூடியதாக, மேல் மற்றும் கீழிடையாக பரப்பக்கூடியதாக (Vertical and Horizontal Mobilities) அமைத்து, மேற்கண்ட தொழிற்கல்வியின் சிறந்த தேர்வு முறைகளின்படி, வழங்கப்படும் சான்றிதழ்கள் தேசிய அளவிலே ஏற்றுக்கொள்ளப்பட்டதாயும்,

இப்புதிய தொழில்கல்வி, எந்தவகையிலும் நாட்டின் சமூக நலனைக் கெடுத்திடாதவாறு அமைதல் வேண்டும்.

5. தொழிற்கல்விக்குரிய ஆசிரியர் பயிற்சியில் நடுநிலை மற்றும் உயர்நிலைப்பள்ளி பாடத்திட்டங்கள் சரியாக மறு-சீரமைக்கப்பட்டு, அதன் வழி உருவாக்கப்படும் ஆசிரிய-மாணாக்கர்கள் சமுதாய-மேம்பாட்டிற்கு உகந்ததோர் தேவையின் அவசியமறிந்து அதற்கேற்ற ஆர்வமும், ஆக்கமும் கொண்டவர்களாய் திகழ்ந்திட வேண்டும்.

6. தேசிய மற்றும் மாநிலங்களின் தொழிற்கல்வி குழுமங்களின் நோக்கங்கள் மறுவடிவங்கள் பெற்று, அதன் மூலம் பரவலாக்கப்பட்ட திட்டங்களும், நிர்வாகமும், மதிப்பிடுதலும் மற்றும் அளவிடுதலும் (Decentralised Planning, Management, Evaluation and Accreditation) செய்யப்பட்டு உலகளாவிய - வேலைகளின் மூலம் தொழில்மய மாக்கப்பட்டக் கல்வியானது பெருவாரியான மக்கள் கல்வி கற்கவாய்ப்பளித்து, இவற்றிற்கெல்லாம் மேலாக இத்தொழில்மயமாக்கப்பட்டக் கல்வியின் வெற்றியானது அதற்கேற்றதோர் வடிவமைப்பைப் பெறுவதோடுமட்டுமின்றி, அக்கல்வி கற்றோர்க்குகந்த வேலை வாய்ப்புகளையும் அதற்கேற்ற ஊதியத்துடன் கூடிய வருவாயையும் பெற்றிட ஆவன செய்திடல்வேண்டும்.

xxiii. 1992-இல், கேப்-Central Advisory Board of Education – CABE – என்ற ஸ்ரீ ஜெனார்த்தனரெட்டி கமிட்டியின் தொழில்மயமாக்கப்பட்டக் கல்வியின் மீதான கண்டுபிடிப்புகளும், 1990-ஆம் ஆண்டின் NPERC அதாவது 1986-ஆம் ஆண்டின் NPE – மீதுகண்ட ஒளிமயமான மனித நேயக்குறிக்கோள்களும், அதே ஆண்டின் POA (Programme of Action) மற்றும் 1976-ஆம் ஆண்டின் NCERT-மீதான சிபாரிசுகளும்:

1. 1992 ஆண்டின் CABE-என்னும் குழுவானது,NPERC (A Review Committee on National Policy on Education, 1986) மற்றும்NPE-க்களின் உயரிய நோக்கமான, வேலை செய்யும் திறன்மிக்க ஆற்றலை முதலாம் வகுப்பிலிருந்தே மாணாக்கர்களிடம் உருவாக்கிடுதல் வேண்டுமென்று பரிந்துரைச் செய்து, எல்லாவற்றையும் ஒருங்கிணைத்து, இவைகளின் செயற்பாடுகளை பாராட்டுகின்றது.

2. இந்த CABE-மேலும் NPERC மற்றும் NPE-க்களின் பொதுவான நோக்கங்களான வேலை - அனுபவம் மற்றும் சமுதாயத்திற்குகந்த உற்பத்தியைப் பெருக்கும் (Work-Experiene and SUPW) வகையில் இவைகளின் அவசியத்தை மென்மேலும் அதிகரிக்கச் செய்தல் வேண்டும்.

3, அவ்வாறே 1976-ஆம் ஆண்டின் NCERT-ன் தேசியபாடத்திட்ட வடிவமைப்பின் நோக்கமான 'Compulsory Work- Experience'- எல்லா வகுப்புகளிலும் கொண்டுவர முன்மொழிந்தாலும், நம்நாட்டின் பல மாநிலங்களில், நடுநிலை மற்றும் உயர் நிலை வகுப்புகளில் வேலையுடன் கூடிய படிப்பானது 10 சதவிகித அளவிற்கும் குறைவாகவே நடத்தப்பட்டுவருவதை காணுமிடத்து, இவ் NCERT-யின் உயரிய கருத்தானது ஒன்றிய மற்றும் மாநில அரசுகளால் எந்த வகையிலும் திட்டமிட்டு செயல் படுத்தப்படவில்லை என்பதனை மிகவும் ஆழமாக வன்மையுடன் கண்டிக்கின்றது.

4. 1990-ஆம் ஆண்டின் NPERC-ன் முழுமை வாய்ந்த தொழிற்கல்வியின் தனிப்பட்டக் கருத்து மிகவும் சக்திவாய்ந்ததாகவும் அனைத்து வகையான தொழில்களையெல்லாம் கடந்ததாகவும், மேலும் இத்தகைய தொழிற் கல்வியானது அடிப்படையில் தனியான தொழில் மயமானதாக இல்லாது அனேகமான திறன் வாய்ந்த பலன்களை வழங்குவதாய் அமைந்து, மாணாக்கர்களின் அனைத்து வகைதிறன் கொண்ட ஆளுமையை உருவாக்கியும், தற்போது பள்ளிகளில் நடந்தேறும் புத்தக-வழி கற்றலுக்கு திருத்தப்பட்ட முறையாகவும், வேலை-செய்தலின் மீது மாணாக்கர்களிடம் உயரிய மதிப்பும் மற்றும் நல்லுணர்வுகளை வளர்த்து, மாணவச் செல்வங்களுக்கிடையில் பொதுவான அடிப்படைத் திறனை உருவாக்குமிடத்து அதன்வழி அதிகமான தனிச்சிறப்புமிக்க திறன்களை வளர்த்துக்கொள்ள ஆவன செய்திடல் வேண்டும்.

5. பள்ளி சாராத் தொழிற்கல்வியின் அவசியத்தை புதியமுறையில் பயின்றோருக்கும், பள்ளியில் இடைநின்றோருக்கும், முழு மற்றும் பகுதி நேர வேலை செய்வோருக்கும், ஆண், பெண் மற்றும் பாலின வகைச்சார்ந்த தொடர் தொழிலமைப்புமின்றி, அதிக வகையில் பல்வகையான தொழில்களை உள்ளடக்கியதாகவும்,

கல்வி மற்றும் வேலை இவையிரண்டின் உறவை மேம்படுத்த வேலை-பெஞ்சுகள் (WORK-BENCHES) மற்றும் செய்முறை பள்ளிகளை (PRACTICE-SCHOOLS)- வேலை செய்யும் தளங்களில் இயற்கையோடொட்டிய சமூக-நலன் பயக்கக்கூடியதாக அமைக்க தகுந்ததோர் புதிய சட்டவடிவை ஏற்படுத்தாததால், இவைகள் NPE மற்றும் POA-இவைகளின் செயற்பாட்டுடன் கூடியதாக இருப்பதால், பின்வரும் காலங்களில் மேற்கண்ட சட்டமுன்வடிவை POA-வின் மறுசீரமைப்பின்போது அவசியம் செய்திடல் வேண்டுமென்று, இந்த CABE-யானது நம் கவனத்தை ஈர்க்கின்றது.

6. மேலும் இந்த CABE-கமிட்டியானது, தொழில்மயமாக்கப்பட்டக் கல்வியின் உண்மையான கலப்படத்தன்மையுடைய செயற்பாட்டை கண்டுணர்ந்து, பல்வேறுபட்ட இயற்கையோடொட்டிய வகையைச் சார்ந்த தொழில்களை ஒழுங்குடன் சீரமைக்க, நம்நாட்டின் திட்டமிடுதலிலும் அதனை செயல்படுத்துவதிலும் ஆக்கப்பூர்வமுடன் செயலாற்றி,

தற்போது இருக்கும் +2-விலுள்ள தொழிற்கல்வி முறையை தகுதியுடன் திடப்படுத்தவும், எங்கெங்கெல்லாம் முடியுமோ அங்கெங்கெல்லாம் IX-ஆம் வகுப்பிலேயே தொழிற்கல்வி முறையை ஆரம்பித்தும், வேலையின் வழி தன் அனுபவத்தை மாணாக்கர்கள் இனிதே பெற்றிட, செயல்-வழிமுறைப்படிகற்கும் கல்வியை, 12.5% முதல் 20% வரையிலான பள்ளியின் வேலை நேரத்தை இதனைச் சார்ந்த பாடங்களை செய்முறைவழியில் மட்டும் இதற்கென்றே ஒதுக்கப்பட்டவகையில், தொழிற்கல்வியானது அதன் முழுமையை மேல் மற்றும் உயர்நிலை வகுப்புகளில் அடையவும், சமுதாயத்திற்குகந்த அபிவிருத்திக் கொண்ட வேலைகள்(SUPW—Socially Useful Productive Work) மற்றும் வேலையின் – அனுபவமும் கூடிய ஆரம்பக்கல்வியையும் ஒருங்கிணையப்பெற்றிடுதல் நம் தாய்நாடாம் இந்தியாவின் எதிர்காலத்தைச் செப்பனிடும் செயலாகுமென்று, இந்த கேப் என்னும் 1992-இன் நாடு தழுவிய இம்மேம்பாட்டுக்குழு கல்வியின் மறுசீரமைக்கும் பணியிடத்து ஆவலுடன் நம்மை அழைக்கின்றது.

xxiv. 1992-ல், கேப்-கமிட்டியின் பரிந்துரையின் அடிப்படையில் தொழில்மயமாக்கப்பட்டக் கல்வியின் கட்டமைக்கும் பணியாக

1986-ஆம் ஆண்டின் NPE-யையும் மற்றும் 1990-ஆம் ஆண்டின் NPERC-யையும் அவைகளின் ஊடேநின்று தழுவி, அதே, 1992-ஆண்டிலேயே மறுசீரமைப்புகண்டதின் ஆற்றல் மிகு செயற்பாடுகள்.

1. கல்வியின் மறு-சீரமைப்பானது, முறையுடனும் அழகான திட்டமிடலுடனும் தொடர்ந்து செயல்பட்டு மாணாக்கர்கள் மத்தியில் வேலை மற்றும் அதனைச் சார்ந்த வாழ்க்கையையும் தனிமனிதனின் வேலைவாய்ப்பால் கிடைக்கும் மேன்மையையும், தேவைக்கும் – திறன்மிகு மனித ஆற்றலுக்கும் இடையிலான ஒவ்வாமையையும் குறைத்து, கண்மூடித்தனமாக எந்தவிதநோக்கமும் ஆர்வமுமின்றி உயர்க்கல்வி பயில்வோருக்கு தகுந்ததோர் மாற்றாகவும் நின்று, பயில்வோர் மத்தியில் ஓர் சுகமான மனநிலையை உருவாக்கச்செய்தது.

2. தொழிற்கல்வியின் தனிப்பட்ட உயர்நிலை வகுப்பு பிரிவானது சக்திவாய்ந்ததாகவும் அனைத்து வகையான தொழில்களையெல்லாம் கடந்ததாகவும் மேலும் இத்தகைய தொழிற்கல்வியானது அடிப்படையில் தனியான தொழில்மயமானதாக இல்லாது அனேக திறன்வாய்ந்த பலன்களை வழங்குவதாய் அமைந்து, சாதாரணமாக மேல்நிலை வகுப்பு முடித்த மாணாக்கர்களின் அனைத்து வகைதிறன் கொண்ட ஆளுமையை உருவாக்கும் நிலையோடு மட்டுமின்றி, இதுவே, viii-ஆம் வகுப்பு முடித்தோருக்கும் கிடைக்கும் வகையில் விரிவுபடுத்த ஆவன செய்தது.

3. தொழிற்கல்வியின் சிறப்பாக, மக்களின் சுகாதாரம் அடிப்படையிலான திட்டங்களும் அவற்றின் தேவைகளுக்கேற்ப மனித ஆற்றல் வாய்ந்த பயிற்சிகளை தகுதி வாய்ந்தவர்களுக்கு அளிப்பதோடு, ஆரம்ப மற்றும் நடுநிலை பள்ளிகளில் குடும்ப மற்றும் சமூக சுகாதாரம் பற்றிய ஈடுபாட்டை மாணாக்கர்களிடம் உறுதி செய்வதின் மூலம், அதுவே தகுதிவாய்ந்த தொழிற்கல்வியினை +2 வகுப்பில் தொடர்வதற்கு தகுந்ததோர் வாய்ப்பினை அளித்திடுமென்று கூறி, இவ்வாறே விவசாயம், வியாபாரம், சமூக சேவை மற்றும் இதர பல அமைப்புகளுக்கும் ஏற்றவாறு அதனதனுக்குரிய தொழிற்கல்வியினை உருவாக்கி அவைகள் மாணவர்களின் உணர்வு, ஆற்றல், அறிவு மற்றும் திறமைகளை வளர்ப்பதோடு மட்டுமின்றி அவைகள் அவர்களின்

சுயதொழில்கள் மற்றும் தொழில் வகையிலான நிறுவனங்களை உருவாக்கிடவும் வழிவகைச் செய்தது.

4. தொழிற்கல்வி மற்றும் அதனைச் சார்ந்த நிறுவனங்களை உருவாக்குவதற்குரிய கடமை அரசாங்கத்திற்கும் அதே போன்று பொது மற்றும் தனியார் அமைப்புகளுக்கும் உண்டெனபதில் மாற்றுக் கருத்து இல்லையெனினும், அரசாங்கமானது பெண்கள், கிராம மற்றும் மலைவாசிகளுக்கேற்றவாறு குறிப்பாக கைவிடப்பட்ட எளியோர்களுக்கும், மாற்றுத்திறனாளிகளுக்கும் அவரவர்களின் தேவைகளை அறிந்து பூர்த்தி செய்வது ஒன்றிய மற்றும் மாநில அரசுகளின் தலையாயக்கடமைகளாகும் என்றுரைத்தது.

5. தொழிற்கல்வி பட்டதாரிகள் அவர்களின் தொழில் மேம்பாட்டிற்கு தகுந்தாற்போல் தொழில் வளம் பெற அவர்களுக்கென்றே அமைக்கப்பெற்ற தொழில் முறைகளை ஒட்டிய இடைநுழைவு (Laeral Entry)-டன் கூடிய பொதுவான, பொறியியல் மற்றும் தொழிலியல் கல்விதனை உரிய இணைப்புவழிமுறையின் (Appropriate Bridge- Courses)-மூலமாக அளித்து அவர்களின் வேலை வாய்ப்பினையும் அதன்வழி அவர்களின் வேலையின் உயர்வையும் உறுதி செய்வதோடுமட்டுமின்றி, பள்ளிக்கல்வியைச் சாராததுமான, தளர்வுகளுடன் கூடிய சூழ்நிலைக்கு ஏற்றதுவுமான மற்றும் அவசிய-அடிப்படையிலானதுமான தொழிற்கல்வியானது, புதிய செயல்வழியில் கல்வி பயின்றோர்க்கும், ஆரம்பப்பள்ளி வரைப் பயின்ற இளைஞர்கள் மற்றும் பள்ளி இடைநின்றோர், வேலையில் உழல்வோர்க்கும், வேலையின்றி அல்லது பகுதி நேர வேலையில் இருப்போர்க்கும், குறிப்பாக பெண்களின்மேம்பாட்டிற்கும் மற்றும் பொதுபாடத்திட்ட முறையில் +2 படித்து அதன் அடிப்படையில் பட்டம் பெற்ற இளைஞர்கள் தொழிற்கல்வி மேற்கொள்ளவாய்ப்பளிக்கும் விதமாக கடைநிலை தொழிற்கல்வி வகுப்புகளும், அவரவர்களுக்குரியதான தொழிற்கல்வியினை முறையாக அளித்திட ஆவன செய்தது.

6. இந்த 1992-ஆம் ஆண்டின் மறுசீரமைப்புகண்டதின் வெளிப்பாடாக, 10% உயர்நிலைப்பள்ளி மாணாக்கர்களை 1995-க்குள்ளும், 25%-அளவுக்கு 2000-ஆண்டுக்குள்ளும் தொழிற்கல்வியினை பயில வைப்பதோடின்றி, அதன்மூலம் உருவாக்கப்பட்ட தொழிற்கல்வியாளர்களை பெருவாரியாக

வேலையிலோ அல்லது சுய தொழில் செய்பவர்களாகவோ செய்திட, ஒன்றிய மற்றும் மாநில அரசுகள் தொடர்ந்து அதன் கண்காணிப்பில் பொருத்தமான தொழில்களை அவ்வப்போது முன்னிறுத்தி வைத்து, வேலை வாய்ப்புகளை வழங்கக்கூடிய வகையில் உயர்நிலைப்பள்ளி மாணாக்கர்களிடையே பரவலாக்கப்பட ஆவன செய்தது.

12.3. பல்வகையான சிக்கல்களுக்லெல்லாம் கொடுமுடியான பொருளாதார குறைபாட்டை முழுமையாக நீக்க நம் நாட்டின் எதிர்காலப்பாதுகாப்பிற்குகந்த கல்வியியலின் தொடர்ந்த செயற்பாடுகளின் ஆய்வு.

1. மேற்கண்ட ஆய்வுகளின் அடிப்படையில், 1968-ம் ஆண்டின் தேசியக்கல்விக்கொள்கையானது, சுதந்திர இந்தியாவில் தனிப்பட்ட முத்திரையை பதித்துள்ளதென்பதனை, அதன் பொதுக் குடியுரிமை, பண்பாடு மற்றும் தேசிய ஒருமைப்பாடுகளின் வளர்ச்சியை கண்டடைய, கல்வியின் அடிப்படை அமைப்பிலேயே மாற்றத்தை ஏற்படுத்திடல் வேண்டுமென்றும், அனைத்து நிலைகளிலும் தரத்தை உயர்த்திடவும், அறிவியல் மற்றம் தொழிற்நுட்பங்களுக்கு அதிக கவனத்தைக் கொடுத்திடவும், ஆன்மீக மதிப்பீடுகள் அதிகம் வளம் பெறவும் அதன்வழி, கல்விக்கும் மனித குலத்தின் நல்வாழ்விற்கும் உரிய உறவை வளரச் செய்திடவும், மக்களை ஆவலுடன் பணித்ததால், நம் நாடெங்கும் கல்வி பரவுதலுக்குரிய வசதிகள் எல்லா நிலைகளிலும் கிடைக்கச் செய்து, குறிப்பாக பள்ளிகளில் ஆண் மற்றும் பெண் மாணாக்கர்களுக்கு பொதுப்பாடங்கள் மட்டுமின்றி, அறிவியல் மற்றும் கணித பாடங்கள் அத்தியாவசியமானதாகவும், வேலைஅனுபவம், SUPWS மற்றும் தொழில் மயமாக்கப்பட்டக்கல்விக்கு அதன் அவசியமறிந்து சிறப்பான இடத்தையும் கொடுத்து, பட்டப்படிப்புகளில் அதனதனுக்குரிய வகையில் மறுசீரமைப்புச் செய்ய வழிவகை செய்து, மேற்பட்டப்படிப்பு, அதனைச்சார்ந்த ஆய்வுகளுக்குகந்த வகையில் மேற்படிப்புக்கூடங்களும் அமைத்து, நம்நாட்டின் கல்வியறிவு பெற்ற மனித ஆற்றலின் தேவையை நேர்கொள்ளச் செய்தது தான் இந்த 1968-ஆம் ஆண்டில் முன்னாள் நம்பாரத பிரதமர் திருமதி. இந்திராகாந்தி அம்மையார் அவர்களால் தொடங்கிவைக்கப்பட்ட இத்தேசியக் கல்விக்கொள்கையின் அரியதோர்சிறப்பாகும்.

2. இதனையடுத்து 1986-ம் ஆண்டு தேசியக்கல்விக் கொள்கை அல்லது புதியக் கல்விக் கொள்கையும் மற்றும் 1986-ஆம் ஆண்டின் தொழில்மயமாக்கப்பட்ட கல்வியின் செயற்பாட்டுத்தொடரும் (POA) +2 வகுப்புகளில் ஒரு பிரிவினருக்கு தொழில்மயமாக்கப்பட்ட கல்வியின் அவசியத்தை மறுபடியும், 1948-1949-ஆம் ஆண்டின் பல்கலைக்கழகக் கல்விக்குழுமம் அதாவது முனைவர் எஸ். இராதாகிருஷ்ணன் குழுமம் போலவும், 1952-53ஆம் ஆண்டின் நடுநிலைப்பள்ளி கல்விக்குழுமம் அதாவது இலெட்சுமணசாமி முதலியார் குழுமம் போலவும், 1964-1966-ஆம் ஆண்டுகளின் கல்வியியல் குழுமம் என்று அழைக்கப்படும், அதாவது D.S.கோத்தாரி குழுமம் போலவும் மற்றும் 1968- தேசியக்கல்விக்கொள்கையைப் (National Policy on Education) போலவும், தொழிற்கல்வியின் அடிப்படை அவசியத்தையும் அதன் அடிப்படை ஆதாரமாக விளங்கம் காந்தீய கல்வியின் (Basic Education) கோட்பாடுகளையும் இந்திய கல்வி நிலையங்களில் எல்லா பாடத்திட்டத்திலும் மற்றும் அனைத்து நிலையிலும் இரண்டறக்கலந்து, நம் நாட்டின் முன்னேற்றத்திற்கு மிகவும் சாலச்சிறந்தது என்றழைத்து, நம் எல்லோருக்கும் ஏற்றத்தாழ்வற்ற, தரமிக்க, எளிதில் கிடைக்கக்கூடிய, எல்லோரையும் சமமாக பாவித்து குறிப்பாக மாற்றுத்திறனாகிளுக்கும் ஏற்றவகையில் வடிவமைக்கப்பட்டு எல்லோரும் ஒரு முகமாய் அயராது உழைத்து ஆவனசெய்திட, 1986-ஆம் ஆண்டு முன்னாள் நம் பாரதபிரதமர் திரு. இராஜிவ் காந்தி அவர்களால் தொடங்கிவைக்கப்பட்ட இத்தேசியக் கல்விக் கொள்கையும், அதன் தொழில்மயமாக்கப் பட்ட செயல்பாட்டுத் தொடரும் வேண்டிக்கேட்டுக்கொள்கின்றது.

3. இதன்பிறகு, CABE கமிட்டியானது, தொழில்மயமாக்கப்பட்டக் கல்வியின் உண்மையான கலப்படத்தன்மையுடைய செயற்பாட்டை கண்டுணர்ந்து, பல்வேறு வகையிலான இயற்கையோடொட்டிய வகைகளைச் சார்ந்த தொழில்களை ஒழுங்குடன் சீரமைக்க, நம்நாட்டின் திட்டமிடுதலிலும் அதனை செயல்படுத்துவதிலும் ஆக்கமுடன் செயலாற்றி, தற்போது இருக்கும் +2-விலுள்ள தொழிற்கல்வி முறையைத் தகுதியுடன் திடப்படுத்தவும், எங்கெங்கெல்லாம் முடியுமோ அங்கெங்கெல்லாம் IX-ஆம் வகுப்பிலேயே தொழிற்கல்விமுறையை ஆரம்பித்தும், வேலையின் வழிதன் அனுபவத்தை மாணாக்கர்கள் இனிதே பெற்றிட, 'செயல்-வழி கரும்பலகை'(Operational Black Board)

அதாவது அரசுபள்ளிகளில் உட்கட்டமைப்புக்களை மேம்படுத்தி மாணாக்கர்கள் சிறந்த முறையில் கல்வி பயில, கேப்- (Central Advisory Board of Education) CABE-என்ற ஸ்ரீஜெனார்த்தனரெட்டி அவர்களின் தலைமையிலான இக்கமிட்டி, முன்னாள் நம் பாரத பிரதமர் திரு. வாஜ்பாய் அவர்களால் தொடங்கிவைக்கப்பட்டது, நம்தாய் நாடாம் இந்தியாவின் எதிர்காலத்தை செப்பனிடும் செயலாகுமென்று, இந்த கேப் என்னும் 1992-ஆண்டின் நாடு தழுவிய இம்மேம்பாட்டுக்குழு கல்வியின் மறுசீரமைக்கும் பணியிடத்து ஆவலுடன் நம் எல்லோரையும் அழைக்கின்றது.

4. மேற்கண்ட அனைத்து கொள்கைகளின் செயற்பாட்டு அடிப்படையில், மாற்றம் பெற்ற - மாற்றம் பெற்றுக்கொண்டிருக்கின்ற காலத்தின் தேவை மற்றும் அவசியம் அறிந்து விதவிதமான தொழிற்கல்விகளின் அதீத செயற்பாட்டால், தொழிற்கல்வியின் வரம்பு மற்றும் விரிவாக்கம் அதிகமானதால் 1986-ஆம் ஆண்டு தேசியக்கல்விக் கொள்கை அல்லது புதியக் கல்விக் கொள்கையானது, 1964-66-ம் ஆண்டுகளில் D.S.Kothari - கல்விக்குழுமம் +2 தொழிற்கல்வி பிரிவின் மூலம் மட்டும் 1985-ஆம் ஆண்டுக்குள் (20 ஆண்டுகளில்) 50% மாணாக்கர்களை உருவாக்கிடுதல் வேண்டுமென்ற உறுதிப்பாட்டிற்கும், 1985-ஆண்டு தொழில்மயமாக்கப்பட்டக் கல்வியின் (Vocationalisation of Education) செயற்பாட்டுக்குழுவானது நிர்ணயித்த நம் நாட்டின் ஏழாவது ஐந்தாண்டு காலத்திட்டமான (1985-90)-ஆண்டுக்குள், 25% மேல்நிலைப்பள்ளி தொழிற்கல்வி மாணாக்கர்களை உருவாக்கிட உறுதியேற்றதிலிருந்தும், மாறுபட்டு, தொழிற்கல்வியின் மேற்கண்ட விபரங்களின்படி பரந்து-விரிந்த நிலைகளையெல்லாம் கருத்தில்கொண்டு, மேல்நிலைப்பள்ளி தொழிற்கல்வி பிரிவின் வாயிலாய் மட்டும் 1990-க்குள் 10%-மும், 1995-க்குள் 25%மும், அடைதல் வேண்டுமென்றும், உறுதியேற்க வைத்தநிலையில்,

5. இந்த 25% நிறைவைக்காண விழைந்தவேளையில், மேற்கண்ட POA, NPERC, CABE-இவைகளின் பரிந்துரைகளைச் செயலாற்றியும் நிறைவைக்காண முடியாததால், இதை மேலும் குறைத்து 20%-மாக 1992-ஆம் ஆண்டில் நம் இந்திய அரசு நிர்ணயித்ததுதான், தொழில்மயமாக்கப்பட்டக் கல்வியின் பின் நோக்கச் செயற்பாடாக அமைந்து, அனைத்து வகையான குழப்பங்களையும் உருவாக்கி,

சமூக-சமநிலை அடைய இயலாது, தனிமனிதனின் ஒருமைப்பாட்டிற்கு வழியின்றி (Individual Integrity) நம் இந்திய சமுதாயம், சமூக-மாற்றம், ஒருங்கிணைப்பு மற்றும் மறுமலர்ச்சியுடன் கூடிய சமத்துவம், சமூக-நீதி, சகோதரத்துவம், சம-நீதி மற்றும் சமூக-விடியல் ஆகியவையின்றி இன்றளவும் தவித்துக்கொண்டிருக்கின்றது, உலகளவில் தலை சிறந்த சனநாயகம் காக்கும் அரசியலமைப்புச்சட்டம் நம் கையிலிருந்தும்.

6. இதற்கு முழுமுதல் காரணமாகத்திகழ்வது, நம் இந்திய நாட்டின் ஊரக மற்றும் நகர-மாநகர வேறுபாடுகளோடு மட்டுமின்றி, உளவியல், சமுதாயவியல், பண்பாட்டு, அரசியல் மாறுபாடுகளோடு, பொருளாதார ஏற்றத்தாழ்வு இந்தியாவை ஆட்டிப்படைத்துக் கொண்டிருக்கும் வேளையில், இவற்றிற்கெல்லாம் மேலாக, ஐரோப்பிய வழி வந்த நார்மல் குழந்தைக்கு மட்டுமே உரித்தான 3R's (Writing, Reading and Arithmetic) கல்வி முறையைவிடவும, ஜான்டூவே (An American) அவர்களே நம் அண்ணல் காந்தியடிகளின் (Earning by Learning) 3H's (Head, Heart and Hand) முறையிலான மாற்றுத்திறனாளி குழந்தைகளுக்கும் கூட (ஒரு பகுதி) பயன்படக்கூடிய அடிப்படை ஆதாரக்கல்வி (Basic Education) மற்ற பலகல்வி முறைகளுக்கெல்லாம் ஒரு படி உயர்வானதாய் விளங்குவதாக முடிசூட்டி கூறுமிடத்தும், இவைகளையெல்லாம் தழுவியே 1990-ஆம் ஆண்டின் ஆச்சாரிய இராமமூர்த்தி கமிட்டியானது NPERC (A review Committee on National Policy on Education 1986) தன் அறிக்கையில், கை, தலை மற்றும் இதயத்தின் ஒன்றுபட்ட செயலாக்கத்தை SUPW மூலம் உருவாக்கி, அறிவு சார்ந்த பயன்தரும் வாழ்க்கையைக் கட்டமைத்துக் கொள்வதின் அவசியத்தை இக்கமிட்டி பறைச்சாற்றுகின்றது.

7. மேலும், எந்தெந்த வகுப்புகளில், எந்தெந்த தொழில் மற்றும் தொழில்மயமாக்கப்பட்டக் கல்வியைச் செயற்படுத்திடல் வேண்டுமென்று மேலே கண்ட விபரங்களுடன், அவ்வப்போது உருவான கமிட்டி, கமிஷன், குழுமம், தேசிய பாடத்திட்ட வடிவமைப்பு மற்றும் ஒன்றுபட்ட ஆலோசனை கல்விக்குழுக்களின் பரிந்துரைகளாக,

*1973-இல் கல்வி முறையின் குழும அறிக்கையில், 9 மற்றும்10-ஆம் வகுப்புகளில் பாடவகை மற்றும் தொழில் முறைகள் தனித்தனியே நடத்தப்படப்பரிந்துரைத்தது.

*1976-ல், தொழில்மயமாக்கப்பட்டக் கல்வியின் மேல்நிலைப்பள்ளி பாடத்திட்டக் குழுவானது, 10+2+3- முறையில் வழக்கம்போல் நடத்தப்படப் பரிந்துரைத்தது.

*1978-இல் ஐஸ்வர்பாய் படேல் குழு (Ishwarbhai PatelCommittee)- 6 முதல் 8- ஆம் வகுப்பு வரை தொழில்மயமாக்கப்பட்டக் கல்வியினை பின்பற்றவும், CBSE-பள்ளிகளில் எல்லா நடுநிலை வகுப்புகளிலும் நடத்தப்படவும் பரிந்துரைத்தது.

*1985-ல் ஆரம்ப மற்றும் இடைநிலை தேசிய பாடத்திட்டமுறை வடிவில், மேல் ஆரம்ப மற்றும் இடைநிலை வகுப்புகளிலுள்ள, கிராம மற்றும் ஆதிவாசி குழந்தைகளுக்கு தொழில் மயமாக்கப்பட்டக் கல்வியினை சிறப்புடன் அளிக்கப் பரிந்துரைத்தது.

*1985-ல் முனைவர் வி.சி.குழந்தைசாமி அவர்கள் +2-வின் ஒரு பகுதி மாணவர்களுக்கு மட்டுமின்றி அனைத்துப் பள்ளி மாணவர்களுக்கும் தொழில் மயமாக்கப்பட்டக் கல்வியினை அளித்திட பரிந்துரைத்தது.

*1986-ன் NPE, 10+2-வில் மட்டுமில்லாது, 8+ மற்றும் பள்ளிசாரா முறைகளிலும், பள்ளி இடைநின்றோருக்கும் தொழில் மயமாக்கப்பட்டக் கல்வியினை சிறப்புடன் அளிக்கப்பரிந்துரைத்தது.

*1990-ஆம் ஆண்டின் NPERC-யில் SUPW-வின் அவசியமறிந்து தொழில்மயமாக்கப்பட்டக் கல்வியினை எல்லா வகுப்புகளிலும் மேற்கொள்வதோடு, குறிப்பாக மேல்-ஆரம்ப மற்றும் இடைநிலை வகுப்புகளில் கிராம மற்றும் ஆதிவாசிகளுடைய பிள்ளைகளின் ஆதார – ஊக்கமுடன் பொருளும் ஈட்ட வழிவகை செய்திடல் வேண்டுமென்றும், காந்தியடிகளின் அடிப்படைக்கல்வியானது எல்லா வகுப்புகளிலும் மேற்கொள்ளப்படவும்மற்றும் CABE-வின் 3-tyre-முறையிலானது +2 வகுப்பில் மட்டுமின்றி அதுவே 9 முதல் 12 வரை விரிவுபடுத்தவும், நடுநிலைப்பள்ளியின் முக்கியத்துவமறிந்து 10+2 என்பதை 8+4 என்று மாற்றியமைத்து தொழில்மயமாக்கப்பட்டக் கல்வியினை சிறப்புடன் அளிக்கப் பரிந்துரைத்தது.

*1992-ஆம் ஆண்டின் சீராய்வானது, 1990-ஆம் ஆண்டின் NPERC-மீது மேற்கொண்ட ஆய்வால், தொழில் மயமாக்கப்பட்டக் கல்வியினை 1-ம் வகுப்பு முதல் CBSE பள்ளிகளில் ஆரம்பிக்கவும், அவ்வாறே

10+2 இயல்பான முறையில் மட்டுமல்லாது, 9-ஆம் வகுப்பிலேயும் தொடரவும், வேலை – அனுபவம் (Work-Experience) எல்லா வகுப்புகளிலும் தொடரவும், நம்பிக்கையற்ற வெறும்பட்டப்படிப்புகளுக்குப் பதிலாக பொருத்தமான தொழில்மயமாக்கப்பட்டக் கல்வியினை, 8+ வகுப்புகளிலேயே அளித்திடுதல் சிறப்பானதென்று பரிந்துரைத்தது.

8. 2020 ஆம் ஆண்டு ஜூலை 29ல், முன்னாள் இஸ்ரோ தலைவர் திரு. Dr. கஸ்தூரி இரங்கன் அவர்களின் தலைமையில் உருவான தேசியக்கல்விக் கொள்கையானது, நம் பாரத, தற்போதைய பிரதமர் திரு. நரேந்திரமோடி அவர்களால் தொடங்கிவைக்கப்பட்ட –NPE-யானது,

1. 1986-வது ஆண்டு தேசியக்கல்விக் கொள்கையிலிருந்து, 1.3, 5, 8-வகுப்புகளுக்கு அரசாங்க திறனறி பொதுத் தேர்வுகள் நடத்தப்பரிந்துரைதலிலும்,

2. மும்மொழிக் கொள்கையை ஆதரித்து – ஆங்கிலம், இந்தி (or) சமஸ்கிருதம் மற்றும் அந்தந்தமாநிலங்களின் பிராந்திய மொழிகளை முன்வைத்து, இந்தி-பாடங்கள் கற்பிக்க மட்டும் ஆசிரியர்களை நியமனம் செய்து, மற்றைய உலகளாவிய மொழிகளான, பிரஞ்சு, செர்மனி, இலத்தீன் மற்றும் கிரேக்க மொழிகளைத் தவிர்த்தும், ஜெப்பனிஸ், கொரியன் மற்றும் சையின் இலாங்குவேசு-களைமுன் வைத்திருப்பதிலிலும்,

3. குரு-குலம், மதரசாஸ் மற்றும் பாடசாலை முறைகளை திரும்பவும் முன்நிறுத்தி, ஜாதி, மத, சமயம் சார்ந்த குறுகிய நோக்கம் கொண்ட சிந்தனைகளை வளர்க்க வழிவகை செய்தலிலும்,

4. இந்திய மாநில மற்றும் யூனியன் பிரதேசங்களில் அவையவைக்குரிய தேவைகளின் அடிப்படையில், பள்ளி மற்றும் கல்லூரிகளின் செயல்பாடுகளில் முக்கியத்துவம் கொடுக்கப்படாதிருப்பதிலும்,

5. முன்பு நாம் கண்டவாறு, 1973 முதல் 1992 வரையிலான பல்வேறு கல்விச்சார்ந்த குழுமங்களும் தொழில்/தொழில்மயமாக்கப்பட்டக் கல்வியினை எந்தெந்த வகுப்புகளில், எந்தெந்த தொழில் மற்றும் தொழில் மயமாக்கப்பட்டக் கல்வியைச் செயற்படுத்திடல்

வேண்டுமென்று உறுதியுடன் கூறி செயல்படுத்திப் பார்த்ததாலும், இந்த 2020-ஆம் ஆண்டின் NPE-யானது தனது நிறுவனமயமான தொழிற்கல்விதனை, 6-ஆம் வகுப்பில் விருப்பப்பாடமாக, (அறிவியல், கணிதம், விளையாட்டு, கலை மற்றும் வர்த்தகம்) கொள்ளவும், 8-ஆம் வகுப்பில் தொழிற்கல்வி தொடங்கப்பெற்று அதிலே உள்ளூர் கைவினைத் தொழிலைக்கற்க குறிப்பாக 1978-இல் ஐஸ்வர்பாய் படேல் குழு 6 முதல் 8-ஆம் வகுப்பு வரையிலும் அரசாங்க மற்றும் CBSE-பள்ளிகளிலும், 1985-தில் Dr. C. Kulandisamy அவர்கள் செயற்குழுவானது 8-ஆம் வகுப்பு வரையிலாவது பள்ளிசாராக் கல்வி முறையை முழுமையாய் பயன்படுத்தி தொழிற்கல்வியைத் திரும்பத்திரும்பச் செய்து பார்த்து கற்றுக் கொள்ளக் கூடியதாகச் செய்திடல் வேண்டுமென்று பரிந்துரைத்தது போல், இப்போதும் முக்கியத்துவம் அளித்திருப்பது மிகச்சாலவும் நன்றாய் அமையும் வேளையில், குருகுலம், மதரசாஸ் மற்றும் பாடசாலை முறைகளைத் திரும்பவும் முன்நிறுத்தி வேறுபட்டமையாலும்,

6. பள்ளிக்கல்வியில் மொத்தமாக 1 முதல் 12-ஆம் வகுப்பு வரை, Dr. D.S.Kothari-கல்வி குழுமம் 1964-66-யில் 10+2-என்ற முறையை முன்வைத்து அங்கன்வாடி என்ற மழலையர்க்கல்வியினையடுத்து L.K.G. மற்றும் U.K.G. வகுப்புகளையும் சேர்த்து, (5+10+2=17) 17-ஆம் வயதில் 12-ஆம் வகுப்பை முடிக்க நிர்ணயித்து பரிந்துரைச் செய்ததை அப்போதிருந்த நம் இந்திய ஒன்றிய அரசுகள் தொழிற்கல்வியின் முக்கியத்துவத்தையும் கூட்டி, 20 ஆண்டுகளுக்கும் மேலாக நன்குணர்ந்து (1967-யின் CABE, 1968-NPE மற்றும் 1973-ஆம் ஆண்டின் கல்விக் குழும அறிக்கைகளின் மூலம்) 1986-ஆம் ஆண்டின் தேசியக்கல்விக் கொள்கை (National Policy on Education), 10+2+3=15- என்ற இரண்டாமவதான NPE-யை பிரகடனம் செய்ததென்பது உலகறிந்த உண்மை. இதில் அங்கன்வாடி என்ற மழலையர்க் கல்வியுடன் L.K.G. மற்றும் U.K.G. வகுப்புகள் நடத்தப்படுவதென்பது, தாய்மொழி வழிக்கல்வியைவிட்டு, ஆங்கிலக்கல்வி பயிற்று முறையை, பயன்படுத்தத் துவங்கியதால்தான் என்பதும் யாம் அறிந்ததே. ஆகவே, 1986-ஆம் ஆண்டின் தேசியக்கல்விக் கொள்கையானது, 1966-2020-ஆண்டுகள் வரையிலான 54-ஆண்டுகள் இந்திய மண்ணிலே வேர் ஊன்றிப் போனக்கல்வி முறையாக பல்வேறு

மாற்றங்களையும் தானடைந்து மக்களின் நலம் காத்திட விளங்கியது என்பதனையும் யாரும் மறக்க இயலாதிருப்பதிலும்,

இவண் மேற்கண்டவாறு மாறுபட்டதாய், 2020-ஆம் ஆண்டின் தேசியக்கல்விக் கொள்கை (National Policy on Education) அதன் அதிமுக்கியக் கொள்கையான தரமிக்கக்கல்வி (Quality Education) அளிப்பதற்கு ஏதுவாக நம் பழைய முறையை அப்படியே ஏற்றுக்கொள்ளாது, ஒரு சில மாற்றங்களைச் செய்து அதாவது, 5+ (Pre.K.G. to 2nd Std) 3+ (3 to 5th Std.) 3+ (6 to 8th Std) 4+ (9 to 12th Std) = 18-ஆம் வயதில் 12-ஆம் வகுப்பை முடிக்க நிர்ணயித்து பரிந்துரைச் செய்ததை...... வெளிப்படையாக நம்நாட்டின் பொருளாதார மேம்பாட்டைக் கண்டடைய தகுதி வாய்ந்த அனைவருக்கும் தனது நிறுவனமயமான (அனைத்து வகை பல்நோக்குச் சிந்தனையுடைய) தொழிற் கல்வியால் வேலை கிடைப்பதின் மூலம் சாதிக்கலாம் என்று முயற்சித்திருப்பது மிகவும் பாராட்டுதலுக்குரியது. மேலும் இத்தகைய குறிக்கோள்களின்படியும், நம்நாட்டின் ஜனநாயக முறைகளின்படியும், எல்லோருக்கும் எல்லாம் சமமாகவும், தரமாகவும், ஜாதி சமய பேதமின்றி கிடைக்கப்பெறுமானால், நம்நாடு கடந்த 75 ஆண்டுகால சுதந்திர வாழ்வில், சரியாக சுவாசிக்க இயலாத, நறுமணக்காற்றை சுவாசிக்கும் பொன்னாட்களாக விளங்கிட, இந்த 21-22 ஆம் நூற்றாண்டுகளின் புதிய மில்லீனிய வருடங்களில் தொடர்ந்து அமைந்திட எல்லாம்வல்ல “ஒரே ஒரு இறைவனை” இறைஞ்சுவோம்.

எனவே, நம் இந்திய நாட்டின் எதிர்காலப்பாதுகாப்பிற்குகந்ததும் , மனித நேயமாண்புகளைக் காக்க அதிபயங்கரமான தேவைகளைக் கண்டடைவதிலும் முயலும் இன்றைய இந்திய ஒன்றிய அரசு, ஜூலை 2020- வரையில் தேசிய வருவாயில் அனைத்து வகைக்கல்விக்கும், 4.43%-யும், தற்போது, 6% (as recommended by NPE, 1968) மட்டும் முன்புபோலவே அனைத்து வகைக்கல்விக்கென்று ஒதுக்கி, அரைகுறையான, அளவில் போதாத (20% சதவிகிதத்திற்கும் மேலாக ஒதுக்க வேண்டிய நேரத்தில்) வேலை வாய்ப்பின்றி உழலும் தொழிலாளர்களின் அவல நிலைக்குக் காரணமான ஒன்றிய மாநில அரசுகளின் செயற்பாட்டால் 1 முதல் 12 ஆம் வகுப்புகள் செல்லும் மாணாக்கர்களின் கல்விக்கு மட்டுமே தேவையான (1968-ஆம் ஆண்டின் குறிக்கேளான) 6% தேசியவருவாயை பொதுவாக கல்விக்கென்று

2020-இல் இன்றைய இந்திய ஒன்றிய அரசு அளித்து, பல்வகையான சிக்கல்களுக்கெல்லாம் கொடுமுடியான பொருளாதார குறைபாட்டை முழுமையாக ஆக்கமான முறையில் தொழில்மயமாக்கப்பட்டக் கல்வியின் மூலம் நீக்க இயலாமல் நம் இந்திய திருநாடு, இன்றளவும் தத்தளித்துக் கொண்டிருக்கின்றது.

இதற்கு தனிமனிதனின் மாற்றத்திற்கு வழிவகுக்கும் அனைத்து வகையான மனித வாழ்வோடு ஐக்கியமான சமூக உளவியல், சமய கலாச்சாரம், பொருளாதார அரசியல், தத்துவ நோக்கங்கள், கொள்கைகள், ஆழ்ந்த அரசியல் சித்தாந்தங்கள், கோட்பாடுகள், நடத்தை விதிமுறைகள், சமூக பழக்கவழக்கங்களின் சரியான கண்காணிப்புகள், முறைதரைகள், வழக்கமான செயல்முறைகள், உரிமைகள் கடமைகள் சம்மந்தமான தீர்வுகள், சமுதாய குழப்பங்களுக்குரிய தீர்வுகாணுதல், சமநீதி வழங்குதல், தவறாக விளக்காமை, மூடநம்பிக்கையால் சட்டவிரோத மத அடிப்படையில் அட்டூழிய அராஜகங்களின்றி, தனிமனிதன் ஒரு தனிப்பட்டப் படைப்பு அதனால் அவன் உடலியல் கூறு உளவியல் செயற்பாட்டால் நிலையற்றத்தன்மைக் கொண்டு, அவனுடைய இயல்பின் மாற்றத்தால் அவனே அவனுடைய விருப்பமான முடிவை தெரிவு செய்பவனாக இருக்கிறான் (Man is a unique creature, who is in devoid of fixed nature physiologically and so he is subjected to change in order to attain his desiring destiny of his own by his own choice) – என்றறிதல் இவண் அவசியமாகின்றது, என்பதனை நன்கு நாம் அனைவரும் உணருதல் வேண்டும்.

13

விடியலின் முழுமை, தனிமனிதனின் உலகளாவிய சமூகத்து அர்ப்பணம்

13.1. நம் இந்திய திருநாட்டின் தீராத குறையான பொருளாதார நிறைவைக்காண, தேசிய அளவிலான, நம் நாட்டின் அனுபவமிக்க வழிமுறைகளில் தனிமனிதனின் அர்ப்பணம்.

13.1.1 1976-ஆம் ஆண்டின் NCERT-ன் கண்டனம்.

1976-ஆம் ஆண்டின் NCERT-ன் தேசிய பாடத்திட்ட வடிவமைப்பின் நோக்கமான 'Compulsory Work Experience'- எல்லா வகுப்புகளிலும் கொண்டுவர முன்மொழிந்தாலும், நம்நாட்டின் பல மாநிலங்களில், நடுநிலை மற்றும் உயர்நிலை வகுப்புகளில் வேலையுடன் கூடிய படிப்பானது 10 சதவிகித அளவிற்கும் குறைவாகவே நடத்தப்பட்டுவருவதைக் காணுமிடத்து, இவ் NCERT-ன் உயரிய மிகவும் தேவையான கருத்தானது ஒன்றிய மற்றும் மாநில அரசுகளால் எந்தவகையிலும் திட்டமிட்டு செயல்படுத்தப்படவில்லை என்பதனை மிகவும் ஆழமாக வன்மையுடன் கண்டிக்கின்றது என்பதனை இனியாகிலும் கண்டுணர்ந்து செயலாற்றுவதில் தனி மனிதனின் அர்ப்பணவாழ்வு அவசியமாகின்றது.

13.1.2. தேசியக்கல்விக் கொள்கைகளைத் தழுவி இனியாவது குறையின்றி ஒருமனதாய் ஒன்றுபட்டு ஒன்றிய மற்றும் மாநில அரசுகள் செயலாற்றுதல்.

1976-றில் தொழில்மயமாக்கப்பட்டக் கல்வியின் மேல்நிலைப்பள்ளிபாடத்திட்டக்குழு – அறிக்கையில் அதன்கண்டுபிடிப்புகளாக மேலே கூறப்படுபவை, எவையெவை

தற்போதைய நிலையில் தேவையெனக் கண்டுணர்ந்து, 1968, 1986 மற்றும் 2020-ஆம் ஆண்டுகளின் தேசியக்கல்விக் கொள்கைகளைத் தழுவி இனியாவது குறையின்றி ஒரு மனதாய் ஒன்றுபட்டு, ஒன்றிய மற்றும் மாநில அரசுகள் செயலாற்றி, தேசிய நலம் சார்ந்த ஒற்றுமை ஒன்றையே குறிக்கோளாகக் கொண்டு பின் பற்றுவது நம் எல்லோருக்கும் மிக நல்லதாக அமைய தனிமனிதனின் அர்ப்பண வாழ்வு அவசியமாகின்றது.

13.1.3. வேலையின் அனுபவம், SUPW, தொழிற்கல்வி ஆகியவற்றின் முக்கியத்துவத்தை அறிந்து, மேல் ஆரம்ப மற்றும் இடைநிலை வகுப்புகளில் தீவிரமாகச் செயல்படுதல்.

1985-தில் NCERT-ன் ஆரம்ப மற்றும் இடைநிலை தேசியக் கல்வியின் பாடத்திட்ட (National Curriculum in primary and Secondary Education) முன்வடிவில், இதன் வழி காட்டுதலின்படி நாட்டில் அனைத்து நிறுவனங்களின் வடிவமைப்புகளையும் அவ்வவ்வகைகளுக்கும் ஏற்றாற்போல், ஆராய்ச்சியுடன் கூடியவளர்ச்சியையும் மற்றும் அவைகளின் பரவுதலையும் மேற்கொண்டு, வேலையின் அனுபவம், SUPW மற்றும் தொழிற்கல்வி ஆகியவற்றின் முக்கியத்துவத்தை அறிந்து பள்ளிகளில் அனைத்து வகுப்புகளிலும் குறிப்பாக மேல் ஆரம்ப மற்றும் இடைநிலை வகுப்புகளில் கிராம மற்றும் ஆதிவாசிகளின் பிள்ளைகள் ஆதார ஊக்கமுடன் பொருளும் ஈட்ட வழிவகை செய்திடல் வேண்டுமென்று அறிவிக்கப்பட்டதனை இனியாவது குறையின்றி பின்பற்றுவது தனி மனிதனின் அர்ப்பண வாழ்வில் அவசியமாகின்றது.

13.1.4. சுயத்தொழிலைப் பெற்று, அதன்வழி அரசாங்க வேலையை மட்டுமே நம்பியில்லாமல், ஆண், பெண் இருபாலாரும் பயனடைதல்.

1967-ழில் ஒன்றுபட்ட ஆலோசனை கல்விக்குழு (Central Advisory Board of Education) சுயத்தொழில் மூலம் தன்னிலைப் பெற்று அதன்வழி அரசாங்க வேலை ஒன்றையே நம்பியில்லாமல், ஆண்களைப்போலவே பெண்களும் சமமாகப் பள்ளியில் சேர்ந்து, பெண்களுக்கே உரிய தொழிற்படிப்பு மற்றும் பலகலை நுட்பங்களில் (I.T.I. and Polytechnics) தேர்ச்சி பெற்று, சுயதொழில் செய்ய வழிவகை செய்தல் வேண்டுமென்று அறிவுறுத்தியதை இனியாகிலும் குறையின்றி பின்பற்றுவதில் தனிமனிதனின் சீரிய அர்ப்பண வாழ்வு அவசியமாகின்றது.

13.1.5. தொழிற்மயமாக்கப்பட்டக் கல்வியின் கண்டுபிடிப்புகளையும் சிபாரிசுகளையும் பின்பற்றுதல்.

1992-டில் கேப் Central Advisory Board of Education – CABE என்ற ஸ்ரீ ஜெனார்த்தனரெட்டி கமிட்டியின் தொழில்மயமாக்கப்பட்டக் கல்வியின் மீதான கண்டுபிடிப்புகளும், 1990-ஆம் ஆண்டின் NPERC அதாவது 1986-ஆம் ஆண்டின் NPE-மீது கண்ட ஒளிமயமான மனித நேயக்குறிக்கோள்களும், அதே ஆண்டின் POA (Programme of Action) மற்றும் 1976-ஆம் ஆண்டின் NCERT- மேற்கண்ட விபரங்களுடன் கூடிய சிபாரிசுகளையும் இனியாவது குறையின்றி பின்பற்றுவது தனிமனிதனின் அர்ப்பணவாழ்வில் அவசியமாகின்றது.

13.1.6. நவீன இந்தியாவின் தொழில்மயமாக்கப்பட்டக் கல்வியின் கோட்பாடுகளின் அத்தியாவசியம்.

1937-இல் காந்தியடிகளால் முன்வைக்கப்பட்டும், முனைவர் ஷாகீர் உசையின் அவர்களால் செயல்படுத்தப்பட்டதுமான, அடிப்படை அல்லது ஆதாரக்கல்வி (Basic System of Education) இந்திய கல்வியரங்கில் ஒரு மறுமலர்ச்சியை உருவாக்கியது என்று சொன்னால் அது மிகையாகாது. ஆதலால் தான், நவீன இந்தியாவின், தொழில்மயமாக்கப்பட்டக் கல்வியின் கோட்பாடுகள் (Modern Vocationalised System of Education) தனியொரு மனிதனின் மற்றும் நம் நாட்டின் ஒருமைப்பாட்டிற்கும், விடியலுக்கும், சமூக-சமய-சமுதாய அடிப்படையிலான சமநீதியையுடன் கூடிய சமத்துவ – சகோதரத்துவத்தை வழங்கும் ஓர் நங்கூரமாக விளங்கலாயிற்று என்பதனை இனியாவது நன்குணர்ந்து, ஒன்றிய மற்றும் மாநில அரசுகள் தீரமுடன் செலாற்றுவது நலம் பயக்கவல்லதென்பதை வலியுறுத்துவதில் தனிமனிதனின் அர்ப்பணவாழ்வு அவசியமாகின்றது.

13.1.7. தொழில்மயமாக்கப்பட்டக் கல்வியானது மாற்றுத்திறனாளி குழந்தைகளுக்கு மட்டுமின்றி முழுவதுமாய் மனவளம் குன்றிய மக்களுக்கும் ஏற்றதென்றறிதல்.

1975-ஆம் ஆண்டின் இந்திய தேசிய NCERT- பாடத்திட்டம், 1985-தில் மறுசீரமைக்கப்பட்ட ஒருங்கிணைப்புக் கல்வி (Integral Education)யானது தொழில் மயமாக்கப்பட்டக்கல்வியின் மதிப்பு

என்று, கற்பனைபடைப்பாற்றல் மற்றும் தொழில் பொருட்டு தனி மனிதனின் சரீர, உயிருடனான, மனவள, உளவியல் மற்றும் ஆன்மீக குணாதிசயங்கள் அமைவதாய் கூறுமிடத்து, மாற்றுத்திறனாளி குழந்தைகளுக்கு மட்டும் அன்பும் ஆதரவும் செலுத்தினால் போதுமானதாகக்கூறி, தொழில் மயமாக்கப்பட்டக் கல்வியின் பயிற்சி தேவையில்லை என்றது. ஆனால், 1990- NCERT – மற்றும் அதன் மாற்றியமைக்கப்பட்ட 1992-ஆம் ஆண்டின் கண்டுபிடிப்பின் படியும் அதன் சிபாரிசுக்கள்படியும், தொழில்மயமாக்கப்பட்டக் கல்வியானது, மாற்றுத்திறனாளி குழந்தைகளுக்கு மட்டுமின்றி, குறிப்பாக முழுவதுமாய் மனவளம் குன்றிய (Fully-Retarded) மக்களுக்கும் ஏற்றதென்றுகூறி, அனைத்து வகை மக்களும் கல்வி கற்க வழிவகை செய்தது என்பதை வலியுறுத்துவதில் தனிமனிதனின் அர்ப்பணவாழ்வு அவசியமாகின்றது.

13.1.8. 100% அளவிலான தொழிற்கல்வியின் மேம்பாட்டைக் கண்டடைதலின் அவசியம்.

இந்த 21-22ஆம் நூற்றாண்டுகளின் புதிய படைப்பான, எல்லாவகை மக்களுக்கும் பொருத்தமான (இதன் அடுத்த பதிப்பு) அவரவர் இயல்புக்கேற்ற, உளவியலோடு தழுவிய செயற்பாட்டுத் தத்துவக் கோட்பாடுகளுடன் (Existential-Psycho-Physio-Philosophical) கூடிய கல்வியியல் – தத்துவமானது 3 A's Attention, Adherence and Actualisation) and 3Cs (Care, Concern and Conviction) என்று கூறுமிடத்து, அண்ணல் காந்தியடிகளின் அடிப்படை ஆதாரக்கல்வியானது ஒரு பகுதி மாற்றுத்திறனாளி குழந்தைகளுக்கு மட்டுமே பயன்படுமிடத்து, மனித குலத்திற்கெல்லாம் குறிப்பாக முழுவதுமாய் மனவளம் குன்றிய (Fully-Retarded) மக்களுக்கும் கல்வி பயிற்றுவிக்கும் வகையிலான, Psycho-theraphy. Genetical-Engineering, Strategies for Teaching the Special needs, Calming Strategies for Autism, Activities for Children with Special Needs மற்றும் இதர பல, Psycho-Surgery-cum-Psycho Therapeutic – முறையிலான மன நலம் குன்றிய (Mentally Retarded) மற்றும் இயல்பு நிலைமாறிய (Abnormal) குழந்தைகளுக்கும் மறு வாழ்வுதரும், பெரும் சீர்திருத்தங்கள் மூலம் நாட்டின் 4% மக்கள் தொகையாளர்களான இவர்களுடன் சேர்த்து 100% அளவிலான தொழிற்கல்வியின் மேம்பாட்டைக் கண்டடையலாம். இவ்வகை ஆக்கமிகு செயல்களின் மூலம் வெளிக்கொணரப்படும்

அனுபவத்துடன் கூடிய வாழ்வு (Artof Living by Practice) நம்மில் மலர பல்வகையான சிக்கல்களுக்லெல்லாம் கொடுமுடியான பொருளாதார குறைபாட்டை முழுமையாக நீக்க அனைத்து மேம்பாட்டுடன் கூடிய தொழில்மயமாக்கப்பட்டக் கல்வியினால் மட்டுமே கூடுமென்றறிந்து, இனியாவது தாமதமின்றி விடியலின் முழுமையை அடைய ஒவ்வொரு தனிமனிதனும் செயலாற்றுவது நம் எல்லோரின் சமூதாயதலையாயக் கடமையாகும் என்றுணரச் செய்வதில் தனிமனிதனின் அர்ப்பண வாழ்வு அவசியமாகின்றது. எனெனில், ‘கைத்தொழில் ஒன்றைக் கற்றுக்கொள் கவலை உனக்கில்லை ஒத்துக்கொள்’.

14

தனி மனிதனின் மாற்றம் அவனிய சமூகத்து மறுமலர்ச்சியின் முன்னேற்றம்.

தனி மனிதன் ஒரு தனிப்படைப்பு அதனால் தான் அவன் உடலியல் கூறு உளவியல் செயற்பாட்டால் நிலையற்றத்தன்மைக் கொண்டு, அவனுடைய இயல்பின் மாற்றத்தால் அவனே அவனுடைய விருப்பமான முடிவை தெரிவு செய்பவனாக இருக்கின்றான். (Man is a unique creature, who is in devoid of fixed nature physiologically and so he is subjected to change in order to attain his desiring destiny of his own by his own choice).

14.1. மனிதன் இவ்வுலகில் உருவான விதத்தைப் பற்றிய மதம்-சார்ந்ததோர் ஆய்வு.

i. மதம் என்பது (மானுடத்தைப் பிளக்கும் கோடரி – திரு. சாலமன் பாப்பையா)-வேத – சாதுக்களின் கூற்றுப்படி (The Concept of Man in Indian Tradition) வரையறைக்கப்பட்ட தனிமனிதனின் ஆன்மா (Finite Self) இறைவனால் படைக்கப்பட்டதும், இறைவனைத் தழுவியே வெளி (External to Him) நிற்பதுவுமானதாய் இருப்பதால் மனிதன் தனக்கென தனிப்பட்ட இருத்தலில்லாமல் (Independent Existance) இறைவனுடனேயே இணைந்துள்ளான் என்கின்றது. இதையே பின்வரும் காலங்களில், உபனிசத் (Upanisads) பொதுவாக மனிதனின் ஆன்மா (Self) அதனைப்படைத்த நிகரற்ற பிரம்மனுடன் (Brahman The Absolute) ஐக்கியமாய் உள்ள தென்று கூறுகின்றது. மேலும் (The Doctrine of Karma)வின்படி, தனிமனிதனின் விடியல் (Liberation) – அவனவனின்

வினைகளுக்கு ஏற்றாற்போல் அதன் பயனைப் பெறுதலே (Agami-Karma-present Life) – என்றும், இவ்வுலகைவிட்டுப் பிரிந்த பின்தான் செய்தவினைகளுக்கு ஏற்றாற்போல் அதன் பயனைப்பெறுதலை (Sancita – Karma – Prakthana – Past Life) என்றும் எடுத்தியம்புகின்றது.

அவ்வாறே, எல்லா பயன்களும் அவனவனின் வினைகளின் பொருட்டே அமைவதை (Krtapranasadosa – No Loss of the Effect of Karmadone) – என்றும், (Akrtabhyagamadosa – All Effects are due to One's Own Karma) என்றும் விளக்கமாக எடுத்துரைத்து, மறுபிறவி (Samsara-Rebirth) எனும் எழுபிறவி உண்டு என்ற கோட்பாட்டையும் உறுதி செய்து அதன் மூலம் (Apavarga – Liberation or Release) – என்றும் Sankhya Yoga குழுவின் மூலம் (Kaivalya – Pure Happiness or Bliss Aloofness No Pain No Pleasure but only Discremination of Knowledge and Viveka) – என்றும், Bhuddhist குழுவின் மூலம் (Nirvana- Cessation of all Mental Activities or functions, Extinction, perfection of the great peace) என்றும் மற்றும் இவை எல்லாவற்றிற்கும் கொடு முடியாய் தலைநிமிர்ந்து நின்று, உலகளாவி பரந்த நிலை கண்ட இரோமன் கத்தோலிக்க கிறிஸ்துவத்தோடு ஓரளவிற்கு ஒப்பிடக்கூடிய Advaita Vedanta குழுவின் மூலம் (Monistic) இரண்டு வகையான விடியலின் நிலைகள் or The State of Liberation – உண்டென்பதனை Jivan Mukthi – Liberation while Living மற்றும் Videka Mukthi Liberation while death என்று பறை சாற்றுவதை நம் இந்திய தத்துவ ரீதியில் நாம் தெளிவாகக் காண்கின்றோம்.

ii. அவ்வாறே, கிறிஸ்துவ புனிதநூலான பைபிளில், “கடவுள் தம் உருவில் மானிடரைப் படைத்தார்: கடவுளின் உருவிலேயே அவர்களைப்படைத்தார்: ஆணும் பெண்ணுமாக அவர்களைப் படைத்தார் (தொடக்க நூல் 1:27)" என்று கூறுமிடத்து எவ்வாறு படைத்தார் என்பதை, “அப்பொழுது ஆண்டவராகிய கடவுள் நிலத்தின் மண்ணால் மனிதனை உருவாக்கி, அவன் நாசிகளில் உயிர் மூச்சை ஊத, மனிதன் உயிர்உள்ளவன் ஆனான். (தொடக்க நூல் 2:7)" –என்றும் கூறுகின்றது. மேலும், ஆண்டவராகிய கடவுள் ஏதேன் தோட்டத்தைப் பயன்படுத்தவும் பாதுகாக்கவும் மனிதனை அங்கு குடியிருக்கச் செய்து, “தோட்டத்தில் இருக்கும் எந்த மரத்திலிருந்தும் உன்விருப்பம் போல் நீ உண்ணலாம். ஆனால் நன்மை தீமை அறிவதற்கு ஏதுவான மரத்திலிருந்து மட்டும்

உண்ணாதே. ஏனெனில் அதிலிருந்து நீ உண்ணும் நாளில் சாகவே சாவாய்" என்று கட்டளையிட்டுச் சொன்னார். (தொடக்க நூல் 2;16-17) - அதன் பின் கடவுள் அம்மனிதன் தனக்குகந்த துணையைப் பெறவேண்டி, "...ஆண்டவராகிய கடவுள் மனிதனுக்கு ஆழ்ந்த உறக்கம் வரச்செய்து, அவன் உறங்கும் பொழுது அவன் விலா எலும்பு ஒன்றை எடுத்துக்கொண்டு எடுத்த இடத்தைச் சதையால் அடைத்தார். (தொடக்க நூல் 2:21). ஆண்டவராகிய கடவுள் தாம் மனிதனிடமிருந்து எடுத்த விலா எலும்பை ஒரு பெண்ணாக உருவாக்கி மனிதனிடம் அழைத்துவந்தார். (தொக்க நூல் 2:21-22). அவன் அவளுக்கு பெண் என்று பெயரிட்டான் என்றும் அவர்களை ஏதேன் தோட்டத்தில் ஆண்டவராகிய கடவுள் குடியிருக்கச் செய்தார் என்றும், அவ்வாறிருக்க ஒரு நாள் தோட்டத்தில் ஆண்டவராகிய கடவுள் உலாவிக் கொண்டிருக்கையில் மனிதனைக் கூப்பிட்டு, "நீ ஆடையின்றி இருக்கின்றாய் என்று உனக்குச் சொன்னது யார்? நீ உண்ணக் கூடாது என்று நான் விலக்கிய மரத்திலிருந்து நீ உண்டாயோ? என்று கேட்டார், (தொடக்க நுல் 3:11)"

அதற்கு அவன், "என்னுடன் இருக்கும்படி நீர் தந்த அந்தப் பெண், மரத்தின் கனியை எனக்குக் கொடுத்தாள்: நானும் உண்டேன் என்றான். ஆண்டவராகிய கடவுள் நீ ஏன் இவ்வாறு செய்தாய்? என்று பெண்ணைக் கேட்க அதற்கு அப்பெண் பாம்பு என்னை ஏமாற்றியது. நானும் உண்டேன் என்றாள். (தொடக்க நூல் 3:12-3). அப்பொழுது ஆண்டவராகிய கடவுள் தன் தீர்ப்பாக, நீ மண்ணிலிருந்து உருவாக்கப்பட்டதால் அதற்குத்திரும்பும் வரை நெற்றி வியர்வை நிலத்தில் விழ உழைத்து உன் உணவை உண்பாய். நீ மண்ணாய் இருக்கிறாய். மண்ணுக்கே திரும்புவாய் என்றார். (தொடக்க நூல் 3:19). அதன் பின்பு ஆண்டவராகிய கடவுள், மனிதன் இப்பொழுது நம்முள் ஒருவர் போல் நன்மை தீமை அறிந்தவன் ஆகிவிட்டான். இனி அவன் என்றென்றும் வாழ்வதற்காக, வாழ்வின் மரத்திலிருந்தும் பறித்து உண்ணக் கையை நீட்டிவிடக்கூடாது என்றார். எனவே ஆண்டவராகிய கடவுள் அவன் உருவாக்கப்பட்ட அதே மண்ணைப்பயன்படுத்த அவனை ஏதேன் தோட்டத்திலிருந்து வெளியே அனுப்பிவிட்டார். (தொடக்க நூல் 3:22-23). ஏனெனில் கடவுள் ஒதுக்கிய மரத்தின் கனியை உண்டதால் அவரது கட்டளைக்கு எதிராய் ஜென்ம பாவத்தைக் கட்டிக்கொண்டான்.

14.2. மனிதனின் இயல்பு-நிலை அதன் மாற்றம் மூலம் மாற்றம் பெறுதலின் அவசியம் குறித்ததோர் ஆய்வு.

மனிதனின் சரீர இயல்பு (Physical Essence or Nature) என்பது அவனது உடல் மற்றும் ஆன்மா Body and Soul என்றும் அவனது சரீரத்தைக் கடந்த இயல்பு (Meta-Physical Essence or Nature) என்பது, அவனது, சிந்தனைத்திறன் விலங்கியல் திறன் – Rational Animality என்றும் மேலைநாட்டு (Scholastic Philosophy) தத்துவ ரீதியாக வரையறுக்கப்பட்டுள்ளது. சிந்தனைத்திறன் செய்யும் ஆற்றல் மனிதனை மற்றைய படைப்புக்களினின்று வேறுபடுத்தி, குறிப்பாக இதர உயிரினங்களினின்று மாறுபடுத்தி, எல்லாவற்றிற்கும் மேலாக செயலாற்றி மனிதனின் மேன்மையை நிலைநாட்டுகின்றது. இச்செயல்பாட்டின்போது, சிந்தனைத்திறன் மற்றும் விலங்கியல் திறன் இரண்டிற்குமான கீழ் மேல் மற்றும் மேல் கீழான மாறுபட்ட (Sea Saw) அழுத்தம் கொண்ட செயல்களால் சிந்தனைத்திறன் மேலானால் விலங்கியல் திறன் கீழேயும், விலங்கியல் திறன் மேலானால் சிந்தனைத்திறன் கீழேயும், மாறிமாறி மனிதனின் நிலையில்லாத் தன்மையை உளவியல் ரீதியாக படம்பிடித்துக் காட்டும் இச்செயலுக்கு பலம் சேர்க்கும் விதமாக மனிதன் இப்பொழுது நம்முள் ஒருவர் போல் நன்மை தீமை அறிந்தவன் ஆகிவிட்டான் (தொடக்க நூல் 3:22)–இன் கூற்றுப்படி அவன்தனது விருப்பு வெறுப்புகளுக்கு ஏற்ப, தன்னகத்தே இறைவனால் வழங்கப்பட்ட பரிசுத்த மனசாட்சியின் (Pure-Conscience-Will of God) வாயிலாய் அல்லவை நீக்கி நல்லவை இம்மண்ணுலகில் செழிக்க அவனது இயல்பே அவனுக்கு துணை நிற்குமாறு இறைவன்தாமே அளித்த கொடையை இவண்காண்கின்றோம்.

ஆகவே, மனிதன் தன் செயல்களால் அல்லவை நீக்கிநல்லவைகளை என்றென்றும் நிலைநாட்டிட, மனிதனின் மனிதத்துவம் (Humanness, Meta-physical Essence or Nature) ஓர் சிறப்பளிக்கும் அடித்தளமாய் அமைவதைக் காணுமிடத்து திரு. ஆச்சாரியா டி.பி.கிரிபலனி அவர்களின் கண்ணோட்டத்தில் Humanity has been Oscillating between the Thesis of the Individual and the Antithesis of Society. அதாவது, மனிதத்துவமானது, நேர்மறை செயலான தனித்துவத்திற்கும், சமூகமென்னும் எதிர்மறை செயலாக்கத்திற்கும் இடையே ஊஞ்சலாடிக் கொண்டிருக்கிறது. மேலும் அவர்கூறுவார், தனித்துவமும்,

சமூகமும் என்று இரண்டறக்கலக்கின்றதோ அன்று தான், சமூக ஒருங்கிணைப்பும் அதன் ஊடே சமூகம் தனது நிகரற்றச் சிறப்பை அடைதல் முடியும். இதை இந்த 21-22-ஆம் நூற்றாண்டுகளில் நாம் கண்டடைய வேண்டுமானால், இதுவரையில் இல்லாத புதியதோர் யுத்தியானதும், மிகவும் அவசியமானதுமான, ஆதார மறுவுரு (Radical Transforation) வின்வாயிலாய் மாற்றம் உலகை மாற்றும் (Change to Change the World) என்ற அறைக்கூவலின் வழிநின்று மாற்றம் ஒன்றே வாழ்க்கையில் நிலையானது அந்த மாற்றத்திற்கு ஏற்ப மாறும் திறனே வாழ்க்கையின் வெற்றியை தீர்மானிக்கின்றது. என்ற பொன்மொழிக்குக்கொப்பவும், இவண்காணும் நம் தேசப்பிதா அண்ணல் காந்தியடிகளின் பொன்மொழிக்கொப்பவும் நான் நிகரற்ற ஒரே ஒரு இறைவன்மேல் விசுவாசம் கொண்டுள்ளதுபோல், ஒரே ஒரு மனிதத்துவத்தின் மீதும் கொண்டுள்ளேன். (I Believe in the Absolute Oneness of God and Therefore also of the Humanity – என்று நாமும் செயல்படுதல் வேண்டும்.

எனவே, ஆதார மறுவுரு (Radical Transforation) என்ற நம் தத்துவ மேதை ஸ்ரீ அரபிந்தோ அவர்களின் உலகமாந்தர் தம் அனைவரின் ஒற்றுமையின் அவசியத்தையும், அதற்குரித்தான தத்துவ ஆதாரங்களான, Higher Mind, Illuminated Mind, Intuitive Mind and Super Mind-என்ற மாற்றத்துடன் கூடிய (Radical Transformation) Man to Super Man மறுவுருவானது அவரின் எதிர்காலமுற்போக்குச் சிந்தனையான, “If Humanity isto survive a Radical Transformation of Human Nature is Indispensible”. தனிமனிதனின் ஆதார மறுவுரு ஆதலின் அவசியத்தை அதாவது அவனது சரீரத்தைக் கடந்த இயல்பின் (Meta Physical Essence or Nature) “மாற்றம் உலகை மாற்றும்”-என்ற கோட்பாடானது, அகில உலக ஒற்றுமைக்கு புதியதோர் வழிகாட்டும் நாடாக நம் இந்தியா வளர வகைசெய்யும்மென்று கூறி, அந்த மறுவுருப்பெற்ற மாமனிதன் ஒருவனின் தெய்வீக நிலையே Satchitananta i.e. Sat-Being, Chit-Individual Self (Cit) Ananda – Bliss-Delight – Happiness – என்று அறுதியிட்டுக் கூறி நம் அறியாமையின்மாற்றாக அமைவதே “To Make this New Creation Permanent and Perfect the Foundation of our Nature of Igorance Must be Replaced by a Supramental Force, to Accomplish this Transformation”.-அந்த ஆதாரமறுவுரு தான் விடியல் தரும் மாமருந்து என்று தெளிவு

பெறும் அந்த நல்ல நாள் எந்த நாளோ!! அந்நாளே!! நம் அனைவரின் பொன்னாளாகும்.

14.3. தனிமனிதன் - மாற்றம் கண்ட விதங்களும் அதன்வழி அவனது சமூகம் கண்ட மறுமலர்ச்சியும்.

எனவே, இந்த ஆதார மறுவுருவின் மூலம் மாற்றம் பெற்று மாற்றம் உலகை மாற்றும் என்ற கோட்பாட்டின்படி படிப்படியான மாற்றத்துடன் வீறுநடைபோட தனிமனிதனின் மாற்றமானது எவ்வாறு சமூகத்தின் அடித்தளமாக நின்று சமூகமாற்றத்தை உருவாக்குகின்றது என்பதனை,

1. நம்தேசப்பிதா அண்ணல் காந்தியடிகள், சமத்துவமும், சுரண்டலற்ற சமூகமும் (Equality and Non Exploitation) உருவாக தனிமனிதனின் மாற்றமானது மிகவும் அவசியம். அதற்கு அவன் தன் வாழ்வில் எல்லா நிலைகளிலும் அகிம்சா (Non-violence) மற்றும் தன் நிறைவின் மூலம் சுயபலம் கொண்ட (Self Supporting) இந்தியாவை உருவாக்குவதற்கு தனியொரு மனிதனின் ஒருமைப்பாட்டுடன் கூடிய முன்னேற்றமே அவனது குழந்தை-மனித நிலை (Child to Man – Body – Mind and Spirit) மாற்றத்திற்கு அடித்தளமாவதாலும்,

2. சமூக சீர்திருத்தவாதிகளான, மகாகவி பாரதியார், ஈ.வெ. இராமசாமி (Periyar) அறிஞர் அண்ணா, முத்தமிழறிஞர் டாக்டர் கலைஞர் பொன்மனச் செம்மல் டாக்டர் எம்.ஜி இராமச்சந்திரன், தென்னிந்திய இரும்புப் பெண்மணியார் (Iron Lady) ஜெ. ஜெயலலிதா, நம் பாரதத் தாயின் இரும்புப் பெண்மணியார் நம் முன்னாள் பிரதமர் திருமதி இந்திரா காந்தி அம்மையார், இதர பல சமூகக் காவலர்கள், பெண்களின் விடுதலைக்காக அயராதுழைத்ததாலும்,

3. இன்றைய சமுதாயச் சீர்திருத்தச் சிற்பி பல்முனையும் தீட்டப்பட்ட வைரமாம் திராவிட மாடலின் முன்னோடி தளபதியார் மு.க.ஸ்டாலின் மற்றும் அவருடன் அயராது அப்போதும் மற்றும் இப்போதும் உழைத்து வருகின்ற கழகக் கண்மணிகளின் அரியதோர் செயல்பாடுகளினாலும்.

4. நம் இந்திய நாட்டின் தனியொரு புகழ் பெற்ற சட்ட மேதை டாக்டர் அம்பேத்கர் அவர்களின் தாழ்த்தப்பட்ட ஒடுக்கப்பட்ட மற்றும் வாய்ப்புகள் மறுக்கப்பட்ட மக்களின் சமூக நீதியின் அவசியம் குறித்த அரியதோர் முழக்கங்களினால் மாற்றங்கள் பல கண்டடைந்ததினாலும்,

5. நம் இந்திய நாட்டு சமூகச்சீர்திருத்த தத்துவ மேதைகளான

i) திரு. சுவாமி விவேகானந்தா அவர்கள் ஒரு செடியானது எவ்வாறு தன்னிலுள்ள தன்னியற்கையின் வழிவளர்கின்றதோ, அதுபோல குழந்தையானது தன்னகத்தே கொண்ட திறன்களின் மூலம் வளர்ந்து செழிக்கின்றது என்று கூறுவதாலும்,

ii) திரு. இரபீந்தரநாத்தாகூர் அவர்கள் சரீர சிந்தனை மற்றும் ஆன்மாவின் முழு நிறைவை (the Perfection of Body, Mind and Spirit) அடைய தனிமனிதன் அனைத்து வகையிலான ஆக்கச் செயல்களிலும் ஈடுபடுத்திக் கொள்ளுதல் வேண்டும் என்று கூறுவதாலும்.

iii) ஸ்ரீ அரபிந்தோ அவர்கள் குழந்தைகள் நேர்முகச்சிந்தனையாளர்களாகவும், வெளிப்படையாளர்களாகவும், உயரிய நோக்கம் கொண்டவர்களாகவும் மற்றும் பெருமதிப்பிற்குரியமானிடர்களாகவும் வளர்க்கப்பட உதவுவதால் அவர்கள் தாமே இறைவனின் இயல்பில் வளர தங்களை ஆயத்தப்படுத்திக் கொள்ளுதல் வேண்டுமென்று கூறுவதால், தனி மனிதனின் வளர்ச்சியின் அவசியம் கண்டடைந்ததினாலும்,

6. மேலை நாட்டு சமூகச்சீர்திருத்த தத்துவ மேதைகளான:'

i) திரு.ஜுன்ஜேக்ரூசோ அவர்கள், குழந்தை தான் பிறக்கும் பொழுது விடுதலையுடன்/விடியலுடன் பிறக்கின்றது. ஆனால் அதன் பிறகுதான் அவன் எல்லாவிடத்திலும் கட்டுண்டிருக்கின்றான்.-Child in born free but everywhere he is in chains-என்று கூறுவதாலும்,.

ii) திரு. ஜான்டுவே அவர்கள், மனிதனும், சமூகமும் உயிருள்ள ஒரே ஜுவனின் அங்கங்களாகும் என்றும் அவ்வாறிருக்க, தனிமனிதனின் சூழ்நிலை தேவைகளையும், அவனது மற்றும் சமுதாய வளர்ச்சிக்குரிய உதவிகளையும் அளிப்பதின் அவசியத்தை எடுத்துக் கூறுவதாலும்.

iii) திரு. ஃப்ரோபல் (Froebel) அவர்கள், மனிதன் சிந்தனைச் சக்தியுடைய ஓர் விலங்காக இருந்தும் அவன் தன்னந் தனியே சமூக-உதவியின்றி வாழயியலாதவனானதால், அவனுடைய தனித்துவ வளர்ச்சியே சமுதாயத்தைச் சார்ந்ததாக உள்ளது. ஆதலால் தனிமனிதனின் சமூக-இரக்கம்-கொண்ட பல்வகை பங்களிப்பின் மூலமாகத்தான் அவனது விருப்பங்களை நிறைவேற்றி தனக்கே உரிய சாதனைகளை சிரமமின்றிக் கைக்கொள்ள ஆவன செய்திடல் வேண்டுமென்று கூறுவதாலும்,

iv) ஸ்ரீ மரிய மாண்டிசோரி (Madame Maria Montessori) அம்மையார் அவர்கள், குழந்தைகள் சரீர அளவில் வளர்கின்ற போதே ஆத்ம (Soul) ரீதியிலும் முன்னேறுகின்றது. அவ்வாறு வளரும் குழந்தைகள், தனிமையில் விடப்பட்டு, புலன்களே அறிவின் வாசல் (Senses are the Gateways of Knowledge) என்றுசொல்லும் அளவிற்கு, புலன்களின் முறையானப் பயிற்சி அவர்கள் வாழ்நாள் முழுவதும், குறிப்பாக 3 முதல் 7 வயது வரை மிகவும் பயனளிக்கவல்லது என்று கூறி, தனி மனிதன் எவ்வாறு, 'மாற்றம் உலகை மாற்றும்' -என்ற கோட்பாட்டிற்கொப்ப, தன்னகத்திருந்து (From Within) முன்னேறுதல் ஓர் தவிர்க்க முடியாத உண்மையிலும் உண்மையான செயலென்று கூறுவதாலும், தனிமனிதனின் மாற்றமானது எவ்வாறு சமூகத்தின் அடித்தளமாகநின்று "சமூக மாற்றத்தை" உருவாக்குகின்றது என்பதனை, உள்ளங்கை நெல்லிக்கனி போல, இவண் யாம் சிறிதேனும் ஐயமின்றி தெளிவு பெறும் வேளையில், "மாற்றம் ஒன்றே மாறாதது ஆனால் மாற்றமும் மாறுகிறது ஏமாற்றமாக..." –என்ற தத்துவ வரிகள் – இவண் ஏமாற்றமே இல்லாத மாற்றமே தனிமனிதனின் மாற்றம் மூலம் சமூக மாற்றத்தை பயக்க வல்லது என்று கூறி, ஸ்ரீ மரிய மாண்டிசோரி அம்மையாரின் வளமானக் கருத்து மற்றைய சீர்திருத்தவாதிகளுடன் ஒட்டி சிறப்படைவதைக் காணலாம்,

14.4. தனிமனிதனின் மாற்றத்திற்கு வழிவகுக்கும் பல்வகையான அரிய குறிக்கோள்கள்:

அனைத்து வகை மனிதவாழ்வோடு ஐக்கியமான, சமூக-உளவியல், சமய-கலாச்சாரம், பொருளாதார- அரசியல் மற்றும் தத்துவ நோக்கங்கள் (Pycho-Social. Religio-Cutural. Politico-Economic and

Philosophico-Spiritualism), கொள்கைகள் (Principles), கோட்பாடுகள் (Doctrines), நடத்தை விதிமுறைகள் (Codes and conducts), சமூக-பழக்க வழக்கங்களின் சரியான கண்காணிப்புகள் (Social-Ethos and their Proper Observations), முறைதரைகள், வழக்கமானச் செயல்முறைகள், உரிமைகள், கடமைகள், சம்மந்தமான தீர்வுகள் மற்றும் சமுதாய குழப்பங்களுக்குரிய தீர்வுகள் (Conventions, Customary Practices, Civil Codes and their Remedial Measures to the Social – Confilicts), சமநீதி வழங்காமை, தவறான-விளக்கவுரைகள், மூடநம்பிக்கைகளால் சட்ட விரோதமான-மத அடிப்படையில் அட்டூழியங்களும், அராஜகங்களும் (Judicial – Imparities, Fallible Interpretatitions, Unlawful Religious Atmonistrations and Atrocities with Superstitious Beliefs) – நம்மை இவண் ஈர்க்கின்ற வேளையில், நம் சமூக-உளவியல், சமய-கலாச்சாரம், பொருளாதார-அரசியல் மற்றும் ஒழுக்கமுடன் கூடிய கட்டுப்பாடுகொண்ட தேசப்பக்தி (Psycho-Social. Religio-Cultural. Politico-Economics and Ethico-Disciplined Patriotism) – ஆகியதோர் அரியகுறிக்கோள்களால், சமூக-மாற்றமானது, பொருளாதார மற்றும் அதன் வளர்ச்சியுடன் ஒப்பிடுகையில், சற்றுமிதனமாகவே உருவாகக்காரணமாக அமைவது, துவக்கத்தில் மனிதன் ஒரு புதிய பழக்கத்திற்கு வருவதென்பது அவனது பழக்கமான பழைய முறைகளில் உள்ள ஈடுபாடும், அதிலிருந்து மாறவிடாது தடுக்கும் பயமுமேயாகும். அடிப்படை வாதிகள் எந்த ஒரு சமூக மாற்றத்தையும் எதிர்ப்பதற்குக் காரணமாகச் சொல்வது அப்புதிய மாற்றமானது சமூகத்தில் நிலவும் கலாச்சார மற்றும் பண்பாட்டின் அடித்தளத்தை ஆட்டம் செய்துவிடும் என்ற வழக்கமான கூற்றை அடியோடு ஒழித்துக்கட்ட, சமூக-மாற்றத்தின் அவசியத்தையும் அதன் மாண்பையும் மக்களிடம் அவர்கள் உள்ளார உணருமாறு எடுத்துக்கூறி, மிகவும் சாமார்த்தியமாகக் கூட்டுமுறையில் (Synthetic (or) Eclectic (or) Integral Approach) தனிமனிதனுடையதும் (Thesis) மற்றும் சமூகத்துடையதுமான (Antithesis) மேம்பாட்டைக் கண்டடைய நம் நாட்டின் சமுதாயச் சீர்திருத்தச் சிற்பி, பி.ஆர்.அம்பேத்கர் அவர்களின் "கல்வி ஒன்றினால் மட்டுமே மறுமலர்ச்சியின் புதிய சகாப்தத்தை உருவாக்கமுடியும்"- "It is the Education Alone that Can Make an Innovative Generation of Renaissance" – என்ற அறை கூவலின்படி எந்தெந்த அதிமுக்கியமான குறிக்கோள்களின் வழிகளில் செயலாற்றினால், இவ்

21.-22ஆம் நூற்றாண்டுகளின் புதிய மில்லீனியத்தில் சாத்தியமாகும் என்பதனை,

1. வகுப்பு மற்றும் சாதிப்பாகுபாடற்ற சமுதாயம் அமைத்தல், 2. பெண்மையின் திறன் மேம்பாடு, 3. அறியாமையை ஒழித்தல், 4. இல்லாமையை நீக்குதல், 5. நோய் வாய்படுதலின்றிக் காத்தல், 6. மூடப்பழக்க வழக்கங்களை ஒழித்தல், 7. உணர்வு பூர்வமான அறிவியல் வளர்ச்சியைப் பெருக்குதல், 8. மக்களின் சுய பாதுகாப்பிற்குகந்த எல்லா வகையான சுரண்டல்களிலுமிருந்து பாதுகாத்துக் கொள்ள வைத்தல், 9. தத்துவ ரீதியான – சமய நம்பிக்கைகளான, மாறுபாட்டில் (or) வேற்றுமையில் ஒற்றுமையைக் காணலின் (Similarity in Dissimilarity or Unity in Diversity), அவசியத்தை வலியுறுத்தல், 10. எதிலும் அளவினும் மேலாக அதன் சிறப்பைக் காணுதல் (Quality in Quantity), 11. தனிமனிதனின் நன்னடத்தையை உருவாக்குதல், 12. ஆளுமை மேம்பாட்டை ஊக்குவித்தல், 13. தனிமனிதனின் சமுதாயப்பங்கும் அவர்தம் நிலையின் கடமையை அறியச் செய்தல், 14. தொழிற்கல்வியில் திறன்மேற்கொள்ளச் செய்தல், 15. வேலையில்லாத் திண்டாட்டத்தை விலக்குதல், 16. கைவிடப்பட்டோரில்லாது காத்தல், 17. ஊராட்சி மற்றும் நகராட்சிகளில் மேம்பாடடைதல், 18. முதியோர் அறிவொளி செயல்பாடடைதல், 19. அனைவருக்கும் ஆரம்பக்கல்வியளித்தல், 20. மிகபொருத்தமான கல்வியியல் தத்துவக்கோட்பாடுகளை (Framing Suitable Philosophy of Education) வரையறுத்தல், 21. மிக பொருத்தமான கல்வியியல் முறை, அதற்கேற்ற பாடத்திட்டங்களை வகுத்தல், 22. கலை, ஓவிய நுண்கலை மற்றும் பண்பாடு மேம்பாடடைதல், 23. மாநிலங்களுக்கிடையிலான மற்றும் தேசிய அளவிலான விளையாட்டுப் போட்டிகளில் மேம்பாடடைதல், 24. சரியானதும் மற்றும் மிகவும் பொருத்தமான வழிகளிலும் மற்றும் முறைகளிலும் செய்தித் தொடர்புத்துறையை வழி நடத்துதலில், ரேடியோ, தொலைக்காட்சி, யுடியூப், வாட்ஸ்ஆப், இமெயில், பதிப்பகங்கள், செய்தித்தாள்கள் மற்றும் போக்குவரத்துத்துறைகளை முழுமையாகவும், முறையாகவும் பயன்படுத்துதல், 25. எம்மதத்திருமறை நூல்களிலுமில்லாத, சாதியத்திணிப்பானது அவற்றின் புனிதமானக் கொள்கைகளுக்கு எதிரானதும், சமுதாய-அங்கீகாரமற்றதையும், அண்ணல் காந்தியடிகள்

மற்றும் சுவாமி விவேகானந்தர் அவர்களின் உறுதிப்பாட்டுடன் விளக்கிக் கூறுதல்,

26. 'எளிமை வாழ்வு உயரியச் சிந்தனையின் அவசியத்தைத் தெளிவுப்படுத்துதல், 27. சூழ்நிலைத் தாக்கம் (Nurture) மனித இயல்பின் (Heredity-Nature) தாக்கத்தைவிட, கல்வியின்கிரியா – ஊக்கி செயற்பாடு அதிகமானதென்பதனைத் தெளிவுப்படுத்துதல், 28. அறிவியல் வழி நின்றறியக் கூடிய நவீன யூஜெனிக் முறைகளான, செயற்கை முறையில் விந்து உள்ளிடுதல், ஜெனடிக்-என்ஜினியரிங், கெமிக்கல் மூட்டாஜெனிக் ஏஜென்ட்ஸ், பார்த்தினோ ஜெனசிஸ், இயற்கை-தேர்ந்தெடுத்தலு (Natural Selection Darwin)க்கு மாற்றாக சமூக-தேர்ந்தெடுத்தல் (Social Selection) மட்டுமே, சமூக மாற்றம், சமூக-இணைப்பு, சமூக-மறுமலர்ச்சி, சமூக- ஒருங்கிணைப்பு, சமூக-விடுதலை, சமூக-சகோதரத்துவம் மற்றும் சமூக-நிகரில்லாமை, இவைகள் அனைத்திற்கும் அடித்தளமாய் சமூக- தேர்ந்தெடுத்தல் அமைவதைக்கண்டடையச் செய்தல், 29. சாதிகள் அடிப்படையில் சங்கங்கள் அமைப்பது ஒரு சாபம் என உணரச் செய்தல், 30. சாதிகளுக்கிடையிலான திருமணத் தம்பதியர்களுக்கு தகுந்த சமூக. பாதுகாப்பு அளிக்கச் செய்தல், 31. மதங்களிடையிலான திருமணத் தம்பதியர்களுக்கு, சமூக ரீதியிலான குழப்பங்களும், அழுத்தங்களும் மற்றும் எதிர்மறை செயற்பாடுகளும் செய்யாதிருத்தல், 32. படிப்பறிவற்றோரைப் பார்க்காதிருப்பதும், வேலையில்லா- படித்தோர் மற்றும் இதர பல வறுமையால் வாடும் எல்லா வகுப்பைச் சார்ந்த இந்தியர்களை அணுகச் செய்யாதிருப்பதும் மற்றும் பொய்யான மதச் சார்பின்மை மக்களிடையே வளரச் செய்வதையும் கண்டித்தல், 33. என்றும் தொடர்ந்திருக்கும் சமூகத்திற்கு மிகவும் கெடுதல்களான, ஏழ்மை, புரியாமை, மூடநம்பிக்கை, சமத்துவமின்மை, அநீதி, அடிமைத்தனமாக்குதல், ஒடுக்குதல், லஞ்ச-லாவண்யம் செய்தல், வரதட்சணை வாங்குதல், பலபால்மணம் புரிதல் (Polygamy), சட்டத்திற்கு புறம்பாகவும், ஆன்மீகத்திற்கு எதிராகவும் உறவு கொள்ளுதல், குழந்தைத்திருமணங்கள், பெண்களை தகாதமுறையில் நடத்துதல், விதவைகளின் மறுமணத்திற்குள்ள சமுதாய-தயக்கங்கள், உயர்சாதி என்று சொல்லப்பட்டுவோரின் ஒவ்வாமை (Intolerance) கீழ்ச்சாதி என்று சொல்லப்படுவோரின் மீது தீண்டாமையை

செயற்படுத்துதல் போன்றவற்றைத் தவிர்க்கச் செய்தல், 34. மத அடிப்படையின் வெறுப்புகளால், நீதி வழங்குவதிலும் வித்தியாசமான அணுகுமுறைகளை கடைபிடியாதிருக்கச் செய்து, தேசிய அளவில் பொதுவானதும், அதிவிருப்தியையே அடிப்படை நோக்கமாகக் கொண்டு, அவ்வப்போது தேவைக்கேற்றவாறு மாற்றம் பெறத்தக்கதான, பரந்து விரிந்து நாட்டின் தேவைகளுக்கேற்ப வளம் செழிக்கச் செய்யும் தொழில் மயமாக்கப்பட்டக் கல்வியை உதயம் பெறச் செய்தல், 35. தரம் தாழ்ந்த சட்ட-ஒழுங்குமுறைச் சார்ந்த மாநிலங்கள் மற்றும் ஒன்றிய அரசுகளின் நடைமுறைகள், நாட்டிற்கு வரிசெலுத்தாது கோடிக்கணக்கில் ஏமாற்றுதல் மற்றும் நாட்டின் பொதுச் சொத்துக்களை அலட்சியமாய் கையாளுதல்களை அடியோடு தவிர்த்தல்,

36. சாதியின் அடிப்படையில் மட்டுமே, பின்தங்கிய சமூகத்தாரை உறுதிச் செய்வதைத் தவிர்த்து, அவர்களின் கல்வித் தகுதி, அக்குடும்பம் மற்றும் அதன் தனியொரு மனிதனின் பொருளாதார நிலையைக் கணக்கில் கொள்ளுதல், 37. பின்தங்கிய சமூகத்தார் பட்டியலிலும், மிகவும் பின்தங்கிய சமூகத்தார் (தமிழ்நாட்டில் மட்டும்) பட்டியலிலும், அவ்வப்போது அதிக அதிகமாய் வேறுபல சமூகங்களைச் சேர்த்தும், கடந்தபல ஆண்டுகளாய் கண்டுகொள்ளாதிருந்த உயர்சாதி என்று சொல்லப்படுவோரின் (F.C.) மத்தியில், பின்தங்கியோருக்கு 10%-சலுகைகள் (தற்போதைய ஒன்றிய அரசு) அளித்தும், மேலும் தாழ்த்தப்பட்ட பட்டியல் இனத்தார் மற்றும் பழங்குடியினருக்கான ஒதுக்கீட்டின்படி இன்றையவரையிலுள்ள அரசு வேலைகளில் காலியான இடங்கள் (Back Track-Record) நிரப்பாது, வேலை வாய்ப்பை பலருக்கும் எட்டாக் கனியாய் ஆக்கும் அவலத்தைப் போக்குதல், 38. பட்டியல் இனத்தாரின் தீண்டாமை கொடுமையானது, அவர்களின் பொருளாதார குறைபாட்டால் மட்டுமின்றி, அவர்களின் சுத்தம், சுகாதாரமின்மையால் (Purity and Pollution) வெகுவாக பழக்கப்பட்டதை நன்குணர்ந்து மாநிலங்கள் மற்றும் ஒன்றிய அரசுகள் அதற்கேற்ற அவசியமான நீர், நிலம், வீடு, கல்வி, பண்பாட்டுமையங்கள், கோவில், குளங்கள், பூங்காக்கள் மற்றும் இதர பல சமூக – பொருளாதார வசதிகளை ஏற்படுத்தி இதுவரையில் செய்துவருவதைவிட அதிகமாக செய்வதுடன், அவர்கள் தங்கள் நிலையை தொடர்ந்து உயர்த்திக்கொள்ள அவர்களின் பிள்ளைகளுக்கு அவரவர்களின் திறமைக்கு ஏற்றவாறு

பொருத்தமான தொழில் மயமாக்கப்பட்டக் கல்வியினை அளித்து, தேசிய ஒருமைப்பாட்டைக் காத்திடச் செய்தல், 39. தனிமனிதனின் முன்னேற்றம் ஒரு குடும்பத்தின் மேம்பாடு, குடும்பங்களின் மேம்பாடு ஒரு கிராமத்தின் மேம்பாடு, கிராமங்களின் மேம்பாடு ஒரு மாநிலத்தின் முன்னேற்றம், மாநிலங்களின் முன்னேற்றம் நம் இந்திய நாட்டின் முன்னேற்றம் என, நன்கறிந்து செயலாற்றுதல், 40. இதற்குரிய வாய்ப்பாக திரு. V.K.R.V.Rao, அவர்களின் 'இந்த அடிப்படையான மதிப்பீடுகள், கட்டுப்பாடு, பகிர்தல், எல்லோரும் சமம் என மதித்தல், சமூக-நீதி, பின்தங்கிய இடம் மற்றும் சமூக-வகுப்புகளின் முன்னேற்றம், சூட்சமம் மற்றும் அடாவடித்தனமாக பொருட்கள் அபகரிப்பு மற்றும் தன்னிலைப்பாடு பற்றிய முழக்கம்' – ஆகிய ஆன்மீக மற்றும் நன்னெறி மதிப்பீடுகளின் மூலம், தேசிய அளவில் மட்டுமின்றி, ஏன் குடும்பம் மற்றும் அனைத்து கிராமங்கள், பஞ்சாயத்து, நகராட்சி மற்றும் மாநகராட்சி அளவிலும் செயலாற்றுதல்,

41. சமூக-இட ஒதிக்கீட்டின் மூலம், கல்வி-நிறுவனங்களுக்கும், பொருளாதார-உதவிகள் வழங்குவதற்கும், சிறப்புடன் கூடிய பொருளாதார செயல்பாடுகளுக்கும் மற்றும் அரசு வேலை-வாய்ப்புகளுக்கும் உதவுவதின் உள்ளார நோக்கமே, அத்தகைய மக்கள் அனைத்து வகையான பின் தங்கிய நிலையிலிருந்து முழுமையாய் விடுபடவும் அதன் வழி சமுதாய ஒருங்கிணைப்புப் பெருகி, நம் இந்திய நாட்டு மக்களிடம் தேசிய-ஒருமைப்பாடு வளர்ந்திட வகை செய்தல் வேண்டும் என்பதே என்றறிதல், 42. இந்திய-சாசன உறுதிப்பாட்டின்படி அனைத்து வகையான பின்தங்கிய நிலைகளிலிருந்தும் நம் நாட்டைவிடுவிப்பதென்பது, சாதீயக்கொள்கைக் கொண்ட இந்து மதத்தில் இது சாத்தியமில்லாதிருப்பதும், அரசியலுக்கு அப்பாற்பட்ட மத-சார்பின்மையையும், மத நிறுவனங்களின் அனைத்து மத நல்லிணக்க மறுப்பும் மற்றும் பல்வேறுபட்ட மத-நம்பிக்கையுடையோரிடம் மனித நேயத்துடன் கூடிய சகோதரத்துவம் இல்லாதிருப்பதும், இன்றுவரை நம் இந்திய-கண்டத்தில், பின்தங்கிய நிலையின் நீக்கமென்பது, கானல் நீராய் இருப்பதை சரி செய்துக்காத்தல், 43. பின்தங்கிய மற்றும் தாழ்நிலைகள் என்பது, பண்டையகாலந்தொட்டே, குழுவின் அடிப்படையிலேயே அமைந்ததால், தனிமனிதனின் அடையாளம் அக்குழுவினதாகவே அமைந்ததேயன்றி, ஒவ்வொருவருக்குமான

தனிப்பட்ட அடையாளங்கள் இதுவரையில் இல்லாதுபோனதால், தனிமனிதனின் ஏழ்மைநிலையை விட, அவனைச் சார்ந்த சமூகத்தின் சுத்தம், சுகாதாரமின்மையே (Purity and Pollution) கணக்கில் வந்ததை அறிதல், 44. தனி மனிதனோ அல்லது அவனைச் – சார்ந்த சமூகமோ, பின்- தங்கிய நிலையை தீர்மானித்தாலும், சமன்பாடின்மை (Inequality) நம் இந்திய மக்களில் வெகுவாக 60% அளவிற்கு, ஏழை, மிகஏழை, மிகமிகஏழை, அத்தியாவசிய தேவைகளில்லாத மற்றும் சுத்தமாய் ஏழ்மை நிலையென இன்றுவரை சுழன்றுக் கொண்டிருப்பதைக் கண்டறிந்து, போர்க்கால அடிப்படையில் சமூக-சமன்பாட்டிற்கு தேவையான பொருளாதார வழங்கல்களை உடனுக்குடன் செய்து, அதே சமயத்தில் தற்போது வளர்ந்துவரும் இளைய சமுதாயத்தை தக்கதோர் தொழிற் கல்வியால் தட்டி எழுப்பிடுதல், 45. பொருத்தமான தொழில் மயமாக்கப்பட்டக்கல்வி அளித்து காத்திடல் மட்டுமின்றி, குறிப்பாக கிராமப்புற மற்றும் நகராட்சிகளின் தற்போதைய இளைஞர்களின் திறமைகளுக்கேற்ப ஒருங்கிணைந்த மேம்பாட்டு செயற்திட்டங்களை உடனுக்குடன் ஏற்படுத்தி மக்களின் சமூக பொருளாதாரத்தை உயர்வடையச் செய்வதினால் மட்டுமே, தாழ்ந்த நிலைதனைச் சரி செய்ய இயலும் என்பதனை அறிதல்,

46. இந்திய மாநில மற்றும் ஒன்றிய அரசுகள் மக்களால், மக்களுக்காக மக்களால் ஆளப்படும் அரசாக, எல்லோருடைய நலன்கள் வேண்டி நடத்தப்படும் அரசாக இருப்பதால், தாழ்த்தப்பட்ட மற்றும் பின் தங்கிய சமூகங்கள் உயர்த்தப்படும்வரை, அரசு தரும் தங்களது மேம்பாட்டு செயல்திட்டங்களை தகுந்த முறையில் மக்கள் ஒழுங்காக பயன்படுத்தும் பொழுது, நாட்டை ஆள்வோர் மட்டுமின்றி அனைத்து மக்களின் பிரதிநிதிகளும் ‘மக்கள் சேவையே மகேசன் சேவை‘ என்றெண்ணி உழைப்பின் மேன்மையை நாம் என்று ஒற்றுமையுடன் உணர்வோமோ அந்த நல்ல நாளே நம் எல்லோரின் சமத்துவ நாள் என்றறிதல், 47. தீண்டாமைக்குச் சட்டம் வகுத்தது போல், சாதி ஒழிப்பிற்கும் சட்டம் இயற்றுவதால், சட்டத்தின் அங்கீகாரமற்ற நிலை நீங்கி, சாதி என்ற சமுதாயப் புற்றுநோயிலிருந்து நம் இந்திய – சமூகம், தக்கதோர் கல்வியியல் தத்துவத்தின் தொழில் மயமாக்கப்பட்டக் கல்வியால், பலகாலமாக நிறைவடையாத, நீங்காத ஆசையான ‘சாதி சமயமற்ற மற்றும் வகுப்புவாதமற்ற‘- சமுதாயத்தை அடைய

வழிசெய்தல், 48. நம் இந்திய நாடு ஏகோபித்தவிதமாக எல்லாவற்றிலும் முதன்மை நாடாக வேண்டுமாயின், மாநிலங்களுக்கிடையிலான வேறுபாட்டுடன் கூடிய அணுகுமுறையினை ஒன்றிய அரசு தவிர்த்து, அதாவது, மக்களின் எண்ணிக்கையின் அடிப்படையிலான அனைத்து வகை பகிர்தல்களையும் சாசன-விதிகளின் முறைப்படி, ஒன்றிய மற்றும் மாநில அரசுகள் அவற்றின் இறையாண்மைக்கு மதிப்பளித்து செயலாற்றினால், நம் நாடும் நலம் பெறும், நம் வீடும் சுகம் பெறும் என்றறிதல், 49. தனி மனிதனின் உள்ளடக்கையில் ஓயாது ஒலித்துவரும் தர்மத்தின் அறைக்கூவல் எல்லா மதத்திற்கும் பொதுவானதும், அனைத்து மாந்தர்க்கும் விடியல் தரக்கூடியதும், அம்மனிதன், தன்மதக் கடமைகளை நிறைவேற்றுவதோடு மட்டுமின்றி, அவரின் முழுமையான அர்ப்பணத்தையும் அதன் வழி உண்மைக்கும், ஒருங்கிணைப்பிற்கும் உகந்த சேவை செய்யும் மனப்பான்மையை அபரிவிதமாய் கொடுக்கவல்லது, அந்நிகரில்லா தர்மம் ஒன்றே தான் என்று அறிதல்,

50. அங்கிங்கெனாதபடி எங்கும் பிரகாசமாய் ஆனந்த பூர்த்தியாகி எங்கும் நீக்கமற நிறைந்திருக்கும் ஒரே இறைவனின், உன்னத இருப்பிடமாக அமைந்திருப்பது ஒவ்வொரு மனிதனின் உள்ளமேயாகும். அந்த இறைவனின் அழைப்பிற்கு எப்போதும் 'ஆம்' என்று சொல்லுதலே 'இறைவனின் சித்தத்திற்கு – Will of God,' அடிபணிதல் (The Act of Surrender (or) Saranam) என்றறிந்து அவரவர் செய்கின்ற செயல்களால் (Action (or) Karma) நிர்ணயிக்கப்படுகின்றது. அத்தனியொரு மனிதன் எப்போதும் 'ஆம்' என்று சொல்லுவதும், 'இல்லை' என்று சொல்லுவதும், அவரவர் தம் விருப்பு வெறுப்புகளின் (Freedom) அடிப்படையில் அமைவது, கட்டாயமாக்கப்படாத கட்டளையான (Unconditional Command) அதாவது, 'எதையெதை கண்டிப்பாக செய்தல் வேண்டும் என்றும் மற்றும் எதையெதை கண்டிப்பாக தவிர்த்தல் வேண்டும் – What Ought to do and What Ought Not to do' – என்பதைனைப் பொருட்டு, அவரின் கர்மவினையும் அதன் நிமித்தம் அவரின் விடியலின் தன்மையும் இறைவனால் தீர்மானிக்கப்படுவதால், இறைவனின் பராமரிப்பும் (Providence – Will of God) மற்றும் அவர்தம் உதவும் கரங்களும் (Sustenance – Karma) செயலாற்றும் விதத்தை அறிந்தும் – தனிமனிதன்

செயலாற்றி, சமுதாய மறுமலர்ச்சிக்கு அரசியலின் துணைக்கொண்டு ஆவன நிகழ்த்திட வேண்டும்.

14.5. **நம் இந்திய தேசத்து மக்கள் அனைவரும் எப்பேதமுமின்றி அவர்கள் தம் பல்வேறுவகையான அடிமைத் தனத்திலிருந்து விடியலைப்/விடுதலையைப் பெற்றிடும் உன்னத வழி:**

இந்தியாவிலுள்ள ஒவ்வொரு தனியொரு மனிதனின் மாற்றத்துடன் கூடிய மாற்றத்தின் மூலம் நாட்டின் தேசிய ஒருமைப்பாட்டிற்கு தீர்க்கத்தரிசனம் சொன்ன ஞானியார் ஸ்ரீ அரபிந்தோ அவர்கள் ‘சனாதன தர்மம் ஒரு குறுகிய மதக்கோட்பாடு கொண்டதல்ல, ஏனெனில் இந்து மதத்தில் வேதங்கள், வேதாந்தம், கீதை, யோகா முறைகள்:, தாந்திரீகம் மற்றும் புராணங்கள் இருந்தும், சனாதன தர்மம், எதிர்காலத்தில் அதன் அடிப்படையால் ஒரு உலக மதமாக உருவாகவே, பைபிளையும் குரானையும் ஒதுக்காது உள்ளடக்கி உலகளாவிய – ஆன்மீகத்திற்கு இட்டுச்செல்கின்றது. உண்மையிலும் உண்மையான புனித நூல் யாதெனில் அதுவே மனித இதயமாகும், ஏனெனில் அங்கே தான் இறைவன் ஐயம் திரிபற வீற்றிருக்கின்றான்‘. என்று கூறி உலக அளவில் ஒரு அடிப்படையான ஆன்மீகத்தளத்தை உருவாக்கும் விதமாக இந்து மதம் அதன் பழைய நிலைப்பாட்டிற்குப் பதிலாக தன்னை ஆக்கப்பூர்வமாக புதிப்பித்துக் கொள்ளக்கூடியதாக மாறி அவ்மாற்றத்தின் மூலம் மாற்றங்கள் பல கண்டு மிகவும் அவசியமாக இன்றைய உலகமே விரும்புகின்ற வகையில் நம் இந்தியநாடு வளம் பெற்று இறைவனின் இரக்கத்தில் நிலைகொண்டு அதன் முழுமையாக என்றும் நிலையான (Eternal) நிறைவை அடைதல் வேண்டுமென்றருளியுள்ளார். இத்தகைய மாற்றமானது இந்து-சனாதன-வருண தர்மத்தின் மூலம் நம் இந்திய சமூகத்தை, பிராமணர்கள், சத்திரியர்கள், வைசியர்கள் மற்றும் சூத்திரர்கள் என பிரிந்து, அவர்கள்தம், அறிவுத்திறமைகளுக்கேற்ப தொழில்களை பாரம்பரிய முறையில் சமூக நலச்சேவையாகச் செய்து இறைவனை வணங்கலாம் என்ற நிலையிலிருந்து மாற்றம் கண்டும், இந்து-சனாதன தர்மம் என்பது குறிப்பாக இம்மனிதர்கள் தம் கடமை/தர்மம் என்பது, அவரவர் வயது, பால், குடும்பம், பிறப்பு, பிறப்பிடம், மரபு என்ற பல நிலைகளுக்கேற்ப மாறுபடும் எனவும், இதுவே, இந்து தர்மம் என்கின்ற நிலையிலிருந்தும் மாற்றம் கண்டும், மக்கள் அனைவரின்

உரிமைகள் இயல்பானவையாகவும், பொதுவானவையாகவும், பிரிக்க முடியாதவையாகவும் இருக்க, இவர்கள் தம் கடமைகளைப் (Duty-Purushartha-Dharma, Artha, Kama and Moksha) பற்றி மட்டுமே இந்து சமயத்தின்-சனாதன தர்மம் பேசுவதைத் தவிர்த்து, அவர்களின் உரிமைகளையும் வழங்க தங்களின் எண்ணம், சொல், செயல்களில் மாற்றம் பல கண்டும், இவற்றிற்கெல்லாம் மேலாக, மனுதர்மத்தில், சூத்திரர், பிராமணர் ஆவதும், பிராமணர், சூத்திரர் ஆவதும், இதே அவளவுக்கு சத்திரியர் மற்றும் வைசியர் ஆவதும், அவரவர் தம் நடத்தையால் மட்டும்தான் என்றும், இதை பின்வருங்காலங்களில் ஒவ்வொருவருக்கும் அவரவர் நடையுடை பாவனைகளைக் கணக்கிட்டு அளவிட இயலாமையால், இந்து மதத்தின் ரிக்வேதத்தில், அக்கால வேத-வியாக்கியர்களால் பிறப்பின் அடிப்படையில் அவரவர் ஜாதியை நிர்ணயம் செய்வதாய் திருத்தப்பட்டதை (புருஷ-சுத்தா-ரிக்வேதா(10.90.12)) எடுத்துக்கூறி, ஜாதீயப்பாகுபாட்டிற்கு எந்தவொரு மதத்திலும் உரியதோர் சான்று இல்லை என்பதைப்பற்றி தெளிவான மனமாற்றம் பல கண்டும், இதுபோலவே, இதே வேத-வியாக்கியர்களால் (ரிக்வேதா-10.18.7) அக்ரி (agri) என்ற சொல் அக்னி (agni)- என்று திருத்தப்பட்டதால்தான், இந்திய இந்து சமயத்தின்-சனாதன தர்மம், விதவைகளின் உடன்கட்டை ஏறும் (Suttee or Sati) பழக்கத்தை கடைபிடித்ததென்றும், இதனை பின்வரும் காலங்களில் இத்தவற்றை உணர்ந்து, சமுதாய சீர்திருத்தவாதியார் திரு. இராஜாராம்மோகன்ராய் போன்றோரின் அறிவுச்சார்ந்த விளக்கங்களால் நிறுத்தப்பட்டதையும் அதனால் தற்போது அதன் முழுமையான பயன்களை அடைவதையும் நன்குணர்ந்தும், மேலும், சனாதனம் என்பது அனைத்து மதங்களையும் குறிப்பாக, சமணம், பௌத்தம், மேற்கண்டவாறு கிறிஸ்துவம் மற்றும் இஸ்லாத்துகளை உள்ளடக்கி உலகளாவிய ஆன்மீகத்திற்கு இட்டுச்செல்கின்றது என்பதை தெளிவுடன் கண்டும், சனாதன தர்மாவில், தர்மா என்பது அறம், நீதி, சட்டம், கட்டளை, கடமை, தானம், தர்மம் மற்றும் அறம் சார்ந்த செயல்களாகும் என்றும், சனாதனம் என்ற சொல்லில், சனாதன், நாதன் மற்றும் சனாதனன் என்ற விளக்கப் பொருளில் சானதன் என்றால் தன்னுடைய தலைவன் என்றும், நாதன்-என்றால் தலைவன் என்றும், சனாதனன் என்றால் தனக்கு என்று, ஒருதலைவன் இல்லாதவன் என்ற, தத்துவக் கோட்பாட்டில் “ஒவ்வொருவருமே கடவுள்” ஏனெனில், ஒன்றுபலவாய் உலகம்

முழுவதும் வியாபித்துள்ளதால் ஒவ்வொருவனுக்கும், “அவனுக்கு-அவன் கடவுள்” என்ற சிறப்பான தத்துவத்தால் அறம் பொருள் இன்பம் மற்றும் வீடு பேறு இவற்றில் அறம்வழி நின்று, அனைத்து மாந்தர்களும் வீடு பேறு-முக்தி அடைதலே அவர்கள் தம் கடமை என்றுணர்ந்து,

இதற்கு, உபநிஷத்து என்ற வேதத்தின் முடிவு அதாவது அறியாமையை எரித்து மனிதனை இறைவனிடம் அணுகச் செய்யும் அற்புதமானச் செயலை செய்வதாலும், வேதத்தில் மனிதன் தனது வாழ்வில் அடையக் கூடிய மதிப்பீடுகளை ‘புனித மரம்‘ (Sacred Tree) வகை செய்து அதனை அவனடைய எவ்வாறு அவன்தானே முழுமையாய் தன்னிலையிலிருந்து மென்மேலும் கடந்துயர்ந்து, முக்தி அடையும் நிலையை அடைய இயலும் என்பதை கத்தா உபநிஷத்து (Katha Upanishad) மூலம் பகவத்கீதை வெளிப்படுத்தும் விதம் காண்போம். இந்த புனித மரத்தின் வேர்கள் மேலே மோட்சத்தை நோக்கியும், அதன் கிளைகள் கீழே பூமியை நோக்கியபடி உலகம் சார்ந்த சாதாரண அனுபவத்துடனும் (Samsara) இருக்க கீழ்நோக்கிய பாதை அழிவைத்தருவதாக அமைவதால் அதனை விடுத்து, மேல்நோக்கும் பதையில் தன்னையே முழுமையாய் மாற்றம் செய்து கொண்டு, உலக இச்சைகளிலிருந்து விலகி (Detached Attachment) தன்னை ஒடுக்கும் ஒறுத்தல் என்ற, கத்தியால் உலக இன்பமென்ற அப்புனித மரத்தின் கிளைகளை வெட்டி எறிந்து, சுயநலமற்ற செயல்களால் (Nishkama-Karma) தொடர்ந்துதன்நிலையை முழுமையாய் அறிந்து-மறந்து மற்றும் மறுத்து செயற்படுபவரே, இறைவனின் திருவடியைத்தெக்கெனப் பிடித்தவராய், ‘சித்தம் தெளிந்தவர்க்கு சிவன் சிவலிங்கம்‘ மற்றும் ‘சிவசிவ என்றிட சிவகதிதானே‘ என்ற நிலையை எய்துவது சுகமே, சுகம் என்றும், “தன்னை அறியத் தனக்கொரு கேடில்லை, தன்னை அறியாமல் தானே கெடுகின்றான், தன்னை அறியும் அறிவை அறிந்த பின்தன்னையே அர்ச்சிக்கத்தானிருந்தானே.” என்னும் திருமூலரின் திருமந்திர கூற்று இவண் மெய்ப்பிக்கப்படுவதை நாம் தெளிவுடன் காணலாம்.

இங்கு தன்னை அறியும் அறிவை அடைய, அடியேனின் கருத்தாக, மனுதர்மத்தில், சூத்திரர், பிராமணர் ஆவதும், பிராமணர் சூத்திரர் ஆவதும், இதே அளவுக்கு சத்திரியர் மற்றும் வைசியர் ஆவதும், அவரவர் தம் நடத்தையால் மட்டும்தான், என்பதை பின்வரும் காலங்களில்,

ரிக்வேதத்தில், அக்கால வேத-வியாக்கியர்களால் (பிராமணர்களால்) பிறப்பின் அடிப்படையில் அவரவர் ஜாதியை நிர்ணயம் செய்வதாய் திருத்தப்பட்டதை (புருஷசுக்தா-ரித்வேதா-10.90.12) கடைபிடித்தொழுகி பிறப்பால் தான் என்று இன்றளவும் இந்திய சமூகத்தில் ஏற்றத்தாழ்வோடு இருக்கும் அரிதான நிலையிலிருந்து மாறுபட்டும், இந்து சனாதன தர்மம் என்பது குறிப்பாக இம்மனிதர்கள் தம் கடமை/தர்மம் என்பது அவரவர் வயது, பால், குடும்பம், பிறப்பு, பிறப்பிடம், மரபு என்ற பல நிலைகளுக்கேற்ப மாறுபடும் எனவும், இதுவே, இந்து தர்மம் என்கின்ற நிலையிலிருந்து மாறுபட்டும், எவ்வாறு உரிமைகள் எல்லோருக்கும் இயல்பானதாயும், பொதுவானதாயும், பிரிக்கமுடியாதவையாகவும் இருக்கின்றதோ, அதேபோல கடமைகளும் எல்லோருக்கும் இயல்பானதாயும் பொதுவானதாயும் பிரிக்க முடியாதவையுமாய் இருக்கச்செய்தும், எல்லோருக்கும் எல்லாம் கிடைக்க வழிவகை செய்தும், விதவை-மறுமணம், சதியின் ஒழிப்பால் தான் இந்திய திருநாட்டில் தற்போது நடந்தேறுகின்ற மறுமலர்ச்சி நிலையைக் கண்டுணர்ந்தும், மேலும் சனாதன தர்மத்தில் அனைத்து மதங்களின் சாராம்சம் உள்ளடக்கியுள்ளது என்ற உயரிய நோக்கம் தான் மனித குலத்தின் விடுதலை என்றறிந்தும், இந்துமதம் என்றாலும் சனாதனம் என்றாலும் ஒன்றே என்ற குறுகியச் சிந்தனையிலிருந்து விடுபட்டு (ஏனெனில், சனாதனம் என்றால் என்றும் நிலையானது, அதுமாறாதது மேலும், வர்ணதர்மத்தின் மூலம் சனாதனம் பிராமணர்களுக்கு மட்டும் உரிய சிறப்பு என்று கூறும் நிலையில் மற்றைய, சத்திரியர்கள், வைசியர்கள் மற்றும் சூத்திரர்களின் வழிபாட்டில், விலங்கின-உயிர் பலியிடும் முறை எவ்வாறு ஒரே வகையான வழிபாட்டு முறையாகும்) சனாதனம் என்ற சொல்லிற்கே, தனக்கு என்று ஒரு தலைவன் இல்லாதவன் எந்ற தத்துவக் கோட்பாட்டில் “ஒவ்வொருவருமே கடவுள்” ஏனெனில், ஒன்று பலவாய் உலகம் முழுவதும் வியாபித்துள்ளதால் ஒவ்வொருவனுக்கும் “அவனுக்கு அவன் கடவுள்” என்பதை, நன்குணர்ந்தும், ஸ்ரீ அரபிந்தோ அவர்கள் கூற்றுக்கொப்ப, செயல்படுதலாலே, அனைத்து மதங்களின் ஒற்றுமையை வளர்க்கும் நன்நெறிக்கோட்பாடான, சனாதனத்தின் சிறப்பாகக் காணலாம்.

ஆனால், தினமலர் அக்டோபர் 4-ஆம் தேதியிட்ட இதழில் காணுமிடத்து, ‘சனாதன தர்மம் மட்டுமே ஒரு மதமாகும். மதங்கள்

என்று கூறிக்கொள்ளும் மற்றவையெல்லாம், ஒருவிதமான வழிபாட்டு முறைகளே. சனாதன தர்மம் என்பது மனித நேயத்திற்கான மதம்.' – என்று நம் இந்திய நாட்டின் உத்திரபிரதேசத்தின் முதல்வர் திரு. யோகி ஆதித்யநாத் அவர்கள் கோரக்பூரில் நடந்த நிகழ்ச்சியில் கூறியதையும், மற்றும், 'மதங்கள் என்று கூறிக்கொள்ளும் மற்றவையெல்லாம், ஒருவிதமான வழிபாட்டுமுறைகளே,' என்றும் கூறுமிடத்து, உயிர்பலி கொடாத வழிபாட்டு முறைமட்டும் தான் சனாதனத்தின் வழிபாட்டு முறையாக திரு.யோகி ஆதித்யநாத் அவர்கள் கருதுவதாகத் தோன்றும் இத்தகைய குறுகிய நோக்கம் கொண்ட வழிபாட்டு முறை பிராமணர்களுக்கே உரியதாக திரு. யோகி ஆதித்யநாத் அவர்கள் சொல்லும் சனாதனம்-என்பது, எவ்வாறு மனித நேயத்திற்கான மதமாகும்?

சனாதனம் என்பது யாருக்குச் சொந்தமான மதம்? மேலும், இன்றளவும் திரு. யோகி ஆதித்யநாத் அவர்கள் கூற்றுப்படி இந்து-சனாதன-வர்ணாஸ்ரம தர்மமும், இந்து-சனாதன தர்மமும் எந்தவித மாற்றமுமின்றி பிராமணர்களுக்கு மட்டுமே உரித்தானதாக அவர் ஒப்புக்கொள்வதால் சனாதன வழிபாட்டு முறை பிராமணர்களுக்கு மட்டுமே சொந்தமானது என்று திரு. யோகி ஆதித்யநாத் அவர்கள் கருதுகின்றார். ஆதலால் தான், மேலும் அதே தினமலர் அக்டோபர் 4-ஆம் தேதியிட்ட இதழில் கூறுமிடத்து, 'அதை (சனாதன தர்மத்தை) ஒழிக்க நினைப்பது, உலகளவில் மனித நேயம் பெரும் பாதிப்பை சந்திக்க நேரிடும்' – என்று உலகளவிற்கு எச்சிரிக்கை விடுவது, இந்து-சனாதன தர்மத்திற்கே, இந்த உயர் ஜாதி என்று தங்களைத்தாமே, இந்து மதத்தின் ரிக் வேதத்தில், அக்கால வேத வியாக்கியர்களால் (பிராமணர்களால்) பிறப்பின் அடிப்படையில் அவரவர் ஜாதியை நிர்ணயம் செய்வதாய் திருத்தப்பட்டதை (புருஷ-சுக்தா-ரிக்வேதா-10.90.12 மற்றும் 10.18.7) கடைபிடித்தொழுகிக்கொண்டு, 'அதை ஒழிக்கநினைத்தால், உலகம் பெரும்பாதிப்பை சந்திக்க நேரிடும் – என்று பிரம்மனுக்கே ஒவ்வாதவாறு, உலகத்திற்கே எச்சரிக்கை விடுவதென்பது அவரிருக்கும் நிலைக்கும் அவர்தம் பிறப்பின் வகைக்கும் பொருந்தாதது கண்டு, மனுதர்மத்தின்படி அவரவர் தம் நடத்தையால் மட்டுமே அவரவர், வருணம் அழைக்கப்பட்டதுபோல், இனியாகிலும், குதற்கமாக, மழித்தலும்-திரித்தலும், மறைத்தலும்-மடக்கலும், மழுப்பலும்-

வழுக்கலும், மாயாஜாலமும்-வருணனை ஜோடனைகளுமின்றி, தன்நிலையினின்று அவர் தவறுவதைக் கண்டும், அவரைப்போலுள்ள 3 முதல் 5% உள்ள மேல் வருணத்தோர் என்று தம்மைத்தாமே அழைத்துக் கொள்வோர், தமிழ் தேசிய சிந்தனையாளர் திரு. பாரிசாலன் அவர்தம் கூற்றுக்கொப்ப, 'சனாதனம் என்பது பிராமணர்கள் தங்களுக்கென்று உருவாக்கிக்கொண்ட மதமாகும். பிராமணர்கள் தான் எல்லாவற்றிலும் உயர்ந்தவர்கள். கடவுளை விட உயர்ந்தவர்கள். கடவுள் என்பவன் மந்திரத்திற்கு கட்டுப்பட்டவன். மந்திரம் பிராமணனுக்கு கட்டுப்பட்டது.' – என்று இப்பொழுதும் நடப்பது கண்டு உலகம்மிகவும் வருந்துகின்றது. ஏனெனில், அத்வைத வேதாந்தத்தின் உயரிய நோக்கமான 'ஒரே ஒரு நிகரற்றப்பரம் பொருள்' – கடவுளைத் தேடுதலேயாகும். இது மனிதனாய் பிறந்த (படைக்கப்பட்ட) அனைவருக்கும் பொதுவாக கடவுளால் கொடுக்கப்பட்ட வரமாகும், என்பதில் எந்த ஒரு மாற்றுக்கருத்தும் இருக்க இயலாது.

இதனையே, வள்ளுவப்பெருந்தகை, பக்தனிடம் வேற்றுமையிடையே ஒருமைப்பாட்டைக் காண்பதற்கு உள்ளசில அடிப்படையான இயல்புகளில், தன்னலமின்மை எதனையும் தனக்கென ஏற்பதில்லாது, தான் என்ற ஒன்றே இல்லாது இருப்பதால், அவருக்கு தனக்கென வேண்டப்படுவது ஒன்றும் இராது. இத்தகைய பக்தர்கள் சமுதாயக்கட்டுப்பாடுகளிலிருந்து முற்றிலும் நீங்கியவர்கள் ஆதலின், கனிவு, இரக்கம், கருணை, பரிவு, பாசம், அரவணைப்பு என்பன பலவும் இவர்களிடம் குடிகொள்கின்றன. இறைவன்பால் எல்லையற்ற உறுதியும் நம்பிக்கையும் கொண்டவர்களாதலின் அஞ்சாமை இவர்களிடம் குடிகொண்டுவிடுகிறது. ஆதலால் யாவும் இறைவனின் திருவுளப்படியே, நடைபெறுகின்றன என்ற நம்பிக்கையில், "பற்றுக பற்றற்றான் பற்றினை அப்பற்றைப் பற்றுக பற்றுவிடற்கு" என்ற குறளோவியத்திற்கொப்ப, 'அவனன்றி ஓர் அணுவும் அசையாது' என்பதை ஏற்றுக்கொண்டமையால், பகைமை, காழ்ப்பு, வெறுப்பு, பொறாமை, துரோகம், அவநம்பிக்கை என்பவை இவர்கள்பால் இருப்பதே இல்லை.

இப்படிப்பட்டவர்கள், எப்படியும் வாழலாம் என்பதை விடுத்து இப்படித்தான் வாழ வேண்டும் என்ற குறிக்கோளை ஒழுங்கு முறையாகக் கொண்டு, தன்னைச்சுற்றி ஒருவட்டம் அமைத்துக்கொண்டு அதனின்று

சற்றும் பிசகாமல் விலகாமல் வாழ்பவர்களே இம்மையில் மாசற விளங்கி மறுமையில் பேரின்பம் அடைகின்றனர். அத்தகைய வட்டமாக அமைந்தவைகளே நீதி நூல்களாகும். அவைகளுள் ஆசாரக்கோவை என்பது (ஆச்சாரம்-ஒழுங்கு) வாழ்க்கைச்சட்டமாக அமைந்து தனிமனித வாழ்க்கையை மேம்படுத்துகின்றது. இவைகளுள், ஒழுக்கத்திற்கு விதை போல விளங்கும் எட்டு ஆச்சாரமாக, 1. பிறர்செய்த உதவியை மறவாதிருத்தல், 2. பொறுமையை இழக்காமல் இருத்தல், 3. இன்சொல் பேசுதல், 4. எந்த ஓர் உயிருக்கும் தீங்கு செய்யாதிருத்தல், 5. கல்வி கற்றல், 6. உலகத்தோடு ஒத்து வாழ்தல், 7. கல்வி கேள்விகளால் பெற்ற அறிவு உடையவனாய் இருத்தல் மற்றும் 8. பெரியோரைத் துணையாகக்கொள்ளல். மேலும், ஒழுக்கம் தவறாது வாழ்வோர் பெறும் எட்டு சிறப்புக்களாக, 1. நல்ல குடியில் பிறக்கும் வாய்ப்பினைப் பெறுதல், 2. நீண்ட நாள் உயிர் வாழ்தல், 3. செல்வத்தால் சிறப்பு பெறுதல், 4. தோற்ற அழகு பெறுதல், 5. நிலத்திற்கு உரிமையுடையவராக இருத்தல், 6. சொல்வன்மை உடையவராக இருத்தல், 7. கல்வி அறிவு நிரம்பப் பெற்று இருத்தல் மற்றும் 8. நோயின்றி வாழ்தல். ஆகியவை தனிமனிதனின் ஒழுக்க வாழ்விற்கு விதையாகவும், அதன் வழிவரும் சிறப்புக்களாவும் விளங்குவதைக் காணலாம்.

ஆகவே, மேற்கண்ட வழிகளால் மட்டுமே, நம் அடிப்படை தேவையாக இருக்கும் தனிமனித (சமுதாய) மாற்றத்தை வளர்த்து, அதன் வழி நம் தேசிய ஒருமைப்பாட்டைக் கண்டடையச் செய்து, நாம் அடையவிழையும் அனைத்து வகையிலுமான சிறப்பான விடியலைப் பெறச் செய்ய இயலும். இதனால், பிளவுபட்ட அனைத்தும் நயமுடன் நாளடைவில் ஒருங்கிணைக்கப்பட்டு, சமுதாயத்தின் நடையுடை பாவனைகளை (Social Ethos) கல்வியியல் மற்றும் சமுதாய சீர்திருத்த நோக்கங்கள் மூலம் தனிமனிதனின் வாழ்வை மாற்றமுடன்கூடிய பெரும்மாற்றத்திற்காக மாற்றி, இந்தியாவின் விடியலின் முழுமையை நோக்கி பயணித்து, இதன் வழியே அவனிய சமூகத்து மறுமலர்ச்சியினைக் கண்டிப்பாக நாம் அடையலாம்.

15

உலகளாவிய விடியலின் முழுமையை நம் இந்தியத்திரு நாட்டின் ஒற்றுமையால் கண்டடைந்தோமெனப் பாடுவோம், ஆடுவோம் - ஆனந்தம்! ஆனந்தம்!! ஆனந்தமே!!!

இவண், மனிதனின் இயல்புநிலை, அதன் மாற்றம் மூலம் மாற்றம் பெறுதலின் அவசியத்தையும், இந்த மாற்றம் கண்ட விதங்களும் அதன்வழி அவனது சமூகம் கண்ட மறுமலர்ச்சியையும், மனிதன் இவ்வுலகில் உருவான விதத்தைப் பற்றிய மதம் – சார்ந்ததோர் ஆய்வையும், தனிமனிதனின் மாற்றம் அவனிய சமூகத்து மறுமலர்ச்சியுடன் கூடிய விடியலின் முழுமையான முன்னேற்றம். இதுவே அனைத்து மாந்தர்களின் (ஒவ்வொருவரின்) உலகளாவிய சமூகத்து அர்ப்பணம் என்பதையும், நம் இந்திய கல்வியின் சரித்திரத்தில் ஆக்கம் பெறப்பட்ட தொழிற்கல்வி/தொழில்மயமாக்கப்பட்டக் கல்வியின் கோட்பாடுகளைச் சரிவரச் செயற்படுத்தாமையால் நம் இந்தியாவின் தேவைகள் முழுமையாகக் கண்டடையப்படவில்லை என்பதனையும், நம் நாட்டின் எதிர்காலப் பாதுகாப்பிற்குகந்த மனித நேயமாண்புகளைக்காக்க, பல்வகையான சிக்கல்களுக்கெல்லாம் கொடு முடியாய் விளங்கும் பொருளாதாரக் குறைபாட்டை முழுமையாக நீக்க, நம் நாட்டின் விடுதலைக்கு முன்பும், பின்பும், ஏன் இன்றளவும் இயலவில்லை என்பதனையும் சீராய்வாகக் கொண்டு, இதன் சீர்திருத்த நோக்கங்களை

முழுமையாய் கண்டடையும் வழிவகைகளை கல்வியியல் மற்றும் சமுதாய மேம்பாட்டு நோக்கங்களின் வழியே முழுமையான விடியலை அடையவிழையும் வேளையில்,

இவ்விடுதலையைப்/விடியலைப்பெற, மனித குலமானது, மனிதத்துவ விடியல் காலம் முதல் (Dawn of Humanity), இன்று வரை, பல்வேறு வகைகளில் பலவிதமான நவீனத்துவக் கோட்பாடுகளின் உதவியோடு அதன் முழுமையை நோக்கி அனுதினமும் போராடிக்கொண்டிருக்கும் அனைத்து வகை நிலைகளான – நவீன நிலை, வகுப்புவாதமும் நவீனநிலையும், மத-அடிப்படைவாதமும் நவீன நிலையும், நவீனமும் அதன் பின்- நவீனநிலையும், பின்-நவீனநிலையும் மனிதனும், பின்-நவீனத்துவமும் மனிதனின் ஆக்கச் செயல்பாடுகளும், இந்தியாவின் நவீனமும் அதன் பின்-நவீனமும், புதிய மில்லீனிய இந்துத்துவ இந்தியாவும் அதன் உலகமயமாதலும், இந்துத்துவம், இந்தியா மற்றும் உலகளாவிய நாடுகளின் தத்துவக்கோட்பாடுகளின் மாட்சிமை மற்றும் உலகளாவியத் தத்துவ ஒருமைப்பாட்டிற்கான ஒரு மெய்ப்பணம் என்ற விருப்பு வெறுப்பற்ற, சமன்சீர் ஆய்வுகள் ஊடே, அரசியல், தத்துவம், பொருளியல், கல்வி, தொழில் மயமாக்கப்பட்டக் கல்வி, தொழிலின் மகத்துவம், சமுதாய சீர்திருத்தநோக்கங்கள், கல்வி கற்கும் மக்கள் தொகை அடிப்படையிலான கல்வியின் மேம்பாட்டிற்குகந்த தேசியகல்வி, நிதி ஒதுக்கீடு, அறிவியல், கலை, இலக்கியம், கடவுள், மதம், வேதங்கள், பகுத்தறிவு, தர்க்கத்தின் அடிப்படை, மனித விடுதலை, தேசீயம், மார்க்கிசம், பாசிசம், சனநாயகம், சமத்துவம், சமயச்சார்பின்மை, நீதி, பன்மையில் ஒருமை, ஒருமையில் பன்மை, மனித நேயம், மதநல்லிணக்கம், சமூக உணர்வு, சமூக நீதி, குடியுரிமை, குடிமக்களுக்கான உரிமைகள், நம் இந்திய தேசத்தின் ஒற்றுமை, மக்களின் ஒன்றுபட்ட பங்கேற்பு, மாற்றம், மாற்றம் மூலம் மாற்றம் பெறுதலின் அவசியம், முன்னேற்றம், மேம்பாடு, மறுமலர்ச்சி, நவீனம், தேசிய இனங்களின் தனித்த கலாச்சார உரிமை, அடிப்படை உரிமைகளும் மற்றும் அகில உலகமனித உரிமை உடன்படிக்கைகளில் இடம் பெற்றுள்ள அனைத்து உரிமைகளையும், மையமாகக்கொண்டு 'மாந்தர் அனைவரின் மீட்சிக்கு' விடிவெள்ளியாய்த் திகழும் விதத்தில் ஆவலுடன் படைக்கப்படுவது தான் இக்காப்பியம்.

15.1. நம்மைச்சூழ்ந்து நிற்கும் அறை கூவல்களும் அவற்றின் தீர்வுகளும்:

15.1.1. இந்திய நவீனத்துவ அறைகூவல்கள்:

1. நம் இந்தியாவில் மத நீக்கச் செயல் (Secularisation) என்பது, நிறைவேற்றப்படாத ஒருவகை நவீனம் அதாவது எதிர்—நவீனமாகவே (Anti-Modernity) இன்றுவரை அரங்கேற்றப்பட்டுள்ளது. ஆகவே மத நீக்கம் (Secularism) என்கின்ற கருத்தாச்சத்திற்குப் பதிலாக மதப் பொறை (Religious Tolerance) என்கின்ற திரு. அத்வானி அவர்களின் கூற்றுப்படி, "சர்வமத சம்பவம் – Sarva Dharma Sambavam" என்னும் புதிய கருத்தாச்சம் இந்தியாவில் விதைக்கப்பட்டு, இதன் விளைவாக நவீனத்துவத்தோடு இந்துத்துவ நிறுவனங்கள் பலவீனப்படுத்தப் படுவதற்குப் பதிலாக, பலப்படுத்தப்பட்டுள்ளன. இதற்கும் மேலாக மதநீக்கம் (Secularism) என்பது, பொய்யான மத நீக்கம் (Pseudo-Secularism) எனக் கேலி செய்யப்பட்டுக்கொண்டு வருகின்றது இன்றளவும் நம் இந்திய மண்ணில்.

2. எதிர்மறை சிந்தனையாளர் எம்.எஸ்.சவார்க்கரின், 'அரசியலை இந்து மயமாக்கு, இந்துக்களை இராணுவமயமாக்கு" –என்பது, நம் இந்திய தேசத்தின் அரசியல் சாசனத்திற்கு வைக்கப்படும் ஓர் அணுகுண்டு என்பதை இந்தியர்களாகிய நாம் நன்குணர்ந்து செயற்படுதல் வேண்டும்.

3. மேலும் எம்.எஸ்,.கோல்வால்கர் அவர்கள், "இந்துத்துவ கனவு வெற்றி பெறுமானால் அறிவியலையும், தொழில் நுட்பத்தையும் இந்துத்துவ சிந்தனைக்கு தலைவணங்கச் செய்வோம்." – என்று, நவீனத்துவத்தையும் இந்துத்துவத்தையும் ஒவ்வாது ஒப்பிட்டு மதத்தின் மாண்பையும் அதன் மாறாபரம்பொருளாம் இறைவனின் மாட்சிமையையும் சீர் குலையச் செய்வது, நம் தேசத்தின் உலகளாவிய ஒற்றுமைக்கு விடப்படும் அறைகூவலாகும்.

4. அடுத்தும் எம்.எஸ்.கோல்வால்கர், தாழ்த்தப்பட்ட இந்துக்களை எவ்வாறு நடத்த வேண்டும் என்று தனது பஞ்சு ஆப்தாட்ஸ்

என்னும் புத்தகத்தில் மிகவும் தெளிவாக குறிப்பிடும் வேளையில், "தாழ்த்தப்பட்டவன் கல்விகற்றால் அவனது காதில் ஈயத்தைக்காய்ச்சி ஊற்று." என்றும், "இந்துக்களே உங்களின் சக்தியை பிரிட்டீஸ்காரர்களுடன் சண்டையிடுவதில் வீணாக்காதீர்கள், மாறாக உங்களின் சக்தியை சேமித்து நம்மிடத்திலேயே உள்ள நம் விரோதிகளான முஸ்லிம், கிறிஸ்துவர் மற்றும் கம்னியூஸ்டுகளுடன் சண்டையிடுங்கள்." என்றும் கூறுவதோடு மட்டுமின்றி, இப்படிப்பட்ட பொற்காலம் தான் இந்துராஷ்டிரம் என்றும் இதை அடையத் தான் முதலில் ஜனசங்கம் என்ற அரசியல் கட்சி ஆரம்பிக்கப்பட்டு, பின்பு பாரதிய ஜனதா என்று பெயர் மாற்றப்பட்டதும் உண்மையிலும் உண்மை. ஆகவே, இந்திய சரித்திரம் நம்மை நோக்கி இவண் கேட்கும் கேள்வி:

"இந்துக்களை குலத்தொழில் தான் பார்க்கணும்னு சொன்னது யாரு? இந்துதான்!!! இந்துக்களை கோயிலுக்குள்ளே விடாமல் தடுத்ததுயாரு? இந்துதான்!!! சக இந்து தொட்டாலே தீட்டு, பார்த்தாலே தீட்டுனு ஒதுக்கி வெச்சதுயாரு? இந்து தான்!!! – இப்ப சொல்லுங்க, இந்துக்களுக்கு இந்தியாவில் யாரால் ஆபத்து என்று!!!"

15.1.2. நம் தேசத் தலைவர்களின் மனக்குமுறல்:

மத அடிப்படைவாதம், வகுப்புவாதம், பிரிவினைவாதம், கடவுள் வாதம் என்ற நச்சுக்களினால் நம் இந்திய மக்களின் பொது வாழ்வு சீர்குலைக்கப்பட்டு வருகின்றது என்று காணுமிடத்து:

1. திரு. வி.ஆர்.கிருஷ்ணய்யர், "இதன் விளைவாக சமயச்சார்பின்மை சிலுவையில் அறையப்பட்டுள்ளது. தேசியம் கொலை செய்யப்பட்டுள்ளது. சோசியலிசம் அமரத்துவம் அடைந்துவிட்டது." என்றும்,

2. நம் இந்திய தேசத்தின் முதல் பிரதமர் திரு. பண்டிட் ஜெவகர்லால்நேரு, "நாம் அனைவரும் வகுப்புவாத நச்சுக்கு, பையப்பைய ஆட்பட்டு வருகிறோம். நாடு மிகப் பெரிய வீழ்ச்சியை நோக்கிச் செல்கிறதோ என அஞ்சுகிறேன்" அவர் மேலும் "மத-ஆடம்பர விழாக்களெல்லாம் அரசியலாகாது.

இதில் இந்திய அரசாங்கத்திற்கு எந்தவிதமான சம்மந்தமும் கிடையாது. நாம் எந்த வகையிலும் இந்திய நாட்டின் மதச்சார்பின்மைக்கு எதிராக செயற்படுதல் கூடாது. இதுவே நம் இந்திய தேசத்து அரசியல் சாசனத்தின் அடிப்படையாகும். ஆதலால் நம் இந்திய அரசாங்கம், மதச்சார்பின்மைக்கு எதிராக செயல்படும் எந்த காரியங்களிலும் தன்னை ஈடுபடுத்திக் கொள்ளாமல், நம் நாட்டின் மதச்சார்பின்மைக்கொள்கை பாதிக்கப்படாமல் காத்திடுதல் வேண்டும்.' என்ற கூற்றுகளும் நம்மை சற்று சிந்திக்க வைக்கின்றதன்றோ! ஆகவே, இவைகளுக்கெல்லாம் தீர்வு காண்பதற்கு தனிமனிதனின் மாற்றமே மிகவும் அடித்தளமாய் அமைகின்றதன்றோ!

3. இன்றைய இந்தியாவின் வகுப்புவாத அரசியலுக்கு வலுவான மாற்று அரசியலை முன்னெடுக்கும் சித்தாந்தத் தெளிவுப்பெற்ற அரசியல் வலிமை தமிழகத்திற்குத்தான் உண்டென்று முழுமையாய்ப் புரிந்து கொண்ட இந்திய தேசிய காங்கிரஸின் இளந்தலைவர் ராகுல் காந்தி அவர்கள், "தமிழர்களை உங்களால் ஒருபோதும் ஆளமுடியாது – என்று பாரதீய ஜனதாவை நோக்கி எழுப்பிய முழக்கத்தின் அர்த்தத்தை இனியாகிலும் புரிந்துகொண்டு, இந்த பிரகடனம் தமிழகத்திற்கு மட்டுமானதாகக்கருதாது, இந்தியத் துணைக்கண்டத்திற்கும் முழுமையாய் விடப்பட்ட சவாலாக கருதி, மாநில சுயாட்சி, மத்தியில் கூட்டாட்சி, மதசகிப்புத்தன்மை, சமூக-நீதி, ஜனநாயகம் ஆகிய இவ் ஐந்தின் மீது தான் இந்திய தேசம் வலிமையுடன் இருக்க முடியுமென்று சரிவர புரிந்து இன்றைய இந்திய ஒன்றிய அரசு செயலாற்ற வேண்டிய தருணம் இதுவே. ஆகவே "தமிழனாக இருப்பதுதான் உண்மையான இந்தியனாக இருப்பது" என்று உள்ளம் குமுற இந்திய தேசத்தின் மீது பற்றுடைய யாவரும் பறைச்சாற்றுகின்றனர்.

15.1.3. தீர்வு தரும் தனி மனிதனின் அன்புசார் அர்ப்பணவாழ்வின் அம்சங்கள்:

i. புனித பாப்பரசர். பிரான்சிஸ் மற்றும் மதர் தெரெசாள் அவர்களின் அன்பின் அடிப்படையிலான,

“ஆறுகள் அவற்றின் நீரை அருந்துவதில்லை: மரங்கள் அவைகளின் கனிகளை உண்பதில்லை: ஆதவன் அதற்கு அதன் ஒளியைக் கொடுப்பதில்லை மற்றும் மலர்கள் அவைகளின் நறுமணத்தை அவைகளின் மத்தியில் பரவவிடுவதில்லை. மற்றவர்களுக்காக வாழ்வதே இயற்கையின் நீதி, ஏனெனில் நாம் அனைவரும் பிறந்ததே ஒருவருக்கொருவர் உதவி செய்வதற்கே. இது எவ்வளவு கடினமானதென்பதை விட நீ மகிழ்ச்சியாய் இருப்பதால், உன் வாழ்க்கை நன்றாக இருக்கின்றது. ஆனால் மற்றவர்கள் உன்னால் மகிழ்ச்சியாய் இருக்கும் போதுதான், அதிலும் மேலாக சிறப்பானதாக இருக்கும்.” என்று புனிதபாப்பரசரும்,

“எனது இறைவா! பசி உள்ள இடத்தில் அன்பையும், தவறு உள்ள இடத்தில் மன்னிப்பையும், பிளவு உள்ள இடத்தில் ஒற்றுமையையும், பிழை உள்ள இடத்தில் திருத்தத்தையும், ஐயமுள்ள இடத்தில் பற்றுதலையும், விரக்தி உள்ள இடத்தில் சாந்தியையும், இருள் உள்ள இடத்தில் ஒளியையும், ஆறுதல் தேடுவதைவிட பிறருக்கு ஆறுதல் தந்திடவும், பிறர் என்னைப் புரிந்து கொள்ள வேண்டும் என்பதைவிட, பிறரை நான் புரிந்திடவும் அன்பைப் பொழிந்திடவும், பிறர் என்னில் அன்பு செய்திடவும், நீர் அருள் தருவீராக! அன்பு செய்தாருக்கு அன்பு செய்வோம்: அன்பற்ற பேருக்கும் அன்பு செய்வோம்” என்று மதர் தெரெசாவும், கூறும் அன்பின் செயலாற்றல் இதுவே.

ii. இந்தியாவில் கல்வி மற்றும் மதம் அடிப்படையிலான சீர்திருத்த ஞானியார் சுவாமி விவேகானந்தர் அவர்கள்,

“தூய்மை, பொறுமை, விடாமுயற்சி இந்த மூன்று நற்குணங்களுடன் அன்பும் சேர்ந்துவிட்டால் உலகமே சொர்க்கமாகிவிடும்.”

iii. நம்தமிழ்நாட்டிலுள்ள திருவண்ணாமலையில் அருள்பாவித்த இரமண மகரிஷி அவர்கள் தனது தொண்டர்களின் கேள்விகளுக்கு அருளிய பதில்களின் கோர்வையான, முதல் புத்தகத்தின் முன்னுரையில், “சகல ஜீவர்களும் துக்கமென்பதின்றி எப்போதும் சுகமாயிருக்க விரும்புகின்றனர். யாவரும் தன்னிடத்திலேயே பரமபிரியம் இருக்கின்றது. இந்த பிரியத்திற்கு சுகமே காரணமாதலாலும், மனமற்ற நித்திரையில் தினமனுபவிக்கும் தன் சுபாவமான அச்சுகத்தையடையத் ‘தன்னைத்தானறிதல்’ வேண்டும். அதற்கு ‘நான் யார்’ என்னும் ஞான

விசாரமே சாதனம்" – என்று உலக மாந்தர்கள் அனைவருக்கும் தீர்வு தரும் தனி மனிதனின் செயற்பாட்டைப் பற்றி மிகவும் அழகாக எடுத்தியம்பியுள்ளார்கள்.

iv. இதையே, சத்குரு ஜகதீஷ் என்னும் ஜக்கிவாசுதேவ் (ஈசா மையம் – கோவை) அவர்கள், 'தீவிரமாகவும்...! சந்தோஷமாகவும்...! முழுமையாகவும்...! அன்பு செய்யுங்கள்..! நீங்கள் அன்பு செய்தால் அடுத்தவரின் சுதந்திரத்தை அழிக்குமளவிற்கு ஒருபோதும் குரூரமானவராக இருக்க மாட்டீர்கள்...! அன்பிற்கு ஓர் இலக்கணம் உள்ளது...! அது சுதந்திரத்தை வழங்குகின்றது...! ஆனால் நிபந்தனையில்லாமல் வழங்குகின்றது.' – என்று கூறுவார்.

v. புனித ஆன்மீகமும்மதச்சார்பின்மையும் இன்றைய உலகின் பிரச்சனைகளுக்குத் தீர்வாகும் என்பதனை –

"இயற்கையின் மீதிருக்கும் மனிதனின் ஆதிக்கம் அவனுடைய சொந்த அகநிலையின் கட்டுப்பாட்டை விடவும் அதிகரிக்கும் போது, சமுதாயத்தில் ஒரு ஏற்றத்தாழ்வு உருவாகிறது. இந்த ஏற்றத்தாழ்வுதான் இன்றைய மக்களது பிரச்சனைகளின் அடிப்படை. இதுவே, மிகவும் விமர்சித்து வரப்படும் உலக நெருக்கடியின் ஆணிவேராகும். அகவளர்ச்சியைப் புறக்கணித்த அதிதீவிர பொருளாசையும் மதமறுப்பு நிலையுமே மனிதனுக்கு தீங்கு விளைவிக்கின்றது. புனித ஆன்மீகமும் – மதச்சார்பற்றத்தன்மையும் சுருதியும் – லயமும் போல இணைவதே இன்றைய உலகின் பிரச்சனைகளுக்குத் தீர்வாகும். நல்ல மத ஒழுக்கத்துடன் பொருளாதார வளமிகுந்த நாட்டில் வாழும் ஒரு ஆரோக்கியமான மனிதனால் மட்டுமே நிம்மதியையும் சந்தோஷத்தையும் நறுமணமாக வீச முடியும். "நெறியியல் போற்றுக போற்றுங்கால் மூட வெறிமயல் வேண்டா விலக்கு." – 195-வது திருக்குறள் – (என்பது உலகை இணைக்கும் ஒப்பற்ற தமிழ்ச்சித்தாந்தம் – திரு. சாலமன் பாப்பையா.)"

vi. இயேசு கிறிஸ்து மற்றும் கிரிஷ்ணபிரபுவின், கருவறை முதல் கல்லறை வரையில் அவர்களின் வாழ்க்கைச் சார்ந்த ஒற்றுமைகள் (The Striking Similarities Between the lives of Jesus Christ and Lord Krishna from womb to tomb) – As published in 'The Hindu' on 11th Jan. 1997. (ஆங்கிலத்திலிருந்து தமிழாக்கம் செய்யப்பட்டுள்ளது.)

இந்த இரு இரட்சகர்களின் பிறப்பு இயற்கைக்கு அப்பாற்பட்டதும், விண்ணுலகம் சார்ந்ததுமாய் இரவில் செயல்படும் (Nocturnal) குழந்தைகளாய் இருந்தனர். இயேசு மாட்டுத் தொழுவத்தில் பிறந்தவராய் இருக்கையில், கிருஷ்ணரோ கோகுலத்தில் (மாடுகள் வளர்க்கும் வீட்டை) தனது வளர்ப்பிடமாய் தேர்ந்துகொண்டார். இவர்கள் இருவரையுமே அவர்களது குழந்தைப் பருவத்திலேயே அழித்துவிட நடந்த துயரத்திற்கு ஆட்படுத்தப்பட்டனர். கெரால்டு அரசன் (King Herod) குழந்தை யேசுவின் இரத்தத்தைக் குடிக்கத் துடித்தது போல, கம்சா அரசன் (King of Mathura) அவனது முயற்சிகளை சிறிதளவும் அந்த நீலநிறக் கண்ணனை ஒழிக்கக் குறைத்துக் கொள்ளவில்லை.

இவ்விருவரும் இந்த பூமியில் வசித்த போதே பல புதுமைகளைச் செய்தாலும், எல்லோரும் இவர்களுடைய புதுமைகளை ஒத்துக் கொள்ளத்தயாராக இல்லையாதலால், இவைகள் அவர்களுடைய இறைத்தன்மை நம்பிக்கையின் வசமானது. இவர்களுடைய இயற்கைக்கு மேலான சக்தியை உணர்ந்தவர்கள், இவ்விருவருடைய ஆசீரை அவரவர்களின் தகுதிக்கேற்பப் பெற்றனர். இயேசு மலைச் சொற்பொழிவையும், கிருஷ்ணர் விண்ணுலகைச் சார்ந்த பகவத் கீதையையும் தந்தனர். இருவருடைய வாழ்விலும், கொடுமைகளே காரணமாய் அமைய, இயேசு சிலுவையில் அறைந்து கொல்லப்பட்டதுபோல், ஒருவேடன் கிருஷ்ணபிரபுவை, மானென தவறாக எண்ணி அவன் எய்த – அம்புக்கு இரையாக்கப்பட்டார். இதிலிருந்து நாம் அறியவேண்டியது யாதெனில், அனைத்தையும் கடந்து நிற்கும் ஒரே இறைவன் தான் அளவு கடந்த அன்பால் மனிதனை அவ்வப்போது தட்டி எழுப்பி, ஊக்குவித்து வழிநடத்தி வருகிறார் என்பதுதான்.

vii. வடலூர் திருவருட்பிரகாச வள்ளலார் அவர்களின் (கி.பி. 1823 முதல் 1874) அன்புசார் அர்ப்பணவாழ்வின் கொள்கைகள்:

நம் இந்திய நாட்டில், வடக்கே இராமகிருஷ்ணர் என்றால், தெற்கே இராமலிங்க சுவாமிகள், வள்ளலாரின் ‘சமரசசுத்த, சன்மார்க்கம் என்பது சங்கம், மடம், சத்திரம் மற்றும் சாலை என அழைக்கப்படலாயிற்று. அவரது சன்மார்க்கம் மேலும், 1. தாச மார்க்கம் – எல்லா உயிர்க்கும் அடிமை, 2. சர்பூத்தரமார்க்கம் – எல்லா உயிர்களும் நமக்குமேல்,

3. சக மார்க்கம் – சகோதர மார்க்கம் 4. சன்மார்க்கம் – எல்லா உயிர்களையும் சமமாக பாவித்தல் என உட்பிரிவுகளாக அமைந்துள்ளது. "ஜீவகருணையினாலே சிவ கருணையைப் பெறலாம்" – என்று சொல்ல வந்தவர்தான் வள்ளலார். இத்தகைய அருளாளர் மதிப்புடையவையாகக் கருதியது, அன்பு, உண்மை (சத்தியம்), அழகு என்பனவாகும்.

ஆதலால் "எவ்வுயிர்த்திரளும் என்னுயிர் எனவே எண்ணிநல் இன்புறச் செய்யவும் அவ்வுயிர்களுக்கு வரும் இடையூற்றை அகற்றியே அச்சம் நீக்கிடவும்.. என்பதாய்". வாடியப் பயிரைக் கண்ட போதெல்லாம் வாடினேன் – என்றுசிவ கருணைக்கு வழி சொன்னவர் "ஆன்ம நேய ஒருமைப்பாடு" – என்று போதித்து இதில் 'பாடு' என்ற சொல்லை உலகிற்கு சுமார் 150 (1873) ஆண்டுகளுக்கு முன்பே சேர்த்தவர் வள்ளலார் தான். இவ்வொருமைப்பாடு கெடாமல் இருக்க, காலம், விதம், அளவு மற்றும் இடம் இவைகளைக் கடந்து, "என் குலம் என் இனம் என்பது தொண்ணூற்றாறு அங்குலம் (12*8=96)-8- ஜான் உள்ள உடலுக்கு மட்டும்தான், உயிருக்கல்ல என்று "மேல் வர்ணம், தோல் வர்ணம் கண்டு அறிவாரில்லை"" – என்றும், மண்ணோடு ஒழியக்கூடிய ஆசைகளான, மண்ணாசை, பொன்னாசை மற்றும் பெண்ணாசை – ஆகிய உடம்போடு ஒன்றிய ஆசைகளினால் மனதை தவறு விழைக்கச் செய்யாது, உயிரால் அனுபவிக்க வேண்டிய ஆசைகளைப் பற்றி கவலைப்பட வேண்டுமென்று கூறி, "உடம்பையும் உயிரையும் ஆண்டவன் சோற்றுப்பசையால் ஒட்டியுள்ளான்." – என்று கூறி அதனால் தான் நாம் "பசி உயிர் போகிறது" – என்று சொல்கிறோம் எனவும், இந்த பசையானது, 'காஞ்சா பிச்சுக்கும் அதலால் ஈரமாகவே இருக்க வேண்டும்.' என்று கூறி, அவரால் வழங்கப்பட்ட அன்னதானம் இன்றளவும் அவரது சன்மார்க்கச் சாலையில் தினமும் ஆயிரமாயிரமக்களுக்கு வழங்கப்பட்டு வருகின்றது. மேலும், வள்ளலாரின் தனிப்பட்ட சிறப்பான கொள்கையான, தனிமனிதனின் மாற்றத்திற்குரிய மகா-மந்திரம் "அருட்பெரும் ஜோதி, அருட்பெரும் ஜோதி, தனிப்பெரும்கருணை, அருட்பெரும் ஜோதி, எல்லாம் செயல்கூடும் என்னாணை அம்பலத்தே எல்லாம் வல்லான் தனையே ஏத்து." எனும் பக்தி மற்றும் சமுதாய சீர்திருத்தும் பணிகள் அங்கு ஏற்றப்பட்டுள்ள "அணையா ஜோதி" – யால், சிறப்புடன் செயற்படுத்தப்பட்டு வருகின்றது.

இதற்கு உறுதுணையாக இருக்க தமிழ் நாட்டிலேயே முதன்முதலாக வடலூரில் தொழுவூர் வேலாயுத முதலியாரைக் கொண்டு கற்றார் கல்லார் இளையோர் முதியோர் ஆகிய பலதரப்பட்டவர்களுக்கும் திருக்குறள் பொது வகுப்பு நடத்தச் செய்து, தானும் சில வகுப்புகளை எடுத்தும், திருக்குறளை மக்களிடையே பரப்புவதற்கு அவரது காலத்திலேயே வித்திட்டவர் இராமலிங்க அடிகளார் – என்று ஊரான் அடிகளார் அவர்களும், மேலும், இதற்கு சிறப்பூட்டும் வகையாக, "திருக்குறள் மனிதரது தனி வாழ்விற்கு வேண்டிய தனி ஒழுக்கத்திற்கும் உலகத்தோடு ஒட்ட நடந்து கொள்ள வேண்டிய பொது வாழ்விற்குரிய பொது ஒழுக்கத்திற்கும் பலவகையான அறங்களை இயம்புகின்றது: அவை பெரும் தன்மையுடையனவாயும் அறிவுக்கு பெருந்தன்மையுடையனவாயும் இருக்கின்றன: இத்தகைய மிக உயர்ந்த ஞானத்தை காணக்கூடிய அறவுரைகளின் தொகுப்பை உலக இலக்கியங்களிலே காண்பது அரிது" – என்று ஆல்பர்ட் சுவிட்சர் அவர்களும் கூறுமிடத்து, 'எனைத்தானும் நல்லவை கேட்க அனைத்தானும் ஆன்ற பெருமை தரும்' – எனும் குறம் மெருகூட்டுகின்றது.

இங்கு நம் தமிழ்நாட்டின் பெரும் மதிப்பிற்குரிய கவர்னர் திருவாளர் ரவி அவர்கள், 'அனைவரும் ஒன்று என்ற வள்ளலார் கருத்துதான் சனாதன தர்மம்'- என்று அவர்கள் வள்ளலார் சிலையை புதிதாக சென்னை கவர்னர் மாளிகையில் திறந்து வைத்து (05.10.2023) வள்ளலார் அவர்களின் 200–ஆவது பிறந்த நாள் விழாவில் பேசியதை, தினமலர் அக்டோபர் 6–ஆம் தேதியிட்ட இதழில், 'வள்ளலாரின் கருத்துகள் – பாரதத்தின் அடையாளத்தை வலுப்படுத்தியுள்ளன. பாரத நாடு, தனித்துவம் வாய்ந்தது... உணவு, உடை, மொழி என பல வேற்றுமைகள் இங்கு உள்ளன. இருப்பினும் அனைவரும் ஒன்றாக இருக்கிறோம். பாரதம் என்பதை புரிந்துகொள்ள, நாம் வள்ளலார் போன்றோரை புரிந்து கொள்ள வேண்டும். நாம் எல்லோரும் ஒன்று என்னும் வள்ளலாரின் கருத்தே, சனாதனத்தின் ஆணிவேர். வாடியப்பயிரைக்கண்ட போதெல்லாம் வாடினேன் – என, வள்ளலார் கூறிய கருத்துக்கள் சனாதனத்தை வெளிப்படுத்தும் போது, எப்படி மனிதர்கள் மத்தியில் வேற்றுமையை, சனாதனம் வலியுறுத்த முடியும்? வன்முறை சனாதனத்திற்கு எதிரானது. சமூகத்திலுள்ள வேற்றுமை தான் சனாதனம் எனக்கூறும்

நபர்களை என்ன சொல்வதென்று தெரியவில்லை. நான் ஒரு சனாதன வாதியாக இருப்பதால், அவர்கள் நம்மை சேராதவர்கள் என, சொல்ல முடியாது. ஏனெனில், சனாதனத்தில் மற்றவர்கள் எனயாரும் இல்லை. என்னை அசிங்கப்படுத்தினாலும், நான் அவர்களை ஒதுக்கமுடியாது: அதுவே சனாதனம்.' – மேற்கண்டவாறு கூறுமிடத்து திருவாளர் கவர்னர் அவர்களின் ஒன்றுபட்ட சிந்தனையான 'எல்லோரும் ஒன்று என்னும் வள்ளலாரின் கருத்தே, சனாதனத்தின் ஆணிவேர்' – என்பதில் யாருக்கும் மாற்றுக் கருத்து இருக்க முடியாது.

மாறாக, நாம் முன்பே கண்டவாறு, 'மேல்வர்ணம், தோல்வர்ணம் கண்டு அறிவாரில்லை' – எனும், வள்ளலார் அவர்களின் பிறதொரு கருத்தை, பெரும் மதிப்பிற்குரிய கவர்னர் திருவாளர் ரவி அவர்கள் ஒதுக்கிவிட்டு, எவ்வாறு சமூகத்திலுள்ள வேற்றுமையை சனாதனம் வலியுறுத்த முடியும்? என்றும், 'மற்றவர்கள் என யாரும் இல்லை' என்றும், அனைவரும் ஒன்றாக இருக்கிறோம் என்றும் கூறி, 'சனாதன-வர்ணாஸ்ரம தர்மா' – எவ்வாறு இம்மக்களின் உன்னத நிலையை உடைத்தெறிகின்றது என்பதை, முன்பே நாம் கண்டவாறு, 'ரிக் வேதத்தில், அக்கால வேத-வியாக்கியர்களால் (பிராமணர்களால்) பிறப்பின் அடிப்படையில் அவரவர் ஜாதியை நிர்ணயம் செய்வதாய் திருத்தப்பட்டதை (புருஷ-சுக்தா-ரிக்வேதா-10.90.12) கடைபிடித் தொழுகிக்கொண்டிருப்பதைவிட்டுவிட்டு, ஸ்ரீ அரபிந்தோ அவர்களின் கூற்றுக்கொப்ப, 'சனாதன தர்மம், எதிர்காலத்தில் அதன் அடிப்படையால் ஒரு உலகமதமாக உருவாகவே, பைபிளையும் குரானையும் ஒதுக்காது உள்ளடக்கி உலகளாவிய – ஆன்மீகத்திற்கு இட்டுச் செல்கின்றது. உண்மையிலும் உண்மையான புனித நூல் யாதெனில் அதுவே மனித இதயமாகும்' மற்றும் 'மனுதர்மத்தில், சூத்திரர், பிராமணர் ஆவதும், பிராமணர் சூத்திரர் ஆவதும், இதே அளவுக்கு சத்திரியர் மற்றும் வைசியர் ஆவதும், அவரவர் தம் நடத்தையால் மட்டும் தான்' எனும் ஒன்றுபட்ட கருத்தை உற்று நோக்கினால் 'நான் அவர்களை ஒதுக்க முடியாது அதுவே சனாதனம்.' என்ற பெரும்மதிப்பிற்குரிய கவர்னர் திருவாளர் ரவி அவர்களின் கூற்று, நம் இந்திய தேசமதின் உயரிய நோக்கத்திற்கு நல்சான்றாகும், என்பதை தாழ்மையுடன் தெரிவித்துக் கொள்கின்றோம்.

viii. அருட்தந்தை வேதாத்திரி மகரிஷி அவர்களின் இந்திய தத்துவ கோட்பாடுகளை அனைத்து வகைகளான மேலை நாட்டுத் தத்துவங்களின் உறுதிப்பாட்டுடன் அவரது, 'மனவளகலை மன்றம்' மற்றும் 'சமுதாய சேவா சங்கம்' மூலம் கீழ்க்காணும் சொற்பொழிவுகளான – நான் யார்? குண்டலினி யோகமும் குடும்ப வாழ்வும், இன்ப வாழ்க்கை, வான்காந்தம், ஜீவ காந்தம், பிரபஞ்சம் மற்றும் வானிலை, இறைநிலை தவம் விளக்கம், சித்தர்களின் வாழ்க்கை நெறி, அலை இயக்கம், உடல் ஆரோக்கியம் மற்றும் வித்து மதிப்பு, உள்ளுணர்வு – நல்லொழுக்கம், சர்வ வல்லமையுள்ள இறையாற்றல் பற்றிய விளக்கம், ஜீவ காந்த பெருக்கம், கருமையத்தூய்மை, மனோ சக்தியும், மன அமைதியும், உண்மையான இறை உணர்வு, இறை குரல், குடும்பத்தின் செல்வம், எல்லாம் வல்ல தெய்வம் அது, ரகசியம், கருமையத்தூய்மை, மனம், மனம்–எண்ணம், உயிரும்மனமும், சினம் தவிர்த்தல், ஜடமும் ஜீவனும், அறுகுண சீரமைப்பு உடல் –உயிர்–மனம், கடவுளை காண முடியுமா?, அமாவாசை பௌர்ணமி நோம்பு ஏன்?, துரியதவம், துன்பத்திற்கு காரணம், அமைதி தரும் வேதாத்திரி பாடல்கள், நல்லொழுக்கம் மற்றும் வாழ்க்கை, 1–நிமிட ஆழ்நிலை நம்முன் இதை செய்கிறது, மௌனத்தின் மேன்மை, பேச்சுக்கலை, காயகல்பம்- பாகம்-1, இந்த நிலை உணர்வே- இறைநிலை உணர்தலாகும், உணவில் ஒழுங்குமுறை, ஆசை சீரமைத்தல், இன்முகம், மதம் மற்றும் விழாக்கள், எண்ணம் ஆராய்தல், இறையின் குரல், மதமும் சடங்குகளும், உடல், ஆன்மா, ஜீவகாந்தம் மற்றும் மனம், தியானம் என்பது அகத்தாய்வு, வாழ்க வையகம் வாழ்க வளமுடன், அருட்காப்பு, இன்பம் துன்பம், இன்ப வாழ்க்கை, முதன்மைதுகள், கவலை ஒழித்தல், எதிபார்க்க வேண்டாம், நன்றாக வாழ வழி, பிரம்மஞான சரித்திரம், வானியலும் ஜோதிடமும், பிறர் மனம், சொல்வேந்தர் திரு. சுகி. சிவம் அவர்கள் பார்வையில் அருட்தந்தை வேதாத்திரி மகரிஷி, சிக்கல்களுக்குத் தீர்வு, நல்லொழுக்கம் மற்றும் வாழ்க்கை மற்றும் பிறப்புக்கு முன் மற்றும் இறப்பிற்குப் பின் ஆன்மாவின் நிலை, என்ற தனிமனிதனின் பிறப்பு முதல் இறப்பு வரை அவனடையும் மாற்றம் கொண்ட மாற்றத்தால் பழக்கம், விளக்கம், செயல், துறவு, அறிவு, அறிவுக்கு அறிவு, அமைதி, யோகம், தியானம், சரணம், சமாதி, எங்கே நிம்மதி, சத்தர்கள், சித்தர்கள். தென்புலத்தார்யார் மற்றும் வடக்கிருத்தல் என்பது... என்ற பல வகைப்பட்ட நிலைகளை மேற்கண்ட தனது புத்தகங்களில் அற்புதமாகக்

கூறும் விதமே ஒரு தனிப்பட்ட விதமாக கேட்போர் உள்ளங்களைக் கொள்ளை கொள்ளும் விதமாகவும், கடவுள் அனைத்தையும் கடந்த பரம்பொருளாய்த் தன்னிலையில் என்றும் மாறாது நின்று, ஜாதி, மதம், இனம், வகுப்பு, மொழி, இடம், இருப்பு, நிறம் ஆகியவற்றைக் கடந்து இருப்பதால்,

“கடவுள் என்பவர் ஒரு நபர் அல்ல. ஒரு நபர் என்றால் அந்த நபரைப் பற்றிய சிந்தனை ஒரு மதமாக மாறுகின்றது. ஆதலால் எப்படி உலகம் தோன்றியது, உயிர் எப்படி தோன்றியது, உயிர் இயக்கம் எப்படி தோன்றியது என்பதை விளக்கி, கடவுள் ஒரு தனி நபர் என்பதிலிருந்து உலகத்தை மீட்டவர்தான் – வேதாத்திரி மகரிஷி.”– என்று சொல்வேந்தர் திரு. சுகி. சிவம் அவர்கள் இரத்தின சுருக்கமாக மதங்களின் அடிப்படையிலான அனைத்து சிக்கல்களுக்கும் அருட் தந்தை வேதாத்திரி மகரிஷி அவர்கள் தீர்வு கண்டுள்ளதை பாராட்டியிருப்பது சாலச்சிறந்ததும் மிகவும் பாராட்டுக்குரியதுமாகும்.

மேலும், அருட்தந்தை வேதாத்திரி மகரிஷி அவர்கள், இனிமையான வாழ்வு பெற, 1. விமர்சித்தல் வேண்டாம் 2. கட்டளை இடுதல் வேண்டாம். 3. எதிர்ப்பார்த்தல் வேண்டாம் என்று சொல்ல, அவரது சீடர்கள், இது சாத்தியமா, சுவாமிகள் எனகேட்க, அவர் சொல்லுவார், இடம், பொருள் மற்றும் ஏவல் அறிந்து அளவுடன் மேற்குறிப்பிட்ட மூன்று கோட்பாடுகளையும் கடைப்பிடித்தால், வாழ்க்கை என்றும் மகிழ்ச்சியுடன் அமையும் – என்று அருள் பாவித்துள்ளார்கள், ஆசையின் விளைவே ஆறு குணங்கள். ஆசை (1). தடைபடும் போது அத்தடையை நீக்க எழும் ஆர்வமே சினம் (2). ஆசை உள்ள பொருட்களை தனக்கு வேண்டும் எனவும், பிறர் கவராமல் பாதுகாத்துக் கொள்ளும் செயலே கடும் பற்று – கோபம் (3). ஆசை பாலுணர்வை நாடி எழுந்தால் அதுவே மோகம் (4). ஆசையானது பொருள், செல்வாக்கு, புகழ், பெருமை இவற்றின் மீது அமுக்கி அதைக் கொண்டு மக்களை உயர்வாகவும், தாழ்வாகவும் கருதும் போது எழுவது, மதம் (5). சினத்தை முடிக்க வலுவையும் வாய்ப்பையும் நாடி நிற்கும் ஆசை தான் லஞ்சம் (6). இவ்அறுவகை குணங்களால், மன அமைதி, மனபலம், செயல்திறன், உடல் நலம் மற்றும் அனைத்து நற்குணங்களும் ஒவ்வொன்றாய்ப் போகும். எரிச்சலும், கோபமும் அடிக்கடி வரும். முகத்தில் தெளிவு போய் சோகம் படிந்துவிடும்.

ஆனால், இதை தற்சோதனை முறையில் இது தேவையா... வேண்டாமா... இதனால் இன்றைய லாபம் என்ன... எதிர்கால விளைவுகள் என்ன... ஏன், எப்படி, எதற்கு என்ற வினாக்களை எழுப்பி அதற்கான விடைகளை காணும்போது, மனம் சமநிலை அடைந்து உற்சாகம் பிறக்க, எதையும் சாதித்துவிடலாம் என்ற மனோதிடமுடன் நம்பிக்கைப் பிறக்க, மனதிலிருந்த குறுகல் ஒழிந்து விசாலமடைய, இதலால், பொறுமை, அன்பு, பரிவு, இரக்கம், கருணை, கீழ்ப்படிதல், தாழ்ச்சி என்ற பல நற்குணங்கள் மிகுந்து, எடுத்த காரியத்தில் வெற்றி அடையலாம் என்று கூறி, நம் ஆசையின் இயல்பறிந்து, அதை நாமே நலம் விளைவிக்கத்தக்க வகையில் பயன்படுத்திவிட்டால், அதுவே ஞானமாகவும் மலரும் என்கின்றார் அருட்தந்தை வேதாத்திரி மகரிஷி அவர்கள்.

15.1.4. தனியொரு மனிதனின் அன்புடை அர்ப்பண வாழ்வின் அடையாளங்கள்:

1. 'யாரோ ஒருவர் கஷ்டத்தில் இருக்கும்பொழுது இவரிடம் பேசினால் ஆறுதல் கிடைக்கும் என்று நினைக்கும் அந்த ஒருவராக நீங்கள் இருக்க முயற்சி செய்யுங்கள் வாழ்க்கை வரமாகும்.'

2. ஓர் உளவியல் சிந்தனை, 'காலங்கள் மாறுகின்றன... காலத்திற்கேற்ப மனித மனங்களும் மாறுகின்றன மாறமுடியாத மனங்கள் மட்டும் இங்கே மௌனமாகின்றன...'

3. மதிப்பிற்குரிய சொல்வேந்தர் திரு. சுகி. சிவம் அவர்களின் அரியதோர் சொற்பொழிவு ஒன்றில் தனி மனிதன் அன்பின் பெருக்கால் அடையும் அளவற்ற சிறப்புக்களை:

"மனிதன் என்பவன் தெய்வமாகலாம், வாரி வாரி வழங்கும் போது வள்ளலாகலாம்,

வாழைப் போல தன்னைத் தந்து தியாகியாகலாம், உருகியோடும் மெழுகு போல ஒளியை வீசலாம்,

ஊருக்கென்று வாழ்ந்த நெஞ்சம் சிலைகளாகலாம், உறவுக்கென்று விரிந்த உள்ளம் மலர்களாகலாம்,

யாருக்கென்று அழுதபோதும் தலைவனாகலாம், மனம்-மனம் அது கோயிலாகலாம்,

மனம் இருந்தால் பறவைக்கூட்டில் மான்கள் வாழலாம், வழி இருந்தால் கடுகுக்குள்ளே மலையைக் காணலாம்,

துணிந்துவிட்டால் தலையில் எந்த சுமையும் தாங்கலாம், குணம் குணம் அது கோவிலாகலாம்."

இதற்கு அவர் தகுந்த மேற்கோள்களுடன் கூறும் விதம் மெய்ச்சிலிர்க்க வைப்பதோடு மனித மனங்களை கொள்ளை கொள்ளும் விதமே தனியொரு விதமாக நின்று மனிதனில் அன்பின் ஊற்றைப் பெருக்கெடுத்து ஓடச் செய்யும் அவரின் திறன் அளப்பரியதாகும்.

4. எல்லோரிடமும் அன்பு காட்டி சேவை செய்ய வேண்டும். இதில் மதம், இன, நிற, இட வேற்றுமை எதற்கும் இடம் தரலாகாது. எல்லா மதங்களின் சாராம்சமும் ஒன்றே என்பதை உணர வேண்டும். தன்னலமற்ற உணர்வுடன் பணிவன்புடன் பரவலான உளப்பாங்குடன், பிறர் துயரத்திலும் பங்கு கொண்டு அவர்களுக்கு ஆறுதலும், ஏற்ற உதவியும் அளிப்பது தான் உயர்ந்த சேவையாகும். இப்படிப்பட்ட சேவைபுரிந்தவர் இதயத்தில் இறைவன் வீற்றிருப்பார். செய்யும் உபகாரத்தின் அளவைவிட உள்ளத்தூய்மையுடன் செய்வதே உயர்வானது. தூய்மையை விட உயர்ந்தது அன்பு. அன்பே கடவுள், கடவுளே அன்பின் வடிவம். அன்பு செய்வோம் – மனித நேயத்தை வளர்ப்போம்.

5. அன்பைப் பெருக்கி எனதாருயிரைக் காக்க வந்த இன்பப் பெருக்கே இறையே பராபரமே! எல்லா உயிரும் என்னுயிர் போல் எண்ணி இரங்கவும் நின் தெய்வ அருட்கருணை செய்வாய் பராபரமே! அங்கிங்கெனாதபடி எங்கும் பிரகாசமாய் வீற்றிருக்கும் பரம்பொருளே! இவ்வுலக உயிர்கள் கடைத்தேற தடையாயிருக்கும் ஆணவம், கன்மம், மாயை என்னும் முப்பெரும் தீமைகளை விலக்கி தூய அன்பையும், தெளிந்த அறிவையும், தேர்ந்த ஆற்றலையும் அளித்து பேரானந்த பெருவாழ்வினை அளிக்க வேண்டுகிறேன். மாயை வயப்பட்ட

மனம் மனிதனை போகத்தில் செலுத்துகின்றதேயன்றி யோகத்தில் செலுத்துவதில்லை. போகம் உடலுக்குரியது. யோகம் ஆன்மாவுக்குரியது. மாயை மனமோ ஆன்மாவைப் பற்றிச் சிந்திப்பதில்லை. அதன் சிந்தனை எப்பொழுதும் போகம் பற்றியதாகவே இருக்கும். அறிவு அனைத்தும் அறியும். ஆனால், சுகபோகத்தில் பற்றுடைய மனத்தை மாற்ற வழிவகை தெரியாது தவிக்கும். வாழ்க்கையில் சில விஷயங்களை ஏற்றுக் கொள்ளவோ, மறுக்கவோ அஞ்சாமை தேவைப்படுகின்றது. பற்றற்றான் (இறைவனின்) பற்றினை பற்றுவதற்கு உலகமாயை மாயப்பொருட்களின் மீது பற்றற்ற-உறவினை பக்குவமாய் அளவுடன் செலுத்தி 'பக்தியுடன் தியான சிந்தனை மேலோங்கச் செய்து, உடலின் மீது வைத்த பழக்கமானப் பற்றை ஒழித்தும், அஞ்ஞானத்தை அகற்றியும் இறைவனுக்கும் மனிதனுக்கும் உள்ள இடைவெளியைக் குறைக்க' அயராது செயலாற்றும் இடத்து, யாம் ஆங்கிலச் சொல், 'God' –என்பதற்கு தமிழில், தெய்வம் (Energy-சக்தி), இறைவன் (Manifestation of Nature – எங்கும் பரவியுள்ள இயற்கையின் வெளிப்பாடு), கடவுள் (Knowing the Self Within – நான் யார் என்று உணரும் தன்மை), ஆண்டவன் (Boundless Spirit – எல்லை இல்லாத மெய்ப்பொருள்), சுவாமி (Leader – தலைவன் அல்லது குரு) – என்ற வார்த்தைகளுக்கு உரிய பொருளுணர்ந்து, பக்தியுடன் தியான சிந்தனை மேலோங்கச் செய்திடல் வேண்டும்.

உடலின் மீது வைக்கும் பழக்கமானப் பற்றை ஒழிக்க, முதலில் உடலை அடக்கி ஆளக்கற்றுக் கொள்ள, பசியின் அளவு அறிந்து உணவு உண்ணுதல் வேண்டும் என்றறிந்த வள்ளுவனார், நன்கு பசி கண்ட பிறகு தான் உண்ண வேண்டுமென்று (நன்கு செரிமானம் ஆக அனுபவத்தின்படி ஏறக்குறைய 10 மணி நேரமாகும்) கூறுமிடத்து, ஒரு நாளைக்கு இரண்டு முறை மட்டுமே உண்பது சாலச்சிறந்தது என்றெண்ணினார். இதனையே, நம் முன்னோர்கள், ஒருமுறை உண்பவன் யோகி, இருமுறை உண்பவன் போகி, மும்முறை உண்பவன் ரோகி என்றுகூறி, உணவின் அளவே வாழ்நாளைத் தீர்மானிக்கின்றது என அறிவித்து, நல்ல பசிக்குப்பின் தான் உணவருந்த வேண்டும்

என்பதனைச் சொல்லாமல் சொல்லி, இவ்வழக்கத்தினைப் பக்தியுடன் கூடிய தியான சிந்தனை மேலோங்கச் செய்யும் 'நோம்பு' – என்பதாக, "அற்றால் அளவறிந்து உண்க அஃது பெற்றான் நெடிது உய்க்கும் ஆறு." – என்ற தெய்வப் புலவரின் பொய்யா மொழிக்குச் சான்றாக நம் முன்னோர் பகர்கின்றனர்.

இவ்வாறு, பக்தியுடன் தியான சிந்தனை மேலாங்கச் செய்து, ஒருவர் தான் செய்கின்ற எப்பணியும் இறைவனுக்குரியதே என்று செய்கின்றபொழுது அதுவே தவமாகின்றது. இவர்கள் இன்ன வினையைத்தான் மேற்கொள்ள வேண்டுமென்ற இன்றியமையாமை இல்லை, எதனைச் செய்தாலும் தவம் என்றே கருதப்படும். எனவேதான், பக்தர்கள் மக்கள் தொண்டு செய்யினும், அது மகேஸ்வரன் தொண்டாகவும், என் கடன் பணி செய்து கிடப்பதே என்று தமிழ் கூறும் நல்லுலகம் இன்றளவும் போற்றுகின்றது.

6. நாட்டு மக்களிடையே நிலவும் நல்லுறவைக் கெடுத்து தழைக்காது தடுப்பன இரண்டு: ஒன்று அரசியல் பிளவு மற்றொன்று சமயபூசல், நல்லுணர்வு ஏற்பட நிலைக்களனாக அமைவது அன்பு, ஆனால் அவ்வுறவைக் குலைக்கும் வித்தாக அமைவது அறிவு, அன்பிற்கு இதயமும், அறிவிற்கு மூளையும் அடிப்படையாகும். அறிவு வளர்ச்சி சமுதாய முன்னேற்றத்திற்கும் நாட்டு நலத்திற்கும் வழி கோலுவதாகும். ஆனாலும் வாழ்க்கைக்கு அறிவு வளர்ச்சி மட்டும் போதாது, ஆன்ம வளர்ச்சியும் வேண்டும். அறிவு வளர்ச்சியால் ஏற்படும் அனைத்து பிளவுகளை நீக்கி ஒருமையை உண்டு பண்ணுவது அன்பே. எனவே அறிவுக்குத் துணை அன்பு என உணர்தல் வேண்டும் அன்பினால் மட்டுமே இறைத்தன்மையை நாம் உணர்கின்றோம். அன்பு கடவுளையும் மனிதனையும் ஒன்று சேர்க்கின்றது. இதயப்பூர்வமானதும் ஏக சிந்தனையுடன் கூடியதுமான இறையன்பு, இறைவன் சித்தம் கொண்டதால் ஒரு பெரும் வெள்ளம் போல் வந்து, மனிதனை ஆட்டிப்படைக்கும் துன்பம், பயம், சந்தேகம், குறுகிய மனப்பான்மை, சுயநலங்கருதுதல் யாவற்றையும் அடித்துச் சென்றுவிடுகின்றது. இவைகள் யாவும் இறைவனின் இரக்கத்தால் போய்விடவே, எஞ்சி நிற்பது மனிதனின் நல்

நோக்கம் ஒன்றே, அதை எளிதாக அடைய வழி வகை செய்ததும் அன்பேயாகும்.

இதனையே, நம்முண்டாசு கவிஞர் பாரதியார் அவர்கள், “எல்லோரும் ஓர் நிறை: எல்லோரும் ஓர் விலை” – என்ற அன்புளங் கனிந்த ஒருமைப்பாட்டு உணர்வின் மெய்ஞான உணர்வாகத் திகழ்வது, “எல்லா உயிர்களிடத்திலும் நானே இருக்கின்றேன்” – என்றுரைத்த கண்ணபெருமானின் கூற்று, மக்களிடம் அன்பை வளர்த்து, அன்பு அருளாக மலர்ந்து, அருள் எல்லா உயிர் இனங்களையும் ஒன்றாக இணைக்கும் ஆற்றல் பெறுவதால், ஆன்ம நேய ஒருமைப்பாட்டிற்கும், இந்த அன்பு உணர்வே வழித்துணையாய் நிற்கின்றது. ஆதலால்தான், “காக்கை, குருவி எங்கள் ஜாதி, நீள்கடலும் மலையும் எங்கள் கூட்டம் நோக்க நோக்க களியாட்டம்.”” –என்ற பரந்தநோக்கிற்கு பாரதியை அழைத்துச் சென்றதும் இந்த மாபெரும் அன்பினால் பிணைக்கப்பெற்ற தேசிய உணர்வின் ஆன்ம நேய ஒருமைப்பாட்டுணர்வேயாகும். ஆகவே, ஒரு தேசத்து மக்களின் வாழ்க்கை நலத்திற்கு உதவும், பண்பாடு, நாகரிகம், கலை, இலக்கியம், கலாச்சாரம், ஆன்மநேய ஒருமைப்பாட்டுணர்வு ஆகிய அனைத்தும் அடங்கப்பெற்ற ஒரு சொல்லே “தேசியம்” என்பதாகும்.

இதே பரந்த நோக்கம்தான், விசாலமான அகண்டப்பார்வையை மனிதனுக்கு அளிக்கின்றது. இப்பொழுது நவீன வாழ்க்கையில், பலரும் விசாலமான பார்வை தங்களுக்கு வந்துவிட்டதாலேயே எல்லாவற்றையும் பற்றி கேட்பதாகவே நினைக்கின்றார்கள். இவர்கள் சொல்லும் விசாலமான பார்வை குறுகிய எண்ணங்களையும், சுயநலத்தையும், மன அழுத்தத்தையும், பதட்டத்தையும் மற்றும் குழப்பத்தையும் அவர்களுக்குப் பரிசாக கொடுத்திருக்கின்றது. ஏனென்றால், விசாலமாக எல்லோரிடத்திலும் அன்பையும், பண்பையும் மற்றும் பாசத்தையும் செலுத்தினால்தான், மனம் விசாலமடைந்திருப்பதாக அர்த்தம். உள்மனதை குறுக்கிக் கொண்டு அன்பின் பெருக்கிற்கு அணைபோடுவது ஒருபோதும் விசாலமான பார்வை ஆகாது, என்று பைந்தமிழ் தேர்ப்பகன் பாரதிதாசனார் அவர்கள், “விசாலப் பார்வையால் விழுங்கு மக்களை” என்றும் கூறி, பாட்டுக்கொரு புலவர் பாரதியார் அவர்களின் அன்பினால் பிணைக்கப்பெற்ற தேசிய உணர்வின் ஆன்ம நேய ஒருமைப்பாட்டுணர்வுக்கு வழிகாட்டியுள்ளார்.

7. பிறப்பு முதல் இறப்பு வரையில் மனிதனுக்கு பொருட்களும் வசதிகளும் தேவை. குறித்த பருவத்தில் பாலுணர்வு தேவை. மனிதனின் வாழ்வு பொருள், காமம் இரண்டிலும் அடங்கிவிடுகின்றது. பொருளையும் காமத்தையும் பிறர்க்குத் துன்பம் எழாத முறையில் சமுதாயத்தில் ஒருவருக்கொருவர் உதவியும் ஒத்தும் வாழ வேண்டுமென்ற அனுபவ அறிவின் வாழ்க்கை நெறியால்தான் அறம் வழங்கப்பெறுகின்றது. ஒழுக்கம், கடமை, ஈகை என்ற மூன்று உறுப்புக்களைக் கொண்ட அறம் ஒவ்வொருவராலும் கடைபிடிக்கப் பெற்றால் மனித சமுதாயத்தில் இன்பமும் அமைதியும் நிலவும் என்று அறத்தின் பெருமையையும், அதன் அவசியத்தையும் அய்யன் வள்ளுவனார் வலியுறுத்தியுள்ளார்.

இவ்வாறே, பார்த்தல், கேட்டல், சுவைத்தல், தொடுதல், முகர்தல் முதலிய ஐந்தின் இயல்பை அறிந்தவனுக்கே இந்த உலகம் சொந்தமாகும். இவ்வுலகில் அடுக்கடுக்காய் வரும் எண்ண அலைகள் தான் தனியொரு மனிதனை உண்மையை உணரவொட்டாமல் செய்துவிடுகின்றன. ஐம்புலன்களும் மனிதனின் ஆணைக்குக் கீழ்ப்படிந்து நடப்பவையேயாகும். ஒலி, ஒளி வேகங்களைக் காட்டிலும், பன்மடங்கு வேகம் கொண்ட மனதை சிற்றின்ப நாட்டத்தினின்றும் திருப்பி இம்மை மறுமைக்கான சுக போகங்களைக்கொடுத்த இறைவனை அடைவதற்கு 'பக்தி' ஒன்றே யாம் என்பதனை, "சுவையொளி ஊறோசை நாற்றமென் (று) ஐந்தின் வகை தெரிவான் கட்டே உலகு." – என்று வள்ளுவப் பெருமகனார் அழகாக விளக்கியுள்ளார்.

மேலும், அறிஞர்கள் கண்ட அற்புத மொழிகளான, சந்தன மரத்தைப் பாம்பு சுற்றிக்கொள்வதால், அதில் விஷம் ஏறுவதில்லை. அவ்வாறே, நற்குணமுடையவர்களை கெட்டவரின் தொடர்பு எதுவும் செய்வதில்லை. நம்மை நாமே வெறுக்காமல் இருப்பது நமது முதற்கடமையாகும். நாம் முன்னேற்றம் அடைவதற்கு முதலில் சுயநம்பிக்கை வேண்டும். கோபமும், தாபமும் பலவீனத்திற்கு அடையாளங்கள். அன்பும், அடக்கமும், மன்னிப்பும் உயர்ந்த ஆண்மைக்கும் ஆற்றலுக்கும் அறிகுறியாகும். மேலும், நம் எண்ணம், சொல், செயல் மூன்றாலும் எந்தப்பொருட்களின் தரம் குறையாமலும், உயிர்களுக்கு வருத்தம் நேராமலும், நுட்பத்தோடு, அவ்வவற்றோடு

தொடர்பு கொண்டு பயனடையவேண்டும். இவ்வாறு தொடர்பு கொள்வதிலும் மிகவும் சிறப்பாக தமிழ்ப்பண்பாட்டு நெறிமுறைகளில் தலையாயதான, 'செய்நன்றி மறவாமை' என்னும் பண்பாடு, ஒருவன் மற்றவனுக்கு செய்யும் உதவியின் அளவு என்ன? சிறியதா, பெரியதா? அது உதவி செய்யப்பட்டவனுடைய பண்பாடு நிரம்பிய உள்ளத்தைப் பொறுத்தது, "காலத்தினால் செய்த உதவி சிறிதெனினும் ஞாலத்தின் மாணப்பெரிது" என்கிறது குறள். நமக்கு நன்றி உணர்ச்சி இருந்தால் பிறர் செய்த எவ்வளவு சிறிய உதவியும் பிரமாண்டமாக தெரியும். நன்றி கெட்டவனுக்கு மலையளவு ஒருவன் நன்மை செய்தாலும், அது அவனுக்கு கடுகளவாகவே தோன்றும். இப்படிப்பட்ட பாவத்திற்கு, விமோசனமே (அ) பிராயச்சித்தமே கிடையாது என்கின்றது குறள்.

மேலும், மனித உறவுகளிலேயே நட்பு (ஒத்த உணர்ச்சிச் சோலையில் பூக்கும் மலர் திரு. சாலமன் பாப்பையா) மிகவும் குறிப்பிடத்தக்கது. நட்பின் சிறப்பாகக் கருதப்படுவது, நண்பனுக்கு துன்பம் வருங்காலத்தில் எவ்வித எதிர்பார்ப்புமின்றி அவனது துன்பத்தைத் துடைக்க முற்படும் செயல் அதீத அன்பின் வெளிப்பாடாகும். இதனையே, 'உடுக்கை இழந்தவன் கைபோல ஆங்கே இடுக்கண் களைவதாம் நட்பு'. என்று குறள் முடிசூட்டுகின்றது.

அவ்வாறே, மேலும் குறள் ஒருவன் தான் பெறும் கல்வியின் மூலமாக வளரும் அறிவுத்திறன், தாய் தந்தையர் தன் குழந்தைகளுக்கு (மனத்தைப் பிசைந்து மயக்கும் அழகு- திரு. சாலமன் பாப்பையா) இளமை (பேதமையும் கற்பனையும் பின் தொடரச் செய்யும் பயணம் திரு. சாலமன் பாப்பையா) முதல் நல்ல பழக்கவழக்கங்களைப் பெறவழி வகுப்பதால், தன்னடக்கப் பண்பாக்கத்தை அவர்கள் பெற்று, மனதைத் தீமையிலிருந்து விலக்கி நன்மையான வழியில் நடக்கச் செய்து, நடுநிலைமை, பொறையுடைமை, தன்னடக்கம் மற்றும் நேர்மையுடன் நல்லவர்கள் தீயவை செய்யாதிருக்கவும், தீயவர்கள் நல்லவர்களாக மாறவும், பழிவாங்க நினைப்பவர்கள் பழிவாங்காமல் இருக்கவும், சமூதாய நெறிகள் பிறழாமல் இருக்கவும், மனித நேயம் மங்காமலிருக்கவும், சமதர்ம சன்மார்க்க நெறிகள் செழித்தோங்கவும் செய்து, தன்னடக்கம் என்ற உன்னத அறப்பண்பு தீய உணர்ச்சிகளையும், இச்சைகளையும், ஆசைகளையும் மற்றும்

செயல்களையும் கட்டுப்படுத்தி மனிதனை மாண்புமிக்கவனாக மாற்ற வல்லதே இக்கல்வி தரும் அறிவுத்திறன் ஆகும்.

8. இன்றைக்கு சுமார் 2060 – ஆண்டுகளுக்கு முன்பு (-563 B.C.) நம் இந்தியாவில் பிறந்த கௌதம புத்தர் உலகத்தாருக்கு சொன்ன அறிவு சார்ந்த பகுத்தறிவு பயனுரை இதோ:

நீ கேட்டது என்பதற்காக எதையும் உண்மை என்று நம்பிவிடாதே! பரம்பரை பரம்பரையாக வந்தது என்பதற்காகவே பழமையை நம்பிவிடாதே! பலர் கூறுகிறார்கள், பலர் வாய்ப்பட்ட வதந்தியாய் இருக்கின்றது என்பதற்காகவே எதையும் நம்பிவிடாதே! உன்மத நூல்களில் காணப்படுகின்றது என்பதற்காக எதையும் நம்பிவிடாதே! உன்னுடைய ஆசிரியர்களும் குருமார்களும் பெரியவர்களும் கூறுகிறார்கள் என்பதற்காகவே எதையும்உண்மையென நம்பிவிடாதே! உன் அறிவுக்குப் பொருந்துகின்றதா என்பதை உற்றுக்கவனி, ஆராய்ந்துபார், அதன்பிறகு அதை ஏற்றுக்கொள், பிறகு அதன்படி நடந்துகாட்டு.

9. தனிமனிதனுடைய எல்லாத் துன்பங்களுக்கும் மூலகாரணம் அவரது மனதிலே காணப்படுகின்ற விருப்பும் வெறுப்புமாகும். மனமாற்றம் தவிர்த்து, பிறதுன்ப நிவாரணம் அனைத்தும் தற்காலிகமானவையே. மனமாற்றம் ஏற்படாமல் இறைவனிடம் வேண்டித்தீர்க்கும் துயரம் கூடத் தற்காலிகமாகத் தீர்ந்து, பின்னர் அதுவே துன்பமாக அவரது மனம் மாறும் வரை அவரைத் தொடர்ந்து கொண்டே இருக்கும். பொதுவாக பக்தர்கள் இந்த தற்காலிகத் தீர்வில் காட்டும் ஆர்வத்தை நிரந்தரமாகவே துன்பங்களைத் தீர்க்கும் மனமாற்றத்தில் காட்டுவதில்லை. ஆகவே, துன்பங்களுக்கு முடிவான தீர்வு மனமாற்றமே. உண்மையான பக்தனின் முழுமையான மனமாற்றம் பூரண சரணாகதியே. இத்தகைய பக்தனின் பிரார்த்தனையில் இறைவனுடைய ஆற்றல், கருணை, எல்லையற்றத்தன்மை ஆகிய குணங்களில் அளவற்ற நம்பிக்கை இருக்கும். எனவே, தனது விருப்பத்தை இறைவனிடம் தெரிவித்த பின்னர், அது நடந்தாலும் நடக்காவிட்டாலும் இறைவனின் தீர்ப்பில் முழு நம்பிக்கை வைக்கிறான், பூரண சரணாகதியான பக்தன்.

ஒருவேளை, மனமாற்றமில்லா தனிமனிதன் இல்லையெனினும், இயற்கை வாழும். இயற்கை இல்லையேல் மனிதன் வாழ இயலாது. இயற்கை தன்நிலை தவறினால் மனிதச்செயல்பாடுகளின் ஒழுக்க நெறிகள் மாறும். தானம், தவம் அழிந்துவிடும். இறைநம்பிக்கை வழிபாடு அழிந்துவிடும் என்பது வள்ளுவரின் மனவியல் கருத்து. மன்னன், செங்கோல் ஆட்சி புரிந்தால் வானம் மும்மாரி பொழியும், கோன் நிலை திரிந்தால் கோள் நிலை மாறும் என்பது இலக்கியச்சான்று. மனிதச்சமூகம் வாழ்வியல் நெறியில் தவறினால் மழை பொய்த்துவிடும் என்பது மக்கள் நம்பிக்கை. இதையே, "நாடாகொன்றோ, காடாகொன்றோ, அவலாகொன்றோ, மிசையாகொன்றோ, எவ்வழி நல்லவர் ஆடவர், அவ்வழிநல்லை, வாழியநிலனே!" என்ற ஔவையாரின் பாடல் அடிகள் இவண் நமக்கு நினைவூட்டுகின்றன.

மேலும் "வாடியப்பயிரைக்கண்டபொழுதெல்லாம் வாடினேன்." என்று வள்ளலார் தனக்கும் இயற்கைக்கும் உரிய நெருக்கத்தை தனிமனிதனின் மாற்றத்திற்கு மிக்கதோர் சான்றாக உறுதி செய்கின்றார். அவ்வாறே, மனவியலின் மாண்பாக வள்ளுவப் பெருந்தகை, கணவனுக்கும் முதன்மைக்கொடுத்து அவனிடம் மரியாதை செலுத்துகின்ற பெண் சொன்னால் இயற்கை அவளுக்கு கட்டுப்படும் என்பதை, "தெய்வம் தொழா அள்கொழுநன் தொழுதெழுவாள் பெய்யெனப் பெய்யும் மழை. – என்று மனமாற்றம் கொண்டு மனித ஒழுக்கத்தோடு செய்யும் செயலுக்கு இயற்கையும் தன்நிகழ்வை தொடர்புடையதாக்கும் என்பது இவண் மிகத் தெள்ளத்தெளிவு.

மேலும், வள்ளுவம், அமைதியான மனதுடன் இதமான இன்பம் விளையும் வாழ்வினை வாழ்வதற்கு நேர்மையான எண்ணங்கள் இன்றியமையாதன. பல்வேறு சமயங்களும் தீய நெறியின் வழி சென்றுவிடாமல் காப்பதற்கு மக்களின் மனதில் நேர்மையான எண்ணங்களை விதைக்கின்றன. 'பிறப்பொக்கும் எல்லா உயிர்க்கும்', முயற்சி திருவினையாக்கும்,' 'சொல்லுக சொல்லிற் பயனுடைய,' 'ஞாலம் கருதினும் கைகூடும் காலம் கருதி இடத்தாற் செயின்,' என்று நேர்மையான எண்ணங்களை மனத்தில் விதைத்து அதன் வழி வாழ்வில் வெற்றியடைதலை படம் பிடித்துக்காட்டுகின்றது வள்ளுவம். உலகில் வாழ்க்கை ஒரு முறைதான் அதை வென்றெடுக்கும் வாய்ப்பு அவரவர் கையில் உள்ளது. எப்படி வேண்டுமானலும் வாழலாம் என்பது விலங்கு

வாழ்க்கை, இப்படித்தான், வாழவேண்டும் என்பதே மானுட வாழ்க்கை. இதனையே, “வையத்து வாழவாங்கு வாழ்பவன் வானுறையும் தெய்வத்துள் வைக்கப்படும்.” – என்கின்றது வள்ளுவம். ஆகவே, தனியொரு மனிதனின் சிந்தனை, செயல், உணர்வு ஆகியவற்றால் மனித வாழ்க்கை வரையறுக்கப்படுகிறது என்பது உண்மை. தனிமனித சிந்தனையும் உணர்வும் நல்லதானால், அவனது செயலும் நல்லதாகும். இதனால் சமூகம் நலம் பெறும். இத்தகையவனே வையத்துள் வாழ்வாங்கு வாழ்பவனாகின்றான்.

இவ்வாறு, தனியொரு மனிதனின் சிந்தனையும் உணர்வும் நல்லதானால், மனம் மேல்நிலை அடையும் அளவிற்கு விரிவடைகின்றது. விரிவடைகின்ற மனது விசாலமாக விரிந்து விடுமானால், அது மனதற்ற நிலை அல்லது நிச்சிந்தை ஆகிவிடுகின்றது. ஆக, பெருநிலையை அடைவதற்கு மனதிலுள்ள சிறுமையை அகற்றி அதை விசாலமாக்குவதே உற்ற உபாயமாகும், என்பதனை, “தாராளமாய் நிற்கநிச்சிந்தைகாட்டி” – என்கின்றார் தாயுமானவர் – ஸ்ரீமத் சுவாமி சித்பவானந்தர்.

மேலும், தனியொரு மனிதனின் அன்புடை அர்ப்பண வாழ்வின் அடையாளங்களாக, உந்துசக்தி நாயகன் நம்முன்னாள் குடியரசுத்தலைவர் ஆ.பி.ஜே.அப்துல்கலாம் அவர்களின் கூற்றான, “நமது பிறப்பு ஒரு சம்பவமாக இருக்கலாம், ஆனால் நமது இறப்பு ஒரு சரித்திரமாக இருக்கவேண்டும். ஒரு முறை வந்தால் அது கனவு, இருமுறை வந்தால் அது ஆசை, பல முறை வந்தால் அது இலட்சியம். சிந்திக்கத் தெரிந்தவனுக்கு ஆலோசனைத் தேவையில்லை. வாழ்க்கையில் வெற்றி பெறவேண்டுமானால் நல்ல நண்பர்கள் தேவை. வெற்றி பெற வேண்டும் என்ற பதற்றம் இல்லாமலிருப்பதுதான் வெற்றி பெறுவதற்கான சிறந்தவழி. கனவு காணுங்கள்... கனவு காணுங்கள்.... கனவு தான் சிந்தனையாகவும் சிந்தனைதான் செயலாகவும் மாறுகின்றது. நம்பிக்கை நிறைந்த ஒருவர் யார் முன்னேயும் எப்போதுமே மண்டியிடுவதில்லை. உலகம் உன்னை அறிவதைவிட உன்னை உலகிற்கு அறிமுகம் செய்துகொள். சிக்கல்களை எதிர்கொள்ளும் போதே சிலதிறமைகள் வெளிப்படுகின்றன. வாழ்நாள் முழுவதும் வெற்றி பெறவேண்டுமானால் ஒரு எதிரியாவது தேவை. வாய்ப்புக்காக காத்திருக்காதே வாய்ப்பை ஏற்படுத்திக் கொள்

துன்பங்களை சந்திக்க தெரிந்தவருக்கு தோல்வியே இல்லை. அதிகாலை நீ நினைத்த நேரத்தில் எழுந்துவிட்டாலே தோல்விகள் உன்னை விட்டு ஒதுங்கிக் கொள்ளும். – ஆளுநர் இரா. கணேசன் அவர்களின் பதிவு.”

10. தனியொரு மனிதன் தன்வாழ்வில் அறிய வேண்டிய உண்மை யாதெனில், எல்லா மதங்களின் சாராம்சமும் உண்மையிலேயே இதயத்தை பரிசுத்தமாய் வைத்துக்கொள்ள வேண்டும் என்பதுதான். உள்ளே பரிசுத்தமின்றி வெளியில் சுத்தம் செய்வது ஒருபொழுதும் தூய்மையுணர்ச்சியை அளிக்காது. ஆதலால் வெளிச்சுத்தத்தைப் பற்றி அதிகம் கவனம் கொள்ளத்தேவையில்லை. நீரில் மூழ்கினாலும் மூழ்காவிட்டாலும் நீ பரிசுத்தனே என்பதை அறி.

இறைவன் பெயரைக் கூறிய மாத்திரத்திலேயே எல்லா உயிர்களும் தூய்மையடைகின்றன. இறைவனுடைய புண்ணியமான திருநாமத்தை உண்மையுடனும், நம்பிக்கையுடனும், பக்தியுடனும் உச்சரித்தால் எல்லா அசுத்தங்களும் அகற்றப்பட்டுவிடும். பரிசுத்தமான இடத்தில் மனதை நிறுத்துவதும் தூய சிந்தனையுடன் இறையன்பு கொண்டோரிடம் கலந்திருப்பதும் இதயத்தை தூய்மையாக்கி பிரகாசிக்கச் செய்யுமென்று சுவாமி பரமானந்தரும், “மனத்துக்கண் மாசிலன் ஆதல் அனைத்தறன் ஆகுலநீரபிற.” – என்று வள்ளுவனாரும், தனி மனிதனின் அகத்தூய்மையின் அவசியம் குறித்துரைக்கின்றனர்.

ஆகவே, வாழ்ந்துகாட்டுகின்ற தலைமுறையைச் சார்ந்தவர்களாகிய நாம், மற்றவர்கட்குப் பேசியும், எழுதியும் காட்டுவதோடு நில்லாது, அவற்றைத்தாமே தமது வாழ்க்கையில் கடைபிடித்து வாழ்ந்துகாட்டி, மக்களின் உண்மையான நம்பிக்கைக்கும், போற்றுதலுக்கும், மதிப்பிற்கும் – ஏன்? வழிபாட்டிற்கும் கூட உரியவராவர் என்பதை “நிலவரை நீள் புகழ் ஆற்றின் புலவரைப் போற்றாது புத்தேள் உலகு. என்று தெய்வப்புலவர் கூறி, வணங்குவதோடு மட்டுமின்றி அவர் வழிநிற்பர் மக்கள் என நல்லோரின் சிறப்பை உள்ளத் தூய்மையால் வாழ்ந்து காட்டும் தனிமனிதனின் உயரிய சிறப்பாக காண்கின்றோம்.

11. கவிஞர் முத்துசந்தானம் அவர்கள் தற்கால இளைஞர்களின் மனநிலைகளைப் பற்றி பாடுகின்றபொழுது, தனியொரு ஆர்வமும் அக்கறையும் கொண்டு, ‘சுடர்முகம் தூக்கு‘,

'நாளைய தலைவர்கள்', 'திசை தெரியாமல்', - என்னும் பாடல்கள் சிறப்பாகக் குறிப்பிடத்தக்கதாய் அமைகின்றன. சிறகுகள் விரித்தால் திசைகள் உன்வசம்! சோகம் தவிர்! சுடர் முகம் தூக்கு! வேகப்படு! வெற்றியைத்தேடு! – என்று ஊக்குவித்து,வகுப்பறைப் பெட்டியில் வரிசையாய் இருக்கும் மாணவத்தீக்குச்சிகளே! அடங்கிக்கிடக்கும் அக்கினிக்குஞ்சுகளே! – நீங்கள் அறிவுற்றுத்தீ விழித்து – கண்ணைத்திறந்து, கல்வியைப் பெருக்கி, பேதம் ஒழித்துப் பிழைகள் திருத்தி, பாதம் தாழ் செய்து, உண்மை பேசி ஊருக்கு உதவிடும் வகையில் வாழ்ந்திட வேண்டும் என்று, சினிமாக்காற்றும் அரசியல் நீரோட்டமும் இழுக்கும் திசையெல்லாம் போகின்ற எடுப்பார்க்கைப்பிள்ளைகளாக விளங்கும் இன்றைய இளைஞர்களை உசுப்பும் அறிவுரைப்பாடல்கள் ஒருதனிரகம், அதன் இன்றைய அவசியமும் ஒரு தனிவிதம். ஆகவே, கவிஞர் முத்து சந்தானம் அவர்கள் கூறுகின்ற நற்பண்புகளை செயல் என்று சொல்வதைவிட நற்பழக்கம் என்பது சரியானது. நற்பழக்கங்களுடன் கூடிய நற்செயல்களைத் தொடர்ந்து செய்யச்செய்ய நற்பண்பு இவையென்று தேர்ந்தறியும் ஆற்றல்பெருகும். வசந்தகாலம் ஒரே நாளில் மலர்ந்துவிடுவதில்லை. அதுபோலவே, ஒரேநாளில் மனிதன் அனைத்துப் பண்புகளையும் தேர்ந்தறிந்து ஆனந்த நிலைதனைப் பெறவும் இயலாது. பல நாள் பழக்கமே ஒழுக்கநெறியின் அடிப்படை. இதையே வள்ளுவம், "தெய்வத்தால் ஆகாதெனினும் முயற்சிதன் மெய் வருத்தக் கூலிதரும்" என்றுரைக்கின்றது.

நற்பண்புகளின் வசம் கண்டும், பண்புடையார் மற்றும் பண்பிலாரென வழங்கும் வேளையில், பொய், சூது, வாது, வஞ்சனை குரோதம் போன்ற குணங்கள் கொண்டவர்களைக் கீழ்மக்கள் என்பர். பிறப்பினால் எவரும் கீழ்மக்களாவதில்லை. ஒழுக்கம் கெட்டவர்களே கீழ்மக்கள் எனப்படுவர். கீழ்க்குலத்தில் (இந்திய முறைப்படி) பிறந்த பலர் நேர்மையானவர்களாக வாழ்கின்றனர். உயர் குடியில் பிறந்தாலும் மனம் போனபடி தன்னிச்சையாக ஒழுக்கம் தவறி நடந்தும், இழிவான முறையில் பேசியும் வாழ்வோரே கீழ்மக்களாவர். அவர்களை கயவர்கள் என்றும் பெரியோர்கள் வெறுத்துக்கூறுவர். பூரியோர் என்பது கீழ்மக்களைக்

குறிக்கும் ஒரு தமிழ்ச்சொல். இக்கயவர்களிடம் நல்லொழுக்கங்களைக் காணமுடியாது என்பதனை ஔவையார், “பூரியோர்க்கில்லை சீரிய ஒழுக்கம்”- என்று சாடியுள்ளார். ஆகவே, நடத்தையே பிறப்பைவிட, மேல்மக்கள் மற்றும் கீழ்மக்களென வகைப்படுத்துகின்றது என்பது மிகத்தெளிவு.

இவ்வாறே, தமிழ் குடிமக்களின் காப்பியத்தைப்படைத்த திரு. இளங்கோவடிகளார், தனது காலத்தில் சேர, சோழ, பாண்டியர் என்னும் மூன்று முடிமன்னர்கள் தங்களுக்குள் சண்டையிட்டு நாட்டின் ஒருமைப்பாட்டினை சிதைத்து வந்ததனைக் கண்டார். தன்தீர்க்க தரிசனத்தின் மூலம் தமிழ் நாட்டின் ஒருமைப்பாடு, குடிமக்களின் வழியாகவே ஓங்கி வளரக்கண்டு அதைத்தனது காப்பியத்தில் பாடலாயினார். அதில் காப்பியத்தின் தலைவி கண்ணகி, சோழ நாட்டில் பிறந்து, பாண்டிய நாட்டில் கணவனை இழந்து, சேரநாட்டில் தெய்வமாகிறாள். மூன்றாக வெட்டப்பட்டு கிடந்த தமிழன்னை, கண்ணகியின் வாழ்க்கை வழியே ஓர் உருவமாக உயிர்பெற்று விளங்குகிறார். இவ்வாறாக இளங்கோவடிகள் மூன்று நாடுகளையும் பிணைத்து, ஒரே தமிழ்நாடாகப் போற்றித் தனது சிலப்பதிகாரம் என்ற காப்பியத்தை தமிழரின் பொதுக்காப்பியமாகவே செய்துவிடுகின்றார். இது அவர் செய்த பெரும்புரட்சியே (இருட்டில் வழிகாட்டும் தீபம் – திரு. சாலமன்பாப்பையா) ஆகும். இக்காப்பியத்தின் நோக்கம் 1. அரசியல் ஆட்சியில் தவறு செய்யும் மன்னனை கூற்றுவன் (எமன்) அழித்துவிடுவான். 2. பத்தினிப்பெண்டிரைப் பெரியோர்கள் போற்றுவர். 3. ஊழ்வினை ஒருவனை வருத்துவது உறுதி என்ற இம்மூன்று உண்மைகளை புலப்படுத்திக் காட்டவே, இச்சிலப்பதிகாரம் எழுந்ததென்று பதிகம் பறைச் சாற்றுகின்றது. இத்தகைய தமிழ் மொழியின் சிறப்புக்களை மேலை நாட்டவர் நம் நாட்டில் வளர்த்ததைப் பற்றியும், மேலை நாட்டிலும் அதற்கு சிறப்பைத் தந்திருப்பது, பற்றியும் இவண் காணலாம்.

12. ‘திராவிட மொழிகளை வடநாட்டார் (நம் வட இந்தியர்கள்) பேய் மொழிகள் என்று கருதி வந்த காலத்தில், தமிழ்மொழி என்ற ஒரு தொன்மையான மொழி உண்டு. அதுவே திராவிட மொழிகளின் தாய் என்று உலகிற்கு உணர்தியவர்கள்.‘ – கால்டுவெல், ராபெர்ட்டிநோபிலி, கான்ஸ்டாண்டின் ஜோசப்

பெஸ்கி (வீரமாமுனிவர்), ஜான்டிபிரிட்டோ (அருளானந்தர்), சீகன்பால்கு, எல்லிஸ்துரை, இரேனியூஸ் மற்றும் ஜி.யு. போப் போன்ற கிறிஸ்துவ பாதிரிமார்களே. மேலும், 'பெரிய அருவி பெரிய மொழி'– என்னும் தலையங்கத்தை கண்டிப்பாக நாம் அனைவரும் படித்து மற்றவருக்குப் பகிரக்கூடியது: அமெரிக்காவில் உள்ள நயாகரா நீர்வீழ்ச்சியின் நுழைவாயிலில் 'நல்வரவு' என்று தமிழில் எழுதி வைக்கப்பட்டுள்ளது. அங்கு ஏன் தமிழ் மொழியில் எழுதி வைக்கப்பட்டுள்ளது என்று கேட்பதற்கு அவர்கள் கூறும் பதில் என்ன தெரியுமா? உலகின் மிகப்பெரிய நீர் வீழ்ச்சி நயாகரா. அதுபோல் உலகின் மிகப்பெரியமொழி அதாவது தொன்மையான மொழி தமிழ். ஆதலால்தான் உலகின் மிகப்பெரிய நீர்வீழ்ச்சியான நயாகராவில் உலகின் மிகப்பெரிய மொழியான தமிழை எழுதி வைத்துள்ளோம் என்கிறார்கள். மேலும் பூமியைப் போன்று வேறு கிரகங்களிலும் மனிதர்கள் உள்ளார்களா என்பதைக் கண்டறிய நாசா விண்வெளி ஆய்வுமையம் செவ்வாய் கிரகத்திற்கு அனுப்பிய சர்வேயர் விண்கலத்தில் தமிழில் பேசப்பட்ட ஆடியோ ஒளிப்பதிவு ஒன்றையும் சேர்த்து அனுப்பியதாம். தமிழ் மிகமிகத் தொன்மையான மொழி என்பதால் வேற்றுலக வாசிகளுக்கு ஒரு வேளை அது தெரிந்திருக்கலாம் என்று கருதி விஞ்ஞானிகள் அவ்வாறு செய்துள்ளனர். அவ்வளவு பெருமை வாய்ந்தது நம் தமிழ்மொழி.

ஒருவருக்கு அவருடைய தாய் மொழி எவ்வாறு பயனளிக்கின்றது என்று சொல்ல விழைந்த ஆ.பி.ஜெ.அப்துல் கலாம் அவர்கள், ஒரு மரத்தைப் பார்த்து உம் வாழ்க்கை இலட்சியம் என்னவென்று கேட்க, அம்மரம் சொன்னது, “என் நூறுவருட வாழ்க்கையில் இலட்சியம் இதுதான். என்னிடம் உள்ள அனைத்தையும் கொடுத்துக்கொண்டே இருப்பதுதான் என் மகிழ்ச்சி. பூக்களைக் கொடுத்தேன். தெளி தேனைக்கொடுத்தேன். நூற்றுக்கணக்கான பறவைகளுக்குப் புகலிடம் கொடுத்தேன். கொடுத்தேன், கொடுத்தேன் கொடுத்துக்கொண்டே இருப்பேன். ஆதலால் நான் எப்பொழுதும் இளமையாகவும் மகிழ்ச்சியாகவும் இருக்கின்றேன், – என்றது. இம்மரம் எவ்வாறு கொடுத்துக் கொண்டே இருக்கின்றதோ அதுபோலத்தான் மொழியும், தாய்மொழி ஒவ்வொருவருக்கும்

ஆக்கத்தையும், ஊக்கத்தையும், நம்பிக்கையையும், பலத்தையும், மனப்பக்குவத்தையும், பண்பாட்டையும், நாட்டுப்பற்றையும், கலாச்சார உணர்வையும் ஊட்டி வளர்க்கின்றது. ஆகவே, தமிழ்ச் சகோதரச் செல்வங்களே! நமது தாய் மொழி தமிழ் மென்மேலும் வளர்ச்சியடைய வேண்டுமானால், அறிவியல், மருத்துவம், தொழில்நுட்பம் போன்ற ஆராய்ச்சித்துறை சார்ந்த நூல்கள் தமிழில் மொழிபெயர்ப்பு செய்யப்பட வேண்டும். அந்த நம்பிக்கை பொது மக்களுக்கும், மருத்துவர்களுக்கும், ஆசிரிய-பேராசிரிய பெருமக்களுக்கும், ஆட்சியாளர்களுக்கும் அவசியம் வரவேண்டும். ஏனெனில், தனது உள்ள உணர்வுகளை உள்ளது உள்ளவாறு உணர்த்துவது அவரவர் தாய்மொழி வழியே தான் சாத்தியமாகும். ஆதலால்தான், அறிஞர்கள் அவர்கள் தம் மலரும் சிந்தனையில், “தாய் மொழியை திறமையாகப் பயன்படுத்த அறியாத எவனும் பிறமொழியைத் திறமையாக பயன்படுத்திக்கொள்ள கற்றுக் கொள்ளுதல் கடினம்” - என அவர்கள் தாய்மொழிக் கல்வியின் அவசியத்தை ஆணித்தரமாக எடுத்தியம்பியுள்ளனர்.

15.2. தனிமனிதனின் வாழ்க்கை அனுபவங்களும் இயற்கையின் நீதியும்:

1. அது இருந்தால் இது இல்லை: இது இருந்தால் அது இல்லை,

வாடாமல்லிக்கு ஆயுள் அதிகம் வாசமில்லை. வாசமுள்ள மல்லிகைக்கோ ஆயுள் குறைவு.

கொம்புள்ள மானுக்கோ வீரம் இல்லை. வீரமுள்ள கீரிக்கு கொம்பு இல்லை.

கருங்குயிலுக்கு தோகையில்லை. தோகையுள்ள மயிலுக்கோ இனிய குரல் இல்லை.

நீருக்கு நிறமில்லை நெருப்புக்கு ஈரமில்லை. காற்றுக்கு உருவமில்லை கதிரவனுக்கு நிழல் இல்லை.

எவர் வாழ்விலும் நிறைவில்லை. எவர் வாழ்விலும் குறைவில்லை.

ஒன்றைக் கொடுத்து ஒன்றை எடுத்தான். ஒவ்வொன்றுக்கும் காரணம் வைத்தான்.

புரிந்து கொள் மனிதா அமைதிகொள். அமைதி தான் நமக்கு அதீத தேவை என அறிந்துகொள்.

2.இந்த பத்து செயல்கள் கூடவே கூடாது

மகன் தந்தையின் கண்ணீரைப் பார்க்கக் கூடாது. பெற்ற பிள்ளைகளின் அவப்பெயரை தாய் கேட்கக் கூடாது.

சகோதரர் உடன்பிறப்புக்களிடம் அந்தஸ்து காட்டக்கூடாது. தம்பதியர்களுக்கிடையே சந்தேகம் கூடாது.

வெற்றியாளர்களுக்கு இறுமாப்பு இருக்கக்கூடாது. தலைவனுக்கு நொடிப் பொழுதும் சபலம்கூடாது.

வாழ்ந்து கெட்டவர் வறுமையைத் தூற்றக்கூடாது. பகைவனாயிருந்தாலும் ஒருவரின் இறப்பில் மகிழக் கூடாது.

கடும் பசியிலும் மதியாதவர் வீட்டில் உணவு உண்ணக்கூடாது. தர்மம் செய்பவரைத் தடுக்கக்கூடாது.

3.தோற்றுப்போனால் வெற்றி கிடைக்குமா?

அம்மாவிடம் தோற்றுப்போ, அன்பு அதிகரிக்கும். அப்பாவிடம் தோற்றுப்போ, அறிவு மேம்படும்.

துணையிடம் தோற்றுப்போ, மகிழ்ச்சி இரட்டிக்கும். பிள்ளைகளிடம் தோற்றுப்போ, பாசம் பன்மடங்காகும்.

சொந்தங்களிடம் தோற்றுப்போ, உறவுபலப்படும். நண்பர்களிடம் தோற்றுப்போ, நட்பு உறுதிப்படும்.

ஆகவே தோற்றுப்போ, தோற்றுப்போ தோற்றுப்போனால் வெற்றி ஒருநாள் நிச்சயம் கிடைக்கும்.

4.16-ம் பெற்று பெருவாழ்வு வாழகவென வாழ்த்துவதின் பொருளாவது:

1. கல்வி, 2. அறிவு, 3. ஆயுள், 4. ஆற்றல், 5. இளமை, 6. துணிவு, 7. பெருமை, 8. பொன், 9. பொருள், 10. புகழ், 11. நிலம், 12. நன்மக்கள், 13. நல்லொழுக்கம், 14. நோயின்மை, 15. முயற்சி, 16. வெற்றி. எனவே, பிறந்து விட்டோம் என்று வாழாதீர்கள்.. இனிப்பிறக்கப்போவதில்லை என்று நினைத்து வாழுங்கள்.

5. தன்னந்தனியே பிறந்த குழந்தையை வளர்க்கும் முறையால் ஏற்படும் பரிமாணங்கள் பற்றியதோர் சிந்தனை:

குறைகூறி வளர்க்கும் குழந்தை வெறுக்கக் கற்றுக்கொள்கிறது. அடக்கி வளர்க்கும் குழந்தை சண்டையிடக் கற்றுக்கொள்கிறது. கேலி செய்யப்படும் குழந்தை வெட்கத்தோடு வளர்கிறது. அவமானப்படுத்தப்படும் குழந்தை குற்றவாளியாகிறது. ஊக்குவிக்கப்படும் குழந்தை மனவலிமை பெறுகிறது. புகழப்படும் குழந்தை பிறரை மெச்சக்கற்றுக் கொள்கிறது. சகிப்போடு வாழும் குழந்தை பொறுமையைக் கடைபிடிக்கிறது. நேர்மையோடு வளரும் குழந்தை நியாயத்தைக் கற்றுக் கொள்கிறது. பாதுகாக்கப்படும் குழந்தை நம்பிக்கைப் பெறுகிறது. நட்போடு வளரும் குழந்தை உலகத்தை நேசிக்கிறது. – என்று தனிமனிதனுக்கு இயற்கைத்தரும் பாடம் இதுவே.

6.தனிமனிதனின் உடல், மனம் மற்றும் அறிவு இவைகளின் செயற்பாடுகளாக,

வலிமை வாய்ந்த, தூய்மை மிகுந்த, மகிழ்வு நிறைந்த எண்ணங்கள் உடலில் புத்துணர்வையும், கருணையையும் ஊட்டி, உடலுக்கு ஊட்டம் தந்து, எந்த எண்ணமுத்திரைகள் உள்ளே விழுகின்றனவோ அதற்கேற்ப ஒரு மசியக்கூடிய பொருளாக உடல் இருந்து – இசைந்து எண்ணங்கள் பழக்கமாகும் பொழுது, அதனுடைய விளைவை நல்லதோ கெட்டதோ தனிமனிதனின் எண்ணத்திற்கு ஏற்ப அவனது உடலில் தோற்றுவிக்கின்றது. இதனையே, வள்ளுவனார், "வினைத்திட்பம் என்பது ஒருவன் மனத்திட்பம் மற்றைய எல்லாம் பிற." என்று 'எண்ணம் போல் வாழ்க்கை' – எண்ணம் நன்றானால் எல்லாம் நன்றாகும் என்பதை உறுதி செய்கின்றார்.

இவ்வாறே, இறைவன் கருணை தனிமனிதனின் மீது செயற்படுவதற்கு, அவன்தன்னை இழந்து நிற்கின்றபோது, அது செயற்பட்டு அவனை ஆட்கொள்வதால், மனிதன் தனது வழிபாடு அதனையொட்டிய சடங்குகள் இவைகளின் உட்பொருளை நன்றாக அறிந்து அவன் தனது மனத்தைத் தூய்மையாக்கி, அது இறைவன் வந்து தங்குமிடமாக மாற்ற வேண்டும். அந்த நிலையை எட்டிவிட்டால், புறச்சடங்குள், சமய வழிபாடுகள் என்ற பெயரில் உடலை வருத்துதலில் பயனில்லை.

மேலும், அறிவு என்பது ஓர் அருமையான பொருள். அது தனிமனிதனுக்கு ஞானத்தை மட்டும் தராது, தெரியாத ஒரு பொருளைத் தெரிவிக்கிறது மட்டுமன்றி, இதுவரையில் அந்த பொருளைப்பற்றி அவன் அறியாதிருந்த அறிவையும் தருகின்றது. மனிதன் தன் உடலை அசைக்கவும், மனதை அசையாமல் அலையாமல் வைத்திருக்கவும் பழக விழையும் வேளையில் அவன் அறிந்து கொள்வதை எல்லாம் அவன் மனம் அறிவதில்லை. அவன் புத்தியில் ஏற்றுக் கொள்வதையெல்லாம் அவன் மனம் ஏற்றுக்கொள்வதும் இல்லை. அவன் நம்புவதையெல்லாம் அவன் மனம் நம்புவதில்லை. அதாவது தனி மனிதன் அறிவதையும் ஏற்றுக்கொள்வதையும் மற்றும் நம்புவதையும் அவனது மனமும் அறிந்து, ஏற்றுக்கொண்டு, நம்புகின்றதா என அவன் கூர்ந்து கவனிக்க வேண்டும். ஆகவே, தனிமனிதன் அவனைப் பற்றி எடைபோட்டு வைத்திருக்கும் தீர்மானத்தில் உள்ளது போலவே, அவனது மனமும் இருக்குமானால் அவனிடம் தோல்வியும், துன்பமும் ஒரு காலத்தும் நெருங்கவே நெருங்காது. எனவே, அவனது வைராக்கியமான மன உறுதியே அவனுக்கு உண்மையான வாழ்வை அளித்து, வாழ்தலே வழிபாடாய் நிற்கும்.

15.3. தீராத தீர்வுகளுக்கெல்லாம் திறவுகோலாய் நிற்கும் கல்வி

நம் இந்திய நாட்டின் ஒற்றுமைக்கும் அதன் ஒருங்கிணைந்த ஒருமைப்பாட்டிற்கும் வழிவகுக்கும் புதியதோர் கல்வியியல் மேம்பாட்டுக் கொள்கை, அதன் கல்வி (அறிவும் அடக்கமும் அளிக்கும் அருமருந்து – திரு. சாலமன்பாப்பையா) அரியதோர் திறவுகோலாக அமையவேண்டுமானால், மேலே யாம் கண்ட அனைத்து பிளவு பட்ட சமுதாய சிக்கல்களுக்கெல்லாம் இக்காப்பியம் தந்த விரிவான விளக்கங்களுடன் கூடிய செயற்பாடுகளை உறுதிசெய்ய,

1.தனி மனிதனின் சமூக, ஆன்மீக மற்றும் அரசியல் கண்காணிப்பின் இன்றைய அவசியம்.

தனியொரு மனிதன் அவன் குடும்பத்தின் அடிப்படை அங்கமாக இருந்து, சமுதாயம், நாட்டுடைமை, நாடு, தேசியகுழு, தேசியம், தேசிய-மானிலம், தேசியங்களின் கூட்டுநாடு என்ற நிலைகளை அடைந்து, இந்த தனிமனிதனின் அடையாளமே தேசத்தின் ஒருமைப்பாட்டுடன் இணைக்கப்பட்ட நிலையில், தனியொருவரின்

அடையாளம் தேசத்தின் அடையாளத்துடன் இணைக்கப்பட்டுள்ளது. இந்த அரியதோர் சமுதாய-ஜனநாயக அடிப்படையில் இணைக்கப்பட்ட நிலையால், அத்தனியொரு மனிதன் சமூக மாற்றம், சமூக இணைவு, சமூக மறுமலர்ச்சி, அதீதச்சிறப்புத்தன்மை, மதநல்லிணக்கம், சமூகநீதி, சமத்துவம், சகோதரத்துவம் ஆகிய தேசியக்கட்டமைப்புக் கொள்கைகளால் கட்டுண்டு' இந்தியநாடு என் நாடு, இந்தியன் என்பது என் பேரு' என்ற உறுதிப்பாட்டால், இந்தியா என்ற தேசம் அதன் ஒவ்வொரு குடிமக்களின் மேல்கட்டமைக்கப்பட்டுள்ளது. ஆதலால் தான், நம் காந்தீய பொருளாதார நிபுணர் ஜெ.சி.குமரப்பா அவர்கள், 'மனிதனின் மூளையே அனைத்து வகையான சிக்கல்களுக்கும் இறுதியான ஆதாரமாக உள்ளது.' – என்று இன்றளவும் உள்ள இந்திய ஒருமைப்பாட்டுக்கு இடையூறான சிக்கல்களுக்குக் காரணமாக கூறியுள்ளார்.

எனவே, இந்த சமுதாய ஜனநாயகம், சமுதாய-சுய நிலைப்பாட்டில் (Social Self-realization) இருப்பதைவிட, பொதுவானதும் அல்லது எல்லோருக்கும் உரித்தானதுமான சுயநிலைப்பாட்டில் (general or universal self realization) நிலைகொண்டால், பொது மக்கள், சமுதாயம், தனியொரு மதத்தினர் மற்றும் தனியொரு இனத்தினரை அரசாங்கம் தவறான வழியில் இட்டுச் செல்வதிலிருந்து தடுத்து நிறுத்தி, தனித்துவம் (Individuality), சிறுபான்மை (minority) மற்றும் பெரும்பான்மை (majority) என்ற நிலையிலிருந்து மாறி, தனித்துவம் (individuality) சிறுபான்மை (minority) + சிறுபான்மை (minority) = பெரும்பான்மை (majority) ஆக உருவெடுக்கும்பொழுது, கடைசியில் அல்லது கடைநிலையில் வாழும் தனிமனிதனின் (அந்தியோதயா) மீது அவசியம் கவனம் செலுத்த அரசாங்கத்திற்கு மிகவும் அவசியமானதும், மிகவும் எளிதானதுமாக இருப்பதால், நாம் மிகவும் விரும்புகின்ற ஆன்மீக மற்றும் ஒழுக்க நெறிகள்படி வாழும் இந்திய குடிமகன்களை நம் வீட்டிற்கும் நாட்டிற்கும் பெறுதல் என்பது எளிதினும் எளிது.

இதிலே, தனிமனிதனின் ஆன்மீக – ஒழுக்க நெறி வாய்ந்த உள்ளார்ந்த, தரமும், தர்மாவின் வாசமும் திரு. ஜெவகர்லால்நேரு அவர்களின் கூற்றுப்படி, 'தனிமனிதனின் தரமும், தர்மாவின் நிலையும் என்றதில், தர்மாவானது அனைத்து மதங்களின் ஆன்மீக நெறிப்பாடாகும். தர்மாவின் செயல்பாடு ஒரு தனிமனிதனின் மதக்கடமைகளை

நிறைவேற்றுவதோடு மட்டுமின்றி, அவர்தம் அர்ப்பண வாழ்வின் மூலம் உண்மை, ஒருமைப்பாடு மற்றும் சேவை மனப்பான்மையை வளர்ப்பதாகும்.'– இதுவே, நம் அதிமுக்கிய குறிக்கோளாகும். ஆகவே, அனைத்து மதங்களின் ஆன்மீக நெறிப்பாட்டுடன் கூடிய மதிப்புடையக் கல்வி தான், இந்தியாவில் விரிவான சோசியலிச- சனநாயகத்தில் (Liberal Socialistic Democracy) சரியான பெரும்பான்மையை நிர்ணயிக்கும் சக்தியாக உள்ளது. ஆதலால், 'கல்வி என்பது விழிப்புணர்வுடனுள்ள மதத்தின் தன்மையே – Education is the Conciousness of Religiousness' அவ்வாறே, 'மதத்தின் தன்மையுடனுள்ள விழிப்புணர்வே கல்வியாகும். – The Consciousness of Religiousness is Education.'

இவ்வாறு, விழிப்புணர்வுடனுள்ள மதத்தின் தன்மை (The Consciousness of Religiousness) என்பது அனைத்து மதங்களின் ஆன்மீக நெறிப்பாடாக நின்று தர்மத்தின் செயற்பாடுகள் மேல்கூறியவாறு அதிமுக்கிய குறிக்கோளாகக் கொண்டு நிற்கும் இந்திய திருநாட்டில் தற்போது நடந்துவரும் ஒன்றிய அரசு ஆட்சியிலேயே இந்தியா அதன் பெரும்பான்மையும் என்ற தர்மத்தின் குறிக்கோளுக்கு எதிராக, 'இந்துத்துவ கொள்கையானது இந்துக்களை மற்ற மதத்தினரிடமிருந்து பிரித்து, மற்றைய மதத்தோரை இந்து – முஸ்லீம், இந்து – பாசீஸ் மற்றும் இந்து – கிறிஸ்துவர் என்று, எந்த தத்துவ மற்றும் இறையியலுக்கும் ஒவ்வாது, இதனினும் மேலாக இந்து மதத்தின் தர்மமான அனைத்து மதங்களின் ஆன்மீக நெறிப்பாட்டிற்கும் கூட அறவே ஒவ்வாத, பொய்யான மதநீக்கக் கொள்கை அடிப்படையில் நம் இந்திய அரசியல் சாசனத்திற்கு எதிராக இந்துத்துவம் செயல்படுகிறது.'

இதனை தவறு என்று சுட்டிக்காட்டி, நம் ஜனநாயக ரீதியிலான இறையாண்மை, குடியரசுரிமை, சமூகநிலைப்பாடு மற்றும் சுவாமி விவேகானந்தரின் இரு பெரும் கோட்பாடுகளான – நேர்நிலை – மதநீக்கம் (Poistive Secularism) மற்றும் தரித்திர நாராயணா வழியில் செயலாற்றி நம் மும்மூன்று மதிப்பீடுகளான விடுதலை, சமத்துவம் மற்றும் சகோதரத்துவம் ஆகியவை எல்லா இந்திய மக்களுக்கும் ஜாதி, மத, இன, மொழி, இடம், வகுப்பு, நிறம், பால், ஏழை மற்றும் பணம் படைத்தோர் என்று எந்த பாகுபாடு மற்றும் வேறுபாடின்றி தரமுடன் செயலாற்றச் செய்தல் வேண்டும். அப்பொழுதுதான் 'புதியதோர் நிலைப்பாடு' யாம் கண்டடைய முடியும். அதற்கு

தகுந்ததோர் கல்வியியல் தத்துவமும், அதனை செயற்படுத்த தகுந்த நில-வள, பொருள்-வள, கொள்கை-வள, கோமான்-வள, ஆசான்-வள, மாதாபிதா-வள மற்றும் மகப்பேறு-வள – என்று எண்ணற்ற படிவங்களை கடந்து நிலை கொள்ள இருப்பதால்தான், தனிமனிதனின் அறியாமை, அதனால் அவன் பொருளீட்ட இயலாமை, நிலவுகின்றது. இதுவே இந்திய துணைக்கண்டத்திலுள்ள அனைத்து வகையான சிக்கல்களுக்கும் காரணமாக இருந்து, பஞ்சம். பட்டினி, பசி, தாகம், நோய்வாய், இருக்க இடமின்மை, உடுக்க உடையின்மை மற்றும் சமுதாய ஏற்றத்தாழ்வு ஆகியவற்றால், 'நித்த கண்டம் பூரண ஆயிசு' – என அல்லலாயித்து வாழும் வாழ்க்கை கண்ணீரும் கம்பலையுமாய் கழிக்கும் நிலையாரறிவர் பராபரனே!!

ஆதலால்தான், பெருமைக்குரிய செயலை ஒருவன் செய்கின்றான் என்றால் அவன் இறந்த பிறகு வாழ்வதற்கு தயாராகின்றான் என்று பொருள். சுகத்திலிருந்து தான், பயமும், வேதனையும் பிறக்கின்றன. சுகத்திலிருந்து விடுபடுபவன், பயத்தையோ, வேதனையையோ, அறியான். பொறுமை உடையவன் அனைத்தையும் நல்லதாக்கியும் ஆத்திரமுள்ளவன் நல்லதையும் தீயதாக்கியும்விடுகிறான். இதன் காரணத்தை மிகவும் அழகாக வள்ளுவர் கூறுமிடத்து மனிதன் உயர்திணை என்ற போதும் அஃறிணைக்கான குணங்களோடு செயல்படும் பண்புடையவனாதலால், 'விலங்கொடு மக்கள் அனையர்', 'ஒருமையுள் ஆமை' – போன்ற சொற்களை கையாண்டுள்ளார். பெருமைக்குரிய செயலை தனியொரு மனிதன் செய்வதால், அறம் அல்லது தர்மம் என்பது தமிழ்நாட்டுப் பண்பாட்டின் ஆத்மாவைக்குறிக்கும் ஒருமரபு வழக்காகின்றது. அறம் என்பது நீதி என்பதன் அளவினதன்று. அது சமுதாயத்தில் உருவாகும் ஓர் இயற்கை பேராற்றலாகும். அதுமுறையாகஉருவாகும் நெறிமுறை. சிந்திப்பதுவும், சீர்தூக்கிப்பார்ப்பதுவும், அறக்கொள்கை செயல்பாட்டின் அடிப்படை வித்தாகும். என்றைக்கு மனிதன் சிந்திக்கத் தொடங்கினானோ, அன்றே அறம் அவனிற்குடி கொண்டு அவனைக் கூட்டிச் சென்றது: தன்பாதையில் ஒட்டிச் சென்றது.

ஆதிமனிதன் தனது விலங்கு குணத்தை அடக்கி, அவனைச் சுற்றியுள்ள உலகையும் அவனது கூட்டத்தின் செயல்பாடுகளையும் கவனிக்கத் தொடங்கியதும், அவனது அறவாழ்வின் முதல் மைல்

கல்லாக கருதப்படுகின்றது. தொடர்ந்து, தன்னை மீறிய சக்தி ஒன்றுதான் இவ்வண்ட சராசரத்தையும், இயற்கையையும், இயக்கி வருகின்றது என்று சிந்தித்து, அதற்கு அஞ்சி தனது செயல்களுக்குக் கடிவாளமிட்டுச் சில விதிகளைத் தனக்குள் அமைத்து, அதனைக் குழுவாகக் கூடிக்கடைப்பிடித்து விதிமுறைகளை மீறாத அறத்தையும் கடை பிடிக்கக் கற்றுக்கொண்டான் மனிதன். இன்றைய நிலையில், நாம் ஒழுகும் அறமானது, எந்த அழுத்தங்களுக்கும், மூடநம்பிக்கைகளுக்கும், வற்புறுத்தல்களுக்கும், அரசியல்-மாச்சரியங்களுக்கும் அப்பாற்பட்டு சுயமாகச்சிந்தித்து, தனக்கும் தன்னைச் சார்ந்தவர்களுக்கும் சமுதாயத்திற்கும், ஏன் உலகளாவிய மனித குலத்துக்குமே நன்மை பயக்கும் விதமாக தன்னலமற்ற சேவைகளைப் பிறர் உய்யும் பொருட்டுச் செய்து பிரதிபலன் பாராது, உயர்-மனித குலவாழ்விற்கு வழிவகுத்து, அறவாழ்வைப் போற்றுகின்றது.

ஆகவே தான், சாதாரண மனிதன் காணும் காட்சிகள் எல்லாம் துகள் (குற்றங்கள்) உற்றகாட்சிகள் என்றும், ஞானிகள் காணும் காட்சிகள் எல்லாம் துகளற்ற (குற்றமற்ற) காட்சிகள் என்றும், துகளுற்ற காட்சி பொய்க் காட்சி அல்லது திரிபுபட்ட காட்சி என்றும் மாறாக துகளற்ற காட்சியோ மெய்க்காட்சி என்று விளம்பி, ஞானிக்கும் அஞ்ஞானிக்கும் உள்ள வேறுபாட்டை விளக்குமிடத்து, கணக்கு ஒன்றுக்குச் சரியான விடை ஒன்றே. தவறான விடைகளோ கணக்கற்றவையாக இருக்க முடியும். அவ்வாறே, அஞ்ஞானத்தில் இருக்கும் ஜுவர்களுடைய துகளுற்ற நிலைகள் பலப்பல. ஞானிகளின் துகளற்ற நிலை ஒன்றே. மனத்துக்கண் உள்ளமாசை அகற்றுவது நம்குறிக்கோள். மனத்தகத்து மாசு அகலப் பெறின்மெய்க்காட்சிதானே வந்துவிடுகின்றது. பலநிறமுடைய கண்ணாடிகளைப் போட்டுக் கொண்டு வெளி உலகத்தைப்பார்த்தால், இல்லாத பலநிறங்கள் ஆங்கு இருப்பன போன்று, காட்சி தருகின்றன. நிறமற்ற கண்ணாடியுடனோ அல்லது கண்ணாடியின்றியோ வெளி உலகைப் பார்க்குமிடத்து, புற உலகானது உள்ளது உள்ளபடி தோன்றுகின்றது. எனவே ஞானம் நிறமற்ற கண்ணாடி போன்றது. துகளற்ற காட்சி ஞானிக்கு மட்டுமே வருகின்றது. இதனையே குற்றமற்றமனமே அறம். மற்றவை ஆரவாரதன்மையுடையவை, என அறியலாம்.

இவ்வாறே, தனியொரு மனிதன், வையத்துள் வாழ்வாங்கு வாழ்ந்து வானுறையும் தெய்வமாக மதிக்கப்பட வேண்டுமாயின், இம்மையில் மாசற விளங்கவும் மறுமையில் பேரின்பம் பெறவும் செயற்கரிய செயல்களை செய்தாக வேண்டும். செயல் ஒன்றே மனிதனை மாண்புறச் செய்கின்றது. இங்கு காலமும், சூழ்நிலையும் நம்மை இயக்கும் போது, காலம் என்ற சிற்பி நம்மை செதுக்க, அதில் நாம் சிற்பமா? சிதறி விழும் கற்களா? சிற்பமாக ஆவதுதான் சிறப்பு. அவ்வாறு ஆவதற்கு, சாதனைகள் படைக்க வேண்டும். சாதனைகள் படைக்க சோதனைகளை சந்திக்க வேண்டும். எனவே தான், தட்டப்படாத தங்கம் ஆபரணம் ஆவதில்லை. துளையிடப்படாத மூங்கில் புல்லாங்குழல் ஆவதில்லை. உளியின் வலிக்கு பயந்த கல் சிற்பமாக ஆவதில்லை. சிரமப்படாமல் சிகரங்களைத் தொட முடிவதில்லை. சவால்கள் இல்லாத வாழ்வில் சாரமில்லை. ஆக சாதனைகள் பல படைத்து நாம் புகழோடு வாழ்வாங்கு வாழ வேண்டும் என்பதையே, "தோன்றிற் புகழோடு தோன்றுக அஃதிலார் தோன்றலின் தோன்றாமை நன்று."- வள்ளுவர்.

2.கல்விக்கும் – குழந்தைக்குமுள்ள உறவும் அதனால் வரும் மாற்றத்துடன் கூடிய வளமும்:

சமூக மறுமலர்ச்சியடைவதிலேயே அரசாங்கங்களும், தனியார்க்கல்வி நிறுவனங்களும் மற்றும் தன்னார்வத் தொண்டு நிலையங்களும் இடைவிடாது செயலாற்றுகின்றன. ஏனெனில்,

1. 'கல்வியானது குழந்தையின் தனித்துவமிக்க முழுமையான வளர்ச்சியை அடையச் செய்து, அதன் வழி அக்குழந்தை மனித வாழ்விற்குகந்ததோர் பங்கினை அருளச் செய்வதாகும்.' – என்று திரு. நன். அவர்களும்,

2. 'கல்வி என்பது குழந்தையிடமிருந்து அனைத்துச் சிறப்பினையும் கொணர்ந்து, சரீர, சிந்தனை மற்றும் ஆவி – உடைத்தான மனிதனை காண்பதாகும்.' – என்று அண்ணல் காந்தியடிகளும்,

3. 'கல்வி என்பது குழந்தையின் மூளையில் அளவு கடந்த செய்திகளை திணிப்பதிலில்லை என்றும், அது மனிதனை உருவாக்குவதிலும், குணாதிசயங்களை வளர்ப்பதிலும் மற்றும் வாழ்வை வளமாக்கும் கருத்தியல்களிலும் இருந்தால் தான்

இத்தகைய கல்வியை இவ்வுலகில் அடைய முடியும். இதனை மாணவச் செல்வங்கள் மிக அனேகமாக முழுமையாய் அறியாமல் உள்ளனர்.' என்று வயது முதிர்ந்த கல்வியாளர் 'லேன்வித்ஜெஸ் பால்' – குழுவின் மூலம் கூறியுள்ளார்.

4. 'மனிதனின் இதயத்திற்குக் கற்பிக்காது, அவன் மூளைக்கு மட்டும் கற்பிப்பது, கல்வியே அல்ல.' – என்று கிரேக்க தத்துவ ஞானி அரிஸ்டாடில் (384–322 B.C.) அவர்களும்,

5. கல்வியறிவு இல்லாததால் எவ்வளவு கஷ்டங்கள் ஏற்படுகின்றன என்பதனை, திரு. ஜோதிராவ் புலே, 'அறிவில்லாத போது புத்திசாலித்தனம் இழக்கப்படுகிறது. புத்தியில்லாத போது ஒழுக்கம் இழக்கப்படுகிறது. ஒழுக்கம் இல்லாதபோது ஆற்றல் முழுதும் இழக்கப்படுகிறது. செயல்படும் ஆற்றல் இல்லாதபோது பணம் இழக்கப்படுகிறது. பணம் இல்லாததால் சூத்திரர்கள் வீழ்ந்தனர்.' – என்று அவர் கூறியுள்ளார்.

6. நம் அறிஞர் அண்ணாவின் பொன் மொழி,

'போட்டியும் பொறாமையும் பொய் சிரிப்பும் நிறைந்த அவ்வுலகில், நமது பாதையில் நாம் நேராக நடந்து செல்ல நமக்குத் துணையாக இருப்பது கல்வி மட்டுமே.' – என்று கல்வியின் சிறப்பைப்பற்றி கூறியுள்ளார்.

7. நம் தமிழ் மூதாட்டியார் ஔவையார், ஓவியம் வரைவது கைப்பழக்கத்தாலும், சிறந்த தமிழில் பேசும் கலைத்தேர்ச்சி நாவின் பழக்கத்தாலும், நல்ல கல்வி தேர்ச்சி மனப்பயிற்சியாலும், நாள்தோறும் அதிக தொலைவு நடப்பது நடந்து பழகும் பழக்கத்தாலும் ஏற்படுவதாகும். ஆனால், நட்பும், இரக்கமும், கொடைக்குணமும் பிறவிக்குணங்களாகும், என்பதை, 'சித்திரமும் கைப்பழக்கம் செந்தமிழும் நாப்பழக்கம் வைத்ததொருக் கல்வி மனப்பழக்கம், நித்தம் நடையும் நடைப்பழக்கம் நட்பும் தயையும் கொடையும் பிறவிக்குணம்.' எனக் கூறுகிறார்.

அவ்வாறே, எங்கே சித்தத்தை (மனதை) நிலை நிறுத்த வேண்டுமோ அங்கேயே அதனை உறுதியாக நிலைப்பெறச் செய்வதற்காக திரும்பத்திரும்பச் செய்யும் முயற்சிக்குப் (அறிவாளர்களின் போர்வாள்

– திரு.சாலமன்பாப்பையா) பெயரே இடைவிடாதப்பயிற்சி எனப்படும். பொதுவாக மனதைக் கட்டுப்படுத்துவது என்பது கடினம்தான். ஆனால் இடைவிடாத முயற்சியுடன் கூடிய பயிற்சியாலும், அதனை அடைய மேற்கொள்ளும் வைராக்கியத்தாலும், அம்மனத்தைக் கட்டுப்படுத்த முடியும், 'முயற்சியும், பயிற்சியும் உயர்வுதரும்' என்கிறார், - ஸ்ரீமத் பகவத்கீதை. ஆகவே, நாம் கல்வியின் அவசியத்தையும், அதன்வழி எவ்வாறு தனிமனித மேம்பாடு அடைதல் வேண்டுமென்றும், வாழையடி வாழையாய் வாழ்ந்து வரும் திருக்கூட்டமாம் நம் இந்திய மாந்தர்க்கு உகந்ததோர் கல்விதனை அளித்தலைப்பற்றி இவண் காண்போம்.

15.4.புதிய மில்லீனிய 21-22ஆம் நூற்றாண்டுகளின் கல்விச் சார்ந்த எதிர்-நோக்குச்செயல்கள்:

இந்த 21-22ஆம் நூற்றாண்டுகளின் புதிய மில்லீனியம் வருடங்களின் உலகமயமாக்கப்பட்ட விரிவான நோக்கமுடைய, மனிதகுலத்தின் மாண்புகள் வளர்ந்திட, ஆன்மீக வளமை தான் சிறந்ததென்று, முனைவர். திரு. ஆரம் அவர்கள் கூறுமிடத்து, "உலகில் 18, 19 மற்றும் 20-ஆம் நூற்றாண்டுகளில் அறிவியல் மற்றும் தொழில்நுட்பத்தில் ஆக்கம் செலுத்தியதுபோல், வரும் 21-ஆம் நூற்றாண்டில் ஆன்மீகமே ஆக்கம் பெறும்.' என்று தீர்க்கத்தரிசனம் கூறுயதை இவண் யாம் நினைவில் கொள்ள வேண்டிய தருணம் இது.

இதைத் தழுவியே, திரு. டி.ஜெ.ஒ' கார்னர் அவர்கள், தன்சமூக – அறிவியல் கோட்பாடுகளின் ஆய்வில், குறிப்பாக கல்வியில் மிகவும் நம்பிக்கைத்தரும் வகையில், இயற்கை அறிவியலுக்கும் (Physical Science), சமூக அறிவியலுக்கும் (Normative Social Science) இடையேயுள்ள இடைவெளியை நிரப்பும் வகையில், மதத்தின் தன்மையிலுள்ள விழிப்புணர்வு கல்வியால் (All Religious Consciousness is Education) அதவாது செய்முறையால் செய்முறை வழியில் நிலைநிற்கும் செயற்பாட்டுக் கல்வியால் மட்டுமே (Art of Living by Practice with Practico- Practicality) முடியும் என்று கூறுமிடத்து, தத்துவரீதியிலும் இது சாத்தியமானது என்பதை இத்தகைய இடைவெளி நிரப்பும் சமூக அமைப்பின் ஊடே மனிதனின் உள்ளார்ந்த மனப்பாங்குகளான (Innate Human Tendencies) இந்திய தத்துவ – மனுஸ்மிர்தியின்படி, சத்துவா, ராசாஸ் மற்றும் தாமாஸ் என்ற மகிழ்ச்சி (Pleasure), துன்பம் (Pain) மற்றும் விகற்பம்

(Indifference) என்றும், மேலை நாட்டுத் தத்துவ ஞானி பிளேட்டோவின் கூற்றுபடி, சிந்தனை (Reason), ஆன்மா (Spirit) மற்றும் பசி ஆர்வம் (Appetite) முதலான மனப்பாங்குகளின் அடிப்படையில் விருப்பு, வெறுப்பு மற்றும் கவலையற்றத் தன்மையாகிய செயல்களின் வெளிப்பாட்டில் கண்டடையும்போது, மக்களின் சமூக – அமைப்பான மரபு வழி சக்திகளால் (Hereditary Capacities) வரும் பழகிய பழக்கத்தாலும், அதிலிருந்து மீள தேவையான விளக்கமும் இந்த பழக்கத்திற்கும், விளக்கத்திற்கும் இடையிலான போராட்டத்தில் வெற்றி பெறத் தேவையான செயற்பாடே 'யோகம்' என்பதாகும். இத்தகைய யோகம் (Maharishi Vedattri) – தான், 21-22-ஆம் நூற்றாண்டுகளின் புதிய கல்வியியல் கொள்கைக்கு வித்திடும், "கடவுள் என்பவர் ஒரு நபர் அல்ல. ஒரு நபர் என்றால் அந்த நபரைப்பற்றிய சிந்தனை ஒரு மதமாக மாறுகின்றது." – அனைத்தையும் கடந்து நிற்கும் ஒரே பரம்பொருளே இறைவன் என்னும், இந்த, உயரியக்கருத்து, கல்வியின் சீர்திருத்தத்திற்கும் அதன் உரிய மேம்பாட்டிற்கும் உகந்ததோர் வாய்ப்பாக அமையும் என்பது அடியேன் என்னுடைய ஆழ்ந்த நம்பிக்கை.

இதையொட்டியே, 1962-ஆம் ஆண்டிலேயே நமது நாட்டின் சம்பூர்னாத் அல்லது மன-எழுச்சி குழுவானது மிகவும் பொருத்தமாக, 'இந்திய சூழ்நிலைக்குத் தகுந்ததோர் கல்வியியல் தத்துவத்தை வடிவமைப்பது என்பது மிகவும் தேவையான கடமையாக உள்ளது,' – என்று கூறப்பட்டதின் வழியே, 1968, 1986, 1992 (Review) மற்றும் 2020-ஆகிய ஆண்டுகளில் நம் இந்திய ஜனநாயக சாசனத்தின் முறைதரைகளின்படி அவ்வப்போது தேசிய அளவிலான கல்வியியல் – தத்துவ மேம்பாடுகளை வடிவமைத்தும், இன்றுவரை (முன்பே இப்படைப்பில் நாம் கண்ட) பல இயலாமைகளால் முழுநிறைவை எட்ட முடியவில்லை. என்பது தான் நம் கண்கூடு.

இதனையே, பின்-நவீன கால (1987) ஆசிரிய-கல்வியாளரும் மற்றும் போபால் நகரின், ரீஜினல் கல்வியியல் கல்லூரியின் தாளாளருமான முனைவர். ஆத்மானந்து மிஸ்ரா அவர்கள், 'கல்வி மற்றும் தொழில் நுட்பத்தின் பயிற்சிக்கு தேவையான அளவிற்கு, இந்தியா தன் பொருளாதாரத்தை அபிவிருத்தி செய்யும் வகையில் ஒதுக்காதிருந்தால், இந்திய வளர்ச்சியானது மிகவும் மோசமாக பாதிக்கப்படும்.' – என்று கூறியும், நாம் 2022ஆம் ஆண்டில்தான் அவர்

1987-ழில் கேட்ட 6% தேசிய வருவாயை (as recommended by NPE, 1968) அதுவும் அனைத்து வகையான கல்விகளுக்குமென்று ஒதுக்கியிருப்பது எவ்வாறு தேசிய அளவில் மாற்றத்தையும், மேம்பாட்டையும் எட்ட முடியும்? ஆதலால், ஒவ்வொரு இந்தியரும் நம் உள்ளார்ந்த இடைவிடாத உறுத்துதலானக் கட்டளையால் (The Imperative Inner Command) ஆட்கொள்ளப்பட்டு நம் முன்நிற்கும் மிகவும் ஆபத்தான பல்முனைச் சிக்கல்களை நீக்காவிடில், நாம் வாழும் இக்காலத்திலேயே இந்திய நாடானது உடைந்து சுக்கு-நூறாகிவிடும் என்பதில் சற்றேனும் ஐயமில்லை. இதையே,முன்னாள் தமிழ் நாட்டின் நிதி அமைச்சர் திருவாளர் மாண்புமிகு பி.டி.ஆர்.தியாகராஜன் அவர்கள், திருவாளர். காரன்தாப்பர் – அவர்களுடனான தனது பேட்டியில், ‘இந்தியா இன்றைய நிலையில் ஓர் அதிசயம், இந்த அதிசய ஜனநாயக இந்தியா கடந்த 75-ஆண்டுகளாக அதிசயமாய் ஒன்றுபட்டு நிற்பதே உலகளவில் ஓர் அதிசயம். இந்த அதிசய இந்தியா இனிமேலும் அதிசயிக்கும் வகையில் இருப்பது பற்றிய அச்சம் இப்போது அதிகம் உள்ளது. ஆகவே இனியும் காலம் தாழ்த்தாது நாம் அனைவரும் ஒன்றுபட்ட மனித நேயத்தோடு அனைத்து மாந்தர்களுடன் சகோதரத்துவத்தை (Oneness of Humanity), தனிமனிதனின் ஒருமைப்பாட்டின் வழி (Individual Integration) கண்டடைந்து தேசிய மற்றும் உலகளாவிய அடிமைத்தனத்திலிருந்து விடுதலையை/விடியலை (Emancipation) அடைதலின்மூலம், அனைத்து மக்களின் சகோதரத்துவ ஒற்றுமையை (Universal Solidarity) அடையலாம்.

இதனைத் தழுவியே, முனைவர், ஆத்மானந்துமிஸ்ரா அவர்களின் அறை கூவலுக்கொப்ப, நம்பாரத பிரதமர் திரு. நரேந்திரமோடி அவர்கள், தனது 73-வது பிறந்த நாளான 18.09.2023- அன்று, ரூ,13,000 கோடி நிதியில், நம்நாட்டின் 18 வகையான கைவினைப் பொருட்கள் தயாரிக்கும் 30,000 கைவினைக் கலைஞர்கள் பயன்பெறும் வகையிலான ‘விஸ்வகர்மா’ – என்ற திட்டத்தைத் துவங்கி, அவர்களின் பயிற்சிக்கு, ஒரு நாளைக்கு, ரூ.500 ஊக்கத்தொகையும், பயிற்சி முடித்தவுடன் ரூ. 1 லட்சம் பிணையில்லாக்கடனும், பின்பு ரூ.2 லட்சம் குறைந்த வட்டியுடன் கடனும், அடையாள அட்டையும், திறன் சான்றிதழும், கைவினை கலைஞர்கள் வெளிக்கொணரும் பொருட்களுக்கு

தரச்சான்றிதழ் வழங்கியும், அவைகளை விற்பனை செய்வதற்கான வசதிகள் மற்றும் அதற்குரிய கண்காட்சி அமைத்துத்தந்தும், இதைத் தவிர கருவிகள் வாங்க, ரூ.15,000 மானியம் மற்றும் டிஜிட்டல் வாயிலாக பரிவர்த்தனைச் செய்ய ஊக்கத் தொகையும் வழங்க, அரியதோர் முயற்சியாக தொழில்வளம் பெருகவகை செய்திருப்பது மிகவும் பாராட்டுதற்குரியதாகும்.

ஆனால் நாட்டின் அவசியமான தொழில்மயமாக்கப்பட வேண்டியக் கல்விக்கு, இன்றைய இந்திய ஒன்றிய அரசு, ஜூலை 2020-வரையில் தேசிய வருவாயில் அனைத்து வகைக்கல்விக்கும் 4.43%-யும், அடுத்து (2022 ஜூலைக்கு பிறகு), 6% (as recommended by NPE, 1968) மட்டும் முன்பு போலவே அனைத்து வகைக் கல்விக்கென்று ஒதுக்கியும், தற்போது 2023-24-கின் ஓராண்டு திட்டத்திலும் 2.5% (1.12 Lk Cr. Out of 45 Lk Cr.) மட்டுமே கல்விக்கென்று ஒதுக்கியும்) அரைகுறையான, அளவில் போதாது (20%-விகிதத்திற்கும் மேலாக ஒதுக்க வேண்டிய நேரத்தில்) ஒதுக்கி, பல்வகையான சிக்கல்களுக்கெல்லாம் கொடு முடியான பொருளாதார குறைபாட்டை முழுமையான ஆக்கமான முறையில் தொழில் மயமாக்கப்பட்டக் கல்வி மூலம் நீக்காது, நம் இந்திய திருநாடு, இன்றளவும் தத்தளித்துக்கொண்டிருக்கின்றபோது, இந்த,ரூ.13,000 கோடி நலிந்த கைவினை கலைஞர்களின் வாழ்வில், ஒளி ஏற்றும் வேளையில், வளர்ந்துவரும் இளைஞர் சமுதாயம் அவர்களின் விருப்பத்திற்கேற்ற தொழிலில் மேன்மைப் பெற பள்ளிப்பருவத்தில் ஒன்றிய மற்றும் மாநில அரசுகளால் வழிவகை செய்யப்படாததால் குலவழிக்கல்வியையே, முந்தியகாலங்கள் போல சொல்லாமல் சொல்லி, 'விஸ்வகர்மா' –மூலம் சனாதன வருணதர்மத்தின் செயற்பாடுகளை, குதிரையின் கடிவாளத்தை விட்டுவாலைப்பிடிப்பது போன்றும், குதிரைக்குப்பின் அதன்வண்டி சுழன்றோடுவதற்குப்பதில், அதன் வண்டிக்குப்பின் குதிரைஅசைந்தாடுவது போலும், கீழே விழுந்தாலும் மீசையில் மண் ஒட்டவில்லை என்பது போலும், செயற்படுவது சமூக-சமநீதிகாக்குமானால், இதுவும், சாலச்சிறந்ததாகும்.

15.5. இந்திய திருநாட்டில் உருவாக்கப்பட வேண்டிய புதியதோர் கல்வியியல் தத்துவத்தின் சிறப்பும் அதனை செயற்படுத்த வேண்டியதின் அவசியமும்.

இப்புதிய மில்லீனிய 21-22-ஆம் நூற்றாண்டுகளில் நம் இந்திய திருநாட்டில் கல்வி சார்ந்த, புதிய – கல்வியியல் தத்துவமானது, இருக்கின்றயியல் (Existentialism) மற்றும் மறுகட்டமைப்பு அபிவிருத்தியியல் (Re-constructive – Progressivism) ஆகியவைகன் கூட்டால் உருவான புதியதோர் கோட்பாடாக, சமூக அடிமைத்தனத்திலிருந்து விடியலைத் தரும் சகோதரத்துவத்தின் உதவி கொண்டு, மனிதமாட்சிமையை (Human Enlightenment) அடையச் செய்யும் அரியதோர் வாய்ப்பாய் அமையும்.

இத்தகைய மனிதமாட்சிமையை அடைதல் என்பது, இருக்கின்ற கல்வியியல் நவீன வல்லுனரான (Modern existential Education Expert) திரு. ஜான்பால்ஃஸ்ரையின் (John Paul Strain) அவர்களின் கூற்றுப்படி, 'மனிதனின் இயல்பு எந்தவித கல்வியியல் கொள்கையையும் மெதுவாக மாற்றவல்லது.' – என்ற கணிப்பில், தனிமனிதனின் இருக்கையை ஒரு இறுதி உடையதாக அவனது இயல்பை வைத்து வரையறுக்க இயலாது. ஏனெனில் அவன் யாரென்றும் அவனது இறுதி நிலை எதுவென்றும் தெரியாததால், மனிதனின் இயல்பு இன்னதென வரையறைச் செய்ய இயலாது. ஆகவே அவனுக்கென்று அறுதியிட்டுக் கூறும்படியான இயற்கையே கிடையாது.

இதுவரையில் தனிமனிதனின் சரீரம் மற்றும் ஆன்மா (Body and Soul – Physical Essence) – என்ற இயற்பியல் சார்ந்த இயற்கையும், சிந்தனையாற்றல் தன்மை மற்றும் விலங்கியல் தன்மை (Rational – Animaliy – Meta – Physical Essence) –யும் கொண்ட மெட்டா இயற்பியல் சார்ந்த இருக்கைகளானத்தத்துவ- ரீதியாக வழக்கத்தில் உள்ளது. ஆனால், மனிதனின் இயல்பு, கணத்திற்கு கணம் மாற்றம் கொண்டதாய் இருப்பதாலும், 'மனிதன் தனது முடிவை அவனே உருவாக்கிக் கொள்கிறான்.' என்ற அனுபவம் மிகவும் பொருத்தமானதாக அமைவதாலும், "எந்தநேரத்தில் என்னென்ன திருப்பங்கள் நடக்கும் என்று எவராலும் யோசிக்க முடியாததற்கு உலகில் மிகப்பெரிய, மர்ம நாவல் மனிதனின் மனம்"-என்ற அருமையான வாழ்க்கைக் கவிதை, மனிதனின் இயல்பைப் பற்றி சரியாக வரையறைச் செய்ய இன்றளவும் இயலாது இருப்பதால் தான், அவன்மற்ற அனைத்து ஜீவராசிகளிலெல்லாம் தனியொரு சிறப்புமிக்கவனாகவும், உயர்வானவனாகவும் கருதப்படுகின்றான்.

இந்த உயரியநிலையை மனிதன் அடைவதற்கு அவன் தன்னகத்தே பெற்றுள்ள இறைவனின் சாயல் (Will of God) மற்றும் அவன் செயலாற்றும் (Karma)- விதம் ஆகியவைகளின் மூலம், இறைவனின் அழைத்தலுக்கு அவனே ஆம் அல்லது இல்லை – என்று பதில் அளிக்கக் கூடிய வகையில் சுய – சுதந்திரத்தை இறைவன் தாமே வாழங்கிஅவனது சிறப்பை மிகைப்படுத்தியதுடன், ஒரே இறைவன் எல்லா மனிதர்களின் உள்ளார்ந்த மனதில் வாசம் செய்து, மத-வழிபாடுகள்தான், செயல் அல்லது 'கர்மா' என்று இருந்த இந்து-மத-செயற்பாடுகளை,சுவாமி விவேகானந்தாவும், அண்ணல் காந்தியடிகளும், 'கர்மா' – என்பது 'சமூக செயல்கள் – Social Actions' – என்று மறுவடிவம் கொடுத்து சமூக முன்னேற்றத்திற்கு முக்கியத்துவம் கொடுத்தமையால், திரு... ஸ்ரிமென்நாராயணன் அவர்களின் கூற்றுப்படி, 'நமது புதுப்பிக்கப்பட்ட முயற்சிகளால் மனிதத்துவத்தை மிகவும் அர்ப்பணத்துடன் கடைபிடித்து புதியதோர் மற்றும் மனிதநேய உலகை உருவாக்குதல் வேண்டும்.' என்ற சமூக முன்னேற்ற செயற்பாட்டில், 'இறைவனின் சாயல் – Will of God' என்பது இறைவன் மனிதனுக்கு வழங்கிய பாதுகாப்புக் கவசமாகவும் (Providence), 'கர்மா' என்பது இறைவன் மனிதனுக்கு அளித்த அவன் செயல் வழிவரும் கொடை (Sustenance) – என்றும் அமைவதால், அங்கிங்கெனாதபடி எங்கும் பிரகாசமாய் ஆனந்த பூர்த்தியாகி அனைத்தையும் கடந்து எங்கும் நிறைந்துநிற்கும், 'ஒரே ஒரு இறைவன்' – தாமே அவை எல்லாவற்றிற்கும் ஆதாரமன்றோ!!

ஆகவே, அதீத வகையின் புதியதோர் சீர்திருத்த நவீனமில்லீனிய, சகாப்தத்தின் 21-22-ஆம் நூற்றாண்டுகளின் படைப்பாக,மாறிவரும் சுற்றுச் சூழல் தன்மை மற்றும் ஜனநாயகத்தன்மை (Ecological Self and Democratic Self- Mr. Burns)-கள் இரண்டற கலக்கப்பட்ட நிலையில் நின்று, இந்தியத்துணைக்கண்டத்தை உலகளவில் மிகச் சிறந்தவல்லரசு நாடாக உயர்த்தஇப்போது இருக்கும்,10+2+3 மற்றும் 5+3+3+4 – என்ற முறைகளிலும் மிகச்சிறந்தேர் கல்வியியல் தத்துவத்தை உருவாக்குவதின் அவசியம் குறித்து, நமது நாட்டின் உச்சநீதிமன்றத்தின் முன்னாள் தலைமை நீதிபதி என்.வி.ரமணா அவர்கள் பேசியதை, ஆக. 21-ஆம் (2022) நாள், தினமலர் நாளிதழில் பிரசுரித்தவாறு, "கல்வி அளிக்கும் நிறுவனங்கள் தொழிற்சாலைகளாக பெருகியுள்ளதால், படித்து பெறும்பட்டம் மற்றும் மனிதவளத்திற்கான

மதிப்பு குறைந்துவிட்டது. வாழ்க்கையின் சவால்களை சந்திக்கும் வகையில் புதிய கல்விக் கொள்கையை உருவாக்க வேண்டும்... என்றும், “தொழில் முறைகல்வியில் கூட, வகுப்பறை”பாடங்கள் மட்டுமே கற்றுத்தரப்படுகின்றன”...... என்றும், “நிஜவாழ்க்கையில், எதிர்காலத்தில் சந்திக்கக்கூடிய சவால்களை எதிர் கொள்ளும் வகையில் மாணவர்களை உருவாக்குவதாக கல்வி நிறுவனங்கள் மாற வேண்டும். இதற்கேற்ற வகையில் புதிய கல்விக் கொள்கையை உருவாக்க வேண்டும். படித்து வெளியேறும் மாணவர்கள் நாட்டுக்காக தியாகம் செய்யத்தயாராக இருக்க வேண்டும். மோசமான சிந்தனைகளை ஏற்காதீர்கள்; அநியாயத்தை சகித்துக்கொள்ளாதீர்கள். மற்றவர்களின் கருத்துக்கும் மதிப்பு அளிக்கக்கூடியவர்களாக, சிறந்த ஜனநாயக வாதிகளாக மாணவர்கள் இருக்க வேண்டும்” என்றும் கூறுகின்றார்.

இதற்கு தீர்வு காணுகின்ற விதமாக நமது இன்றைய ஜனாதிபதி திரௌபதி முர்மு அவர்கள், புதுடில்லியில் ஐ.ஐ.டி. தொழில் நுட்ப கல்விமையத்தின் வைர விழா நிறைவு நிகழ்ச்சியில் பேசியதை, செப். 4-ஆம் (2022) நாள், தினமலர் நாளிதழில் பிரசுரித்தவாறு, “கல்வி நிலையங்களை எதிர்காலத்திற்கு ஏற்றவாறு தயார் செய்ய வேண்டும்”... “நம் நாட்டில் திறமைசாலிகள் ஏராளமாக இருக்கின்றனர். அவர்களின் திறனை நாடு பயன்படுத்திக் கொள்ள வேண்டும். புதுமையான கற்றல் மற்றும் கற்பிக்கும் முறைக்கு நாம் தயாராக வேண்டும். உலக அளவில் நம் நாட்டின் பெருமையை பறைசாற்ற ஐ.ஐ.டி.-கள் முழுமையாக பங்காற்றியுள்ளன. மக்கள் தொகை அதிகரித்துவரும் அதே வேளையில், பொருளாதார ரீதியாகவும் நாம் முன்னேறதிட்டமிட வேண்டும். சுற்றுச் சூழல் சவால்களுக்கு தொழில் நுட்ப தீர்வுகளை உலகம் ஆவலுடன் எதிர்பார்க்கிறது. நம் நாட்டின் இளம் பொறியாளர்கள் மற்றும் விஞ்ஞானிகள் அந்த தீர்வை வழங்கி, உலகமுன்னேற்றத்துக்கு உதவுவர் என நம்புகிறேன்”-எனக் கூறியுள்ளார்கள்.

எனவே, இவைகளை நாம் படிக்கின்ற பொழுது, நம்நாடு எப்பேர்ப்பட்ட சீர்கெட்ட நிலையில் உள்ளதென்பதை உணர்ந்து, இதற்கெல்லாம் விடிவுகாலமாக, நம் இந்திய ஜனநாயக தேசத்திற்கு பொருத்தமானதும், விரிவுபடுத்தப்பட்டதும், இடைநின்றோர் எந்நிலையிலும் பயில வாய்ப்பளிக்கும்படியும், பொருளாதார மேம்பாடு அடைய வழிவகுப்பதாகவும், தெளிவான தீர்வுகாணக்கூடியதாகவும்,

வேலையில்லாத் திண்டாட்டத்தை அறவே ஒழிக்கக்கூடியதாகவும் மற்றும் எல்லோருக்கும் எல்லாமாய் நம் அனைத்து அடிமைத்தனத்திலிருந்தும் விடிவுபெற, மதத்திற்கு அப்பாற்பட்டு மனித நேயமே முன்னிறுத்தப்பட்ட, தத்துவ மற்றும் வாழ்க்கையின் அனுபவங்களை ஒட்டிய கோட்பாடுகளைக் கொண்டும், குறைந்தது 25% தேசிய வருவாயை கல்விக்கென்று மட்டும் ஒதுக்கி, கல்வியில் மறுமலர்ச்சி காண்பதோடு மட்டுமின்றி, கடந்த 75 ஆண்டுகளாக எந்த மாறுதலுக்கும் செவிகொடாது, இதுவரையில் நாம் கண்ட கல்வியியல் முறைகளால், 'மனித இயல்பை மறைத்து போட்டிருக்கும் முக மூடியை' – 'ஒரே ஒரு இறைவன்' தாமே, எல்லா மனிதர்களின் உள்ளார்ந்த நிலையில் வீற்றிருக்கின்றார், என்ற தாரக மந்திரத்தாலும், சமன்சீர் தூக்கும் தாராள நிறைவைக்காணும் சேவைகளாலும் தகர்த்தெறிந்து, 'எல்லோடும் ஓர் குலம், எல்லோரும் ஓர் இனம்' என்ற நம் விடுதலை/ விடியலின் வீரர் பாட்டுக்கொரு புலவர் மகாகவி பாரதியாரின் 'பாரத சமுதாயம் வாழ்கவே'-என்ற பாடலின் உயரிய நிலையை அடைய, 'யாதும் ஊரே யாவரும் கேளீர்' என்ற கணியன்பூங்குன்றனார் அவர்களின் கூற்றானது ஐ.நா.சபையில் அலங்கரிப்படுவதோடு மட்டுமின்றி, தாராளமயமாதல் (Liberalisation), தனியார் மயமாதல் (Privatisation) மற்றும் உலகமயமாதல் (Globalisation) ஆகிய நம் தேசத்தின் உலகளாவிய கட்டுபாடுகளுடன், அதிவிரைவில் நம் இந்தியா ஒரு வளர்ந்த நாடாய்த்திகழ, "முழுமை நிலா அழகு நிலா முளைத்தது விண்மேலே பழமையிலே புதுநிலவு பாய்ந்தெழுந்தாற்போலே" – என்ற, பாவேந்தர் பாரதிதாசனார் அவர்களின் கூற்றுக்கொப்பபழமை பாதிநிலா, புதுமை பாதிநிலா, இரண்டும் இணைவதால்தான் முழு நிலவாகப் பொலிவு பெறுகின்றது என்றும், கடந்த காலத்து மக்களையும், வருங்காலத்து மக்களையும் சிங்க நோக்காகப்பார்த்து, பழஞ்சொல் புதுச்சொல் (பழமையும் புதுமையும்) இரண்டுமே தேவை தான் என்றெண்ணி பழமை என்பதற்காகப் பகைப்பதோ புதுமை என்பதற்காகக் கண் மூடித்தனமாகப் போற்றுவதோ இல்லாது தெளிவாக சொற்பொருள் கற்றவர்தம் கல்வியே கற்றவர் அவையில் மேம்பாடு எய்தும் என்பதை, நிகழ்காலத்து ஒழுகி நின்று திடமுடன் வலியுறுத்தி, எதிலும் திறமையுடன் செயலாற்றுதல் மிகவும் அவசியமாகும்.

முடிவுரை

எனவே, பசுமையான இலைகள் உதிர்வதில்லை, பசுமையான சிந்தனைகள் மறைவதில்லை, உயிரோடு வாழ்வது வாழ்க்கை அல்ல, உயிர்ப்போடு வாழ்வதுதான் வாழ்க்கை. நாம் மூச்சுவிடுவதால் மட்டுமே வாழவில்லை, முயற்சியால் வாழ்கிறோம். நாம் கற்றதை மறக்காமல் இருக்க வேண்டும் என்றால் மற்றவர்களுக்குக் கற்றுக் கொடுக்க வேண்டும். நம் வெற்றிக்கு தேவையான ஒப்பனைகளான, உள்ளத்தில் உண்மை, கண்களில் கருணை, முகத்தில் மலர்ச்சி, உதட்டில் புன்னகை, எண்ணங்களில் நம்பிக்கை, சொல்லில் தெளிவு, செயலில் நேர்மை ஆகிய இதர பல இது போன்ற சிந்தனை முத்துக்களை அள்ளித்தருவது தான் புத்தகம். இங்கே, நாம் புத்தகத்தைப் புரட்டுவது முக்கியமில்லை மாறாக, புத்தகம் நம்மைப் புரட்டிப்போட வேண்டும். புத்தகத்தை குனிந்து படித்தால் நாம் மேடையில் நிமிர்ந்து நிற்கலாம். புத்தகத்தை மேலிருந்து கீழே படித்தால் நாம் கீழிருந்து மேல்நிலைக்கு வரலாம். மேலும், தேனீக்கு தேன் எடுப்பது வேலை அல்ல. அது ஒரு பரவசம். அவ்வாறே, படிப்பதும் ஒரு வேலை அல்ல. அதுவும் ஒரு பரவசம். ஏனென்றால் படித்தல் வேலை என்று நினைத்தால் அது சுமை. பரவசம் என்று நினைத்தால் அது சுவை. என்பதனை “கற்றறிந்தார்கல்வி விளங்கும் கசடறச் சொல்தெரிதல் வல்லார் அகத்து.” - என்னும் தெய்வப்புலவர் வள்ளுவனார் அவர்களின் அறிவுரைக்கொப்ப,

இனிதே, பழமையிலுள்ள நல்லியல்புகளும், புதுமையிலுள்ள சிறப்புக்களும், தேவை என்ற புதிய மில்லீனியக் கண்ணோட்டத்தில் செய்யுளின் வனப்புகளில் தொன்மையும், விருந்தும் தேவை என்று பறைச்சாற்றும் தொல்காப்பியரும், பழமைக்கும் புதுமைக்கும் பாலம் அமைத்த பாவேந்தர் பாரதிதாசனார் நமக்குப் படிப்பித்துள்ளதின்படி,

இவையிரண்டும் இணைந்து, பிணைந்து, விடுதலைத்தரும் விடியலின், முழுமையை அடைந்திட்டோமென்று இந்தியர்களாகிய நாம் ஆடியும், பாடியும், ஆனந்தமுடன், ஸ்ரீ அரபிந்தோ அவர்களின் (1872-1950) தீர்க்கத்தரிசனமான – (Messianism of Aurobindo)- "இம்மண்ணுலகின், மிகப்பழமையான மனித இனங்களில் ஒன்றாகவும், மிகச்சிறப்பு மிக்கக்கலாச்சாரமும், எளிதில் வெல்ல இயலாத சக்தி மிக்கதாகவும், திறமையுடன் பெருமை கொண்டதாகவும், வாழ்க்கையின் சிறப்பை நன்கு அறிந்ததாகவும், மிகவும் அதிசயத்தக் வகையில் திறமையுடையதாகவும் கொண்டிருக்கின்ற நம்நாடு இந்தியா, அதன் விடியல், ஒற்றுமை மற்றும் பெருமைகளால் அடையும் வெற்றியானது, உலகநாடுகளுக்கு மிகவும் அவசியமாகின்றது." என்ற அவரின் முன்னறிவித்தலின்படி (Prophesied) நம் இந்திய நாட்டின் ஆன்மீகம் அதன் நிலையிலேயே நின்று உலகில் பரப்பப்படுவதல்ல, மாறாக இந்தியா தனது ஆன்மீகத்தில் சிறப்படைந்து மிகமிக உயர்ந்து, உலகநாடுகளுக்கெல்லாம் அதனை போதிக்கவல்லதாக மாற வேண்டும் எனும் அவரது அசிரீரிவாக்கு நிறைவேறுதலை இவண்கண்டு, உலகளாவிய – விடியலின் – முழுமையைக் கண்டடைந்தோமெனப் பாடுவோம், ஆடுவோம் – ஆனந்தம்! ஆனந்தம்!! ஆனந்தமே!!

Reference

1. Kohn. H. The Idea of Nationalism (1948) New York, Macmillan Co.
2. Smith A.D. (1971) Theories of Nationalism, London, Duck worth.
3. Varma V.P. The Political Philosophy of Aurobindo, (1960) Delhi, Mtilal Banarsidass.
4. Aurobindo, The Ideal of Human Unity, Pondicherry, Sri Aurobindo Ashram Press.
5. Aurobindo, The Spirit and Form of Indian Polity, Sri Aurobindo Ashram Press.
6. Bipin Chandra Pal, An Article on Aurobindo, Pondicherry, Sri Aurobindo Ashram Press.
7. Jolly Mohan Kaul, (1963) Problems of National Integration, NewDelhi, Peoples Publishing House.
8. Aurobindo, The Ideal of the Karmayogin, Pondicherry, Sri Aurobindo Ashram Press.
9. Saischandra Chatterjee and Dhirendra Mohan Datta, (1968) An Introduction to Indian Philosophy, Calcutta, University of Calcutta.

10. Bogomolov A.S.A. (1985) History of Ancient Philosophy Moscow, Progress Publishers.

11. John Stuart Mill, Representative Government, London, J.M.Dent and Sons, 1936.

12. Dhawan, G.N. (1951), Political Philosophy of Mahatma Gandhi, Ahmedabad, Navajivan Publishing House.

13. Freeman, E.A. History of Federal Government in Greece and Italy (1983), London, Macmillan.

14. Heimsath, C.M. (1964), Indian Nationalism and Hindu Social Reform, New Jersey, Princeton University Press, - 'Mind of Man is Ultimatel the Origin for Problems.

15. Lucian Pye, (1968), Politics Personality and National Building, Yale University Press.

16. Markandan, M.C. (1986), Centre – State Relations, Rajeev ABS Publications.

17. Narayanan, J.P. An Essential Requisite of National Integrati9on, India Quarterly, Vol. 17.

18. John Paul Raj A.P. (1990-1997), National Integration in India – An Inter – disciplinary Approach, Ph.D. Dissertation – (The Main Author of this Book), Conferred Degree in 1997, University of Madras in Philosophy of Education. Ref. in the Thesis, PP.7, 74, 102, 173 and the Appendix – Articles. No.1 P.2, No.2 P.9, No.3 P.19, No.4 P.22 No.5 P.28, No.6 P.46, No.7 P.51 etc.

19. Madurai Kamaraj University, (1985) II M.A.Gandhian Thought – Lesson-7, Removal of Untouchability and Communal Harmony – Contructive Works.

20. Kashi Vidyapith (1978), State and Polity in the Manava Dharma Shastra, Political Science, Vol. 6.

21. Divijadas Datta, (1933), Purusha-sukta, E. Bengal, Sarvadharma SamanvayAshram–Ref. V.K.R.V.Rao (1985), National Integration – Some Unsolved Issues, Bombay, Bharatiya Vidya Bhavan, PP. 86-87. The decision taken by Dr. Ambadkar, to annihilate casticism is correct. But he came to know the tampering of the Rig-veda text (Rv. 10.90.12 and 10.8.7) by the priest (as found latter) in his times, his stand on 'Casteism and Untouchability' would have been a different stand and also Ref. Rig-veda Unveiled, PP.29 to 52, 93 to 104, 145 to 156 and 255 to 260.

22. Divijadas Datta, (1933) Op. Cit p.6 Cf – 'A Challenge to All Whom it May concern' – According to the Rig-veda, the entire mankind is the children of one father, called Manu, Mnush or Nahush. The Rig-veda, the sole authority of Hinduism, as stated in all the Sacred Books and therefore that Caste and Untouchabilit can have no place in 'True – Hinduism'.

23. Divijadas Datta, (1933), Op. Cit. p.13 Cf – All Mankind are Nothing But One Nation – Sons of one family, teaching of Rig-veda, Manu, Quran and all other Religions.

24. Dr. B.R.Ambadhkar, Annihilation of Caste, quoted by V.K.R.V.Rao, Op. Cit.

25. Katkar S.V. and A.M. Cornell, (1909) History of Caste in India, Low Price Publication, UGC.

26. Rafiq Khan.M (1970), National Integration it's Meaning and Relevance, Rajaghat, Nacachetna Prakashan, quoted from, 'Why Hindu Rashtra, p.5. – The present BJP (Bharatiya Janata Party) is the political out come of this R.S.S.S (Rashtriya Swayam Sevak Sangh) Protagonists of the concept of Hindu Rashtra.

*Hindu Rashtra advocates that "a well consolidated Hindu Society which rose above all differences of caste, sect, partyor language could alone form a firm base for 'Real National integration" (vide, Times of India).

**"The chief of the R.S.S.S. Sri M.S.Golwalkar" As children of this soil, our well ordered society has been here for thousands of years and this society has been known, especially in modern times, as the Hindu society. The Hindu in this country have developed by their common feelings, common emotions, common sentiments, common faith and common traditions a certain definite course of life'. The Non-Hindus, according to him, are not the 'children of the soil'.

***இந்து மதத்தின் ரிக்வேதத்தில், அக்கால வேத வியாக்கியர்களால் (பிராமணர்களால்) பிறப்பின் அடிப்படையில் அவரவர் ஜாதியை நிர்ணயம் செய்வதாய் திருத்தப்பட்டதை (புருஷ-சுக்தா-ரிக்வேதா-10.90.12 மற்றும் 10.18.7) சனாதன வர்ணாஸ்ரம-தர்மா-மூலம் கடைபிடித்தொழுகிக்கொண்டு, சனாதனம் இந்துக்கள் எல்லோருக்கும் பொதுவானது என்றும், அது என்றும் மாறாதது (Eternal) என்றும், திரித்துச் சொல்லி வரும் திரு. கோல்வால்கரின் சந்ததியர், எவ்வாறு 'பிறப்பொக்கும் எல்லா உயிர்க்கும்'- என்ற உலளாவிய ஒற்றுமையின் கோட்பாட்டை ஒத்துக்கொள்வர். ஆதலால்தான், சனாதன-வர்ணாஸ்ரம-தர்மம்-சமுதாயத்தைப் பிளவுப்படுத்தி நாசப்படுத்துவதால், அது முற்றிலுமாக அழிக்கப்பட வேண்டியது என்று, தற்கால நவீனத்துவ-சமூக- சீர்த்திருத்தவாதிகள் திரண்டெழுந்துள்ளனர்.

****இதற்கொல்லாம் மேலாக, இந்திய நாட்டின் தேசிய ஒருமைப்பாட்டிற்கு தீர்க்கத்தரிசனம் சொன்ன ஞானியார். ஸ்ரீ அரபிந்தோ அவர்கள், 'சனாதன தர்மம் ஒரு குறுகிய மதக்கோட்பாடு கொண்டதல்ல, ஏனெனில் இந்துமதத்தில் வேதங்கள், வேதாந்தம், கீதை, யோகா முறைகள், தாந்திரீகம் மற்றும் புராணங்கள் இருந்தும், சனாதனதர்மம், எதிர்காலத்தில் அதன் அடிப்படையால் ஒரு உலகமதமாக உருவாகவே, பைபிளையும் குரானையும் ஒதுக்காது உள்ளடக்கி உலகளாவிய-ஆன்மீகத்திற்கு இட்டுச்செல்கின்றது. உண்மையிலும் உண்மையான புனித நூல்யாதெனில் அதுவே மனித இதயமாகும், ஏனெனில் அங்கேதான இறைவன் ஐயம் திரிபறவீற்றிருக்கின்றான்'. (Vide; Aurobindo, TheIdeal of Karmayogin, P.5.)- என்றுகூறி, உலக அளவில் ஒரு அடிப்படையான ஆன்மீகத்தளத்தை உருவாக்கும் விதமாக இந்துமதம் அதன் பழைய நிலைப்பாட்டிற்கு பதில், தன்னை ஆக்கப் பூர்வமாக புதுப்பித்துக் கொள்ளக்கூடியதாக மாறி, அவ்மாற்றத்தின் மூலம் மாற்றங்கள் பல கண்டு, அவசியமாக இன்றைய உலக மேவிரும்புகின்ற

வகையில் நமது இந்தியநாடு வளம் பெற்று, இறைவனின் இரக்கத்தில் நிலை கொண்டு அதன் முழுமையாக என்றும் நிலையான (Eternal) நிறைவை அடைதல் வேண்டுமென்றருளியுள்ளார்.

27. The completed works of Swami Vivekananda, Mayavathi Memorial Edition, Advaita Ashram, 1962.

*Swami Vivekananda and Gandhi who reinterpretered karma from the medieval 'religious ritualism' to 'social action'. Moreso, Dr., S. Radhakrishnan has insisted not only on the individual's ultimate human destiny, like Tagore, but insisted on 'emancipation of all'. It is the panoramic vision that is enrooted in the Indian soil from the very beginning of the human race.

28. Thakur.A.S. (1937), The Philosophical Foundations of Education, NewDelhi, National Publishing House.

*Here he quotes exactly the categorical statement of the existentialist, Jean Paul Sartre "To be is to act, and cease to act is to cease to be" – the responsibility of both an educator and educands. To exist, the self-in-itself must act or work, not by acquisition, but by the very essence of self-for-itself and try to associate and mingle or unite with all the people without any discrimination of caste, colour, creed, class, sect, sex, region, nation and nations – with solidarity, respect and honour the common human consciousness i.e., elevating humanity as supreme and excellance-by 'oneness in spirit,' in 'sharing the' power of human moral consciousness, without any kind of prejudice, for 'consensual validation 'for' social self-realization.' – as the progressive re-constructionists aspire in this New Millennium Era.

29. Guru Dutt. K. (1953), Existentialism and Indian Thought, Basawankudi, Bangalore, The Indian Institute of World Cultuire.

30. Dr. Atmanand Mishra, Education and Finance, p.36.

31. National Policy on Education on Vocationalisation of Education, 1968.

32. Fragniese, Gabriel (1976), Education without Frontiers, Duck Worth, London.

33. Gangal Anurag, (1985) New International Economic Order – A Gandhian Perspective, Chanakya Publications, Delhi.

34. Kumar, D.P. (1990) challenges to India's Unity, B.R. Publishing Corporation, Delhi.

35. Paranjape, M.K. (1991) Secularism Real and Pesudo, Main Stream, Vol.24.

36. John Paul Strain, Modern Philosophies of Education, New York, Random House, 1971, P.472.

37. The relevant paper headings, you-tube-videos, debates, news-narations, concepts' clarifications by eminent scholars, religious-discourses by the respective religions, inter-religious dialogues and social awareness programmes, modern man-making neutrally common-human building dramas, music concerts and patti-mandrams-are referred and endured in this social-awareness enhailing epic.

www.ingramcontent.com/pod-product-compliance
Lightning Source LLC
LaVergne TN
LVHW040425051026
849517LV00002B/469
9798892338691